என் பெயர் நுஜூத்

வயது 10, விவாகரத்து ஆகிவிட்டது!

D1771177

நுஜூத் அலி
உடன் இணைந்து
டெல்ஃபின் மினோவி

ஆங்கிலத்தில்:
லிண்டா கவர்டேல்

தமிழில்:
சூ.ம.ஜெயசீலன்

டிஸ்கவரி புக் பேலஸ்

#6, மஹாவீர் காம்ப்ளெக்ஸ், முனுசாமி சாலை,
(பாண்டிச்சேரி கெஸ்ட் ஹவுஸ் அருகில்)
கே.கே.நகர் மேற்கு, சென்னை-600 078.
பேச : 044 48557525, +91 87545 07070

என் பெயர் நுஜூத்
வயது 10, விவாகரத்து ஆகிவிட்டது!
ஆசிரியர்: நுஜூத் அலி உடன் இணைந்து டெல்ஃபின் மினோவி
ஆங்கிலத்தில்: லிண்டா கவர்டேல் ©
தமிழில்: சூ.ம.ஜெயசீலன்

I AM NUJOOD, AGE 10, DIVORCED.
Author: **Nujood Ali** with **Delphine Minoui**
English: **Linda Coverdale** ©
Tamil: **Su.Ma.Jeyaseelan**

First Edition: April - 2021
ISBN: 978-93-89857-62-7

Discovery Book Palace (P) Ltd,
6, Mahaveer Complex, Munusamy Salai,
K.K.Nagar West, Chennai - 600 078.
Ph: +91 - 44-4855 7525 , Mobile: +91 87545 07070
E-mail: **discoverybookpalace@gmail.com,**
Website: **www.discoverybookpalace.com**

Rs.180

© Editions Michel Lafon, 2009, Moi Nojoud,10 ans, divorcee.
This translation is published by arrangement with
Michel Lafon Publishing.

இந்த நூலில் பிரசுரமாகியுள்ள எந்த ஒரு பகுதியையும் பதிப்பாளரின் எழுத்து பூர்வமான முன்அனுமதி பெறாமல் எடுத்தாள்வதோ, மறுபிரசுரம் செய்வதோ, மொழியாக்கம் செய்வதோ, அச்சு மற்றும் மின்னணு ஊடகங்களில் மறுபதிப்பு செய்வதோ, காப்புரிமைச் சட்டப்படி தடை செய்யப்பட்டுள்ளது. இந்த நூலிலிருந்து குறிப்பிட்ட பகுதிகளை மேற்கோள்காட்டி புத்தக விமர்சனம் செய்ய, ஊடகங்களுக்கு மட்டும் அனுமதி உண்டு.

உங்கள் மொபைல் போனிலிருந்து ஸ்கேன் செய்து 'டிஸ்கவரி புக் பேலஸ்' மொபைல் ஆப்பை டவுன்லோடு செய்து, புத்தகங்களை வாங்குங்கள்.

சூ.ம.ஜெயசீலன் (1981)

வாசிப்புப் பழக்கத்தையும் எழுதும் ஆர்வத்தையும் மாணவர்களிடம் கொண்டு செல்பவர். எழுத்தாளர் மற்றும் மொழிபெயர்ப்பாளர். எட்டாம் வகுப்புக்கான 'வளரும் இளமை' நன்னெறி பாட நூலாசிரியர்களுள் ஒருவர்.

'உஷ்... குழந்தைங்க பேசுறாங்க!', 'திருநங்கைகள் : வாழ்வியல் - இறையியல்', 'மலேசிய வேருக்குள் தமிழர் இரத்தம்', 'ஈழ யுத்தத்தின் சாட்சிகள்' உள்ளிட்ட 18 நூல்களின் ஆசிரியர். 'என் பெயர் நுஜூத்' இவரது மொழிபெயர்ப்பில் வெளிவரும் இரண்டாம் நூல்.

சென்னை புத்தகத் திருவிழா 2017ல் 'சிறந்த கல்வி நூல் விருது' பெற்ற இவரின் 'இது நம் குழந்தைகளின் வகுப்பறை' என்னும் நூல், கல்வியியல் பாடத்திட்டத்திலும் (EPC-Reading and Reflecting on Texts) இடம் பெற்றுள்ளது.

ஆண்டாவூரணி,
மங்கலக்குடி வழி,
இராமநாதபுரம் மாவட்டம்.
*அஞ்சல்: **623308,***
*பேச & புலனம்: **+91 9600457040***
மின்னஞ்சல்: sumajeyaseelan@gmail.com

இருளின் பிரகாசம்

ஒரேயொரு நிலவுதான்;
உலகின் எல்லா குளங்களிலும்
தனித் தனியாக மிதந்துகொண்டிருக்கிறது.

– இந்த ஜென் கவிதையை நுஜூத் நினைவுபடுத்திக் கொண்டே இருக்கிறாள்.

நுஜூத் என்றால் அரபு மொழியில் 'வானத்தில் நட்சத்திரங்கள்' என்று பொருள். ஆனால், வாழ்வில் நுஜூத் நிலா போன்றவள்! கருமேகங்களையும் அடர்ந்த இருளையும் கிழித்துக்கொண்டு பிரகாசிப்பவள்!

I AM NUJOOD, AGE 10, DIVORCED என்ற நூலை வாசித்துக் கொண்டிருந்த காலத்தில்தான், 'இயற்கை படைத்த நாங்கள், நாங்களாகவே படைத்த நாங்கள்' என்ற கூற்றை மின்திரையில் கேட்க நேர்ந்தது. பெருந் தொற்றுக் கால ஊரடங்கின்போது மின்திரையில் நடந்த கூட்டமொன்றில், இருமையை மொழியில் விவரணப்படுத்த ஓவியர் கமலா வாசுகி கூறிய வாசகம்தான் அது. நுஜூத்தின் வாழ்வில் நடந்த சம்பவத்துக்கும் இந்தக் கூற்றுக்கும் உள்ள தொடர்புகளில் இருமை இன்னும் துலக்கமாகிறது.

ஏமன் நாட்டில், நுஜூத் என்ற 10 வயதுச் சிறுமிக்கு நேர்ந்த அனுபவம் அசாதாரணமானது என்றில்லை. உலகளவில் சாதாரணமாக தினமும் நாம் செவியுறத்தக்கதான 'குழந்தைத் திருமண' செய்திதான். மத்திய கிழக்கு நாடுகள் தொடங்கி லத்தீன் அமெரிக்கா, தெற்காசியா முதல் ஐரோப்பா வரை, உலகின் ஒவ்வொரு பிராந்தியத்திலும் நாடுகள், கலாசாரங்கள், மதங்கள், இனங்கள் என்ற வேறுபாடுகளைக் கடந்து இந்தக் 'குழந்தைத் திருமணங்கள்' நடைபெற்றுக்கொண்டே இருக்கின்றன.

10 ஆண்டுகளுக்கு முன்பு நான்கு குழந்தைகளில் ஒருவருக்கு 18 வயதிற்கு முன் திருமணம் நடைபெற்று வந்தது என்றும் தற்போது இது குறைந்து ஐந்தில் ஒரு குழந்தைக்கே நடைபெறுகின்றதென்றும் ஜூன் 2019 யுனிசெஃப் வெளியிட்டுள்ள அறிக்கையின் தகவல்கள் ஆசுவாசப்படுத்த முயல்கின்றன. உலக அளவில் 18 வயதுக்குட்பட்ட 21 சதவீதம் பேர் குழந்தைத் திருமணத்தால் பாதிக்கப்பட்டுள்ளதையும், கடந்த 10 ஆண்டுகளில் 2.5 கோடி குழந்தைத் திருமணங்கள் தடுக்கப்பட்டுள்ளதையும் அதே அறிக்கை சுட்டிக் காட்டுகிறது. தற்போது திருமணமாகி உள்ளவர்களில் 65 கோடி பேர் 18 வயது நிறைவடையும் முன்னர் திருமணம் செய்தவர்கள் என்பது பெரிய எண்ணிக்கை.

தெற்காசியாவில் கடந்த 10 ஆண்டுகளில் 49 சதவீதத்திலிருந்து 30 சதவீதமாக குழந்தைத் திருமணங்கள் குறைந்துள்ளது என்றாலும், உலகளவில் இந்தியா முதலிடத்தில் இருப்பது அதிர்ச்சியளிக்கிறது. உலகில் நடைபெறும் மூன்று குழந்தைத் திருமணங்களில் ஒன்று இந்தியாவில் நடைபெறுவதும், இந்தியாவின் பங்களிப்பு 33 சதவீதமாக எண்ணிக்கையில் தாக்கம் செலுத்துவதும் பேரதிர்ச்சி. வறுமையும் கல்வியறிவின்மையும் குழந்தைத் திருமணங்களுக்கான முதன்மையான காரணங்களாகக் கூறப்பட்டபோதும் மத நம்பிக்கைகளும், கலாசார சூழல் அழுத்தங்களும் கூடுதல் செல்வாக்குச் செலுத்துவதையும் காணலாம்.

மனு தர்மம், 'ஒரு பெண்ணானவள் சிறுமியாக இருக்கும் போது அவள் தந்தைக்கு கட்டுப்பட்டவள்; திருமணத்துக்குப் பிறகு கணவனுக்குக் கட்டுப்பட்டவள்; கணவனுக்குப் பிறகு தன் மகனுக்குக் கட்டுப்பட்டவள்; வாழ்நாள் முழுவதும் பெண்ணானவள் ஆணுக்கு கட்டுப்பட்டு அடங்கியே வாழவேண்டும்' என்றது. புராணங்களும் இதிகாசங்களும் பெண்களை நுகர்வுப் பொருளாகவும் அடிமைத் தொழில் செய்பவர்களாகவும் கட்டமைத்து வைத்திருந்தன. தமிழ் இலக்கியங்களும் 'ஈன்று புறந்தருதல் என்தலைக் கடனே' என்று பிள்ளைப் பெறும் எந்திரமாகவும் 'தையல் சொல் கேளேல்' என்றும் சொல்லி வந்தன. சமூக அமைப்பில் இழிவான தொழில் என்று சொல்லப்பட்ட துப்புரவு பணி, அழுக்குத் துணி வெளுத்தல் போன்ற வேலைகளை குடும்பத்தில் பெண்களே பார்க்க வேண்டும் என்று வலியுறுத்தப்படுகின்றனர்.

இஸ்லாம் மதத்தில், பெண்ணின் திருமண வயது தொடர்பான குழப்பங்கள் இன்னமும் நீடிக்கின்றன. இறைத்தூதர் முஹம்மது

நபி 53 வயதாக இருக்கும்போது, ஆறே வயதான ஆய்ஷா(ரலி)யை திருமணம் செய்திருப்பதால் தீவிர நம்பிக்கையாளர்கள் இன்றும் குழந்தைத் திருமணங்களை ஆதரிக்கும் ஒருநிலை முஸ்லிம்களிடையே தொடர்கின்றது. அரபு தேசங்களிலும் முஸ்லிம்கள் வாழும் எல்லா நாடுகளிலும் இந்தக் குழப்பங்களும் முரண்பாடுகளும் உள்ளன. பல நாடுகள் சட்டத் திருத்தங்களைக் கொண்டுவந்துள்ளன. பெண்ணின் திருமண வயது குறைந்தது 18 என நாடுகள் சட்டச் சீர்திருத்தங்கள், மாற்றங்களைக் கொண்டுவந்திருந்தாலும் மத நம்பிக்கையாளர்களின் இதயங்களைப் பூரணமாக மாற்றிட முடியவில்லை. இலங்கையில் இஸ்லாமியப் பெண்களின் திருமண வயது 12 என்றே இன்று வரையும் முஸ்லிம் தனியாள் சட்டத்தில் உள்ளது. 1951ஆம் ஆண்டின் 13ஆம் இலக்க முஸ்லிம் விவாக விவாகரத்துச் சட்டத்திலிருக்கும் பெண்ணுக்கான திருமண வயதை 12இல் இருந்து 18 ஆக உயர்த்துவதற்கு முப்பது ஆண்டுகளாக பெண்கள் அமைப்புகளும், மனித உரிமை ஆர்வலர்களும் முன்னெடுத்து வரும் போராட்டங்களுக்கு முல்லாக்கள் தடையாக இருக்கிறார்கள். ஒரு சிறுமி பருவமடைந்துவிட்டால் திருமணத்திற்குத் தகுதியானவள் என்பதிலேயே பெருமளவான முல்லாக்கள் ஒன்றுபடுகின்றனர்.

முஹம்மது நபி 53 வயதாக இருக்கையில் ஆறே வயதான ஆய்ஷாவை மணந்து கொண்டதாலும் திருமணத்திற்குப் பிறகு குழந்தை ஆய்ஷா(ரலி) தனது தந்தை வீட்டிலேயே தங்கவைக்கப்பட்டதாகவும், பருவ வயதையடைந்த பின்னர் அதாவது ஒன்பது வயதின் பின்னரே நபியின் இல்லத்திற்கு அனுப்பி வைக்கப்பட்டதாக சொல்லிக் கொள்வதாலும் குழந்தைத் திருமணத்தை ஆதரிப்பவர்களும் இருக்கிறார்கள். அதாவது, குழந்தைத் திருமணம், அவள் பருவமடையும் வரை உறவு கொள்ளாமல் காத்துக்கொள்ளும் பட்சத்தில் ஏற்றுக்கொள்ளலாம் என முடிவுக்கு வருகின்றனர்.

நுஜூத்துக்கு மணம் முடித்து வைக்கும் யோசனையை அவளது தகப்பனார், இறைத்தூதர் முஹம்மது – ஆய்ஷா திருமணத்தை ஆதாரமாகக் கூறியே நியாயப்படுத்துகிறார்.

‘திருமணம் செய்வதற்கு நுஜூத் ரொம்பச் சின்னப் பிள்ளை’ இப்படி நுஜூத்தின் சகோதரி கூறும்போது, ‘ரொம்பச் சின்னப் பிள்ளையா? இறைத்தூதர் முஹம்மது, ஆய்ஷாவை மணமுடித்தபோது அவளுக்கு வயது ஒன்பதுதான்!’ என்ற

பதிலே அவளது தகப்பனாரால் முன் வைக்கப்படுகின்றது. 'ஒரு வாய் சோறு குறையும்' என்ற காரணமும் சுமைக் குறைப்பு என்பதாக அர்த்தப்படுத்தப்பட்டாலும்கூட, இந்தக் காரணத்தை மறைத்துவிடக் கூடிய முன் மாதிரி இறைத்தூதர் வாழ்க்கையில் இருப்பது நுஜூத்தின் தகப்பனாருக்குப் பெரும் நியாய பலமாக இருப்பது மட்டுமல்ல, குற்றவுணர்ச்சி கொள்வதற்கான இடத்தையும் இல்லாமல் செய்கின்றது.

திருமணம் என்ற 'வதை' புரிபடுவதற்குரிய எந்த முகாந்திரமும் கொண்டிராத சிறுமி நுஜூத் பிஞ்சு மனதுக்கே உரிய விதமாக, சில ரொட்டித் துண்டுகளுக்காக பிச்சை எடுப்பதற்கு வற்புறுத்தும் தகப்பனை அன்பு செய்கிறாள். அந்த மனிதரில் எந்நேரமும் வீசும் புகையிலை நாற்றத்தைச் சகித்துக்கொள்கிறாள். அதே நேரம், தகப்பன் விரும்பக்கூடிய விதமாக நல்ல குட்டிப்பெண்ணாகத் தானில்லை என்பதையும் உணர்கிறாள். அவளுக்கிருந்த இந்த கூருணர்வே அவளை மீட்பை நோக்கி நகர்த்துகிறது. நீதிமன்றத்தின் வாசலைத் தொலைக்காட்சித் திரைகளில் மட்டுமே பார்த்துக் கொண்டிருந்தவளை நீதிக்காக விரைந்தோட வைக்கிறது.

மின்சாரம் இல்லாமல், குழாய் நீர் வசதியில்லாமல் வாழ்ந்த கிராமத்து வாழ்வை விரும்பும் எளிய மனமும், நுரைத்துப் பொங்கிக் கிளம்பும் கடல் அலைகளில் விளையாடும் கனவுகள் மட்டுமே கொண்ட ஒரு தளிர் நுஜூத். வயதுக்கும், உடலுக்கும், மனதுக்கும் சகிக்காத துயரங்களே அவள் திருமண அனுபவங்களாகின்றன. ஆண்களின் அதிகாரத்திற்கு கட்டுப்பட்டு வாழப் பழகிவிட்ட அல்லது இதுதான் பெண்களுக்கு விதிக்கப்பட்டது, மாற்ற முடியாதது என்று நம்பிய பெண்கள் ஒரு நிலைக்கு மேல் தங்கள் அடையாளத்தை முழுவதும் இழந்துவிடுகிறார்கள். அவர்களின் குரல்களிலும் செயல்களிலும் ஆண்களே பிரதியாகி வெளிப்படுகின்றார்கள். நுஜூத்தின் தாய் சொல்லும் மதியுரைகளும், திருமணமாகிச் சென்ற இடத்தில் மாமியாரும் மற்றப் பெண்களும் திணிக்கும் அறிவுரைகளும் ஆண்களின் ஆகிருதிகள்.

ஒவ்வோர் இரவும் காயப்பட்டுத் துன்புறும் தன் பிஞ்சு உடலுடன் சுருண்டு மடங்குகின்ற நுஜூத், இதுவரை சந்தித்த பெண்களைப்போல இந்த அனுபவங்களைச் சாதாரணம் என்றோ இயல்பானதென்றோ பெண்ணுக்கு விதிக்கப்பட்டதென்றோ எண்ணவில்லை. இந்த 'வதை முகாமிலிருந்து' தப்பிப்பதற்காக அவள் எடுத்துக்கொள்ளும் பிரயத்தனங்கள், பிடிவாதம்

தமிழில்: சூ.ம.ஜெயசீலன் | 7

இவற்றால் கிடைக்கும் தண்டனைகளின் கனத்தைவிடவும் கனமானது, தன்னைக் காப்பாற்ற முன்வராதவர்களின் மனங்கள் என்றுணர்கிறாள்.

பிஞ்சுக்கரங்களால் விடியற்காலையிலேயே சுத்தம் செய்ய எழுவது, குடும்ப உணவைத் தயாரிக்க நீர் இழுப்பது, கறுப்பு நிலக்கரி போன்ற தடித்த பானைகளைத் தேய்த்துத் துப்புரவாக்குவது என்று பணிச்சுமையால் மென்மையான பின்புறம் வளைந்து, உடல் மெலிந்து வாடி நிற்கும் மகளை விடுவிக்க தாய் எண்ணுகிறாளில்லை. ஒவ்வோர் இரவிலும் தன் பிஞ்சு மகள் இழுக்கும் சுமையால் ஆழமாக பதிந்திருக்கும் கவலையின் கோடுகளை அழிப்பதற்கு அவள் முயற்சிக்கிறாளில்லை. ஏனென்றால், இந்த சோதனைகள், வலிகள் அனைத்தும் அவளும் இழுத்த சுமைகள்தான். பெண்ணாகப்பட்டவள் இவற்றுடன் கலந்த இயற்கை எனவும் இந்த நெருப்பை ஒவ்வொரு பெண்ணும் கடந்தே ஆகவேண்டும் எனவும் நம்புகிறாள்.

ஆனால், தவ்ளாவின் கண்களுக்கோ நுஜூத்தின் பிரகாசம் ஒளிர்கிறது. சிறுமியின் விடுதலைத் தாகம் தணிவதற்குச் சாத்தியமான வாசல்கள் பற்றி தவ்ளா சொல்கிறாள். “நீ சொல்வதை யாருமே கேட்கவில்லை என்றால் நீ நேரடியாக நீதிமன்றத்திற்குப் போக வேண்டும்.” தவ்ளாவினால் மட்டும் இது எப்படி முடிகின்றது? அவளும் நுஜூத் வாழும் அதே புவியியல் எல்லைக்குள்தானே வாழ்கிறாள். நுஜூத்தின் தகப்பனுக்குத்தான் முன்னாள் மனைவியாக இருந்தாள். அங்குள்ள சாதாரண பெண்கள் இழுக்கும் சிலுவைகளை இழுத்துக் கொண்டிருப்பவள்தானே அவளும். வாழ்வின் காலத்தின் சரடுகளில் இயல்பாக்கப்பட்ட முடிச்சுகளிலிருந்து அவள் மட்டும் எப்படி அவிழ்ந்தாள்? அவிழ்தலின் சூட்சுமம் மிக எளிதாகப் புரிகிறது. தவ்ளா தனியாக வாழ்கின்றாள். கணவனால் கைவிடப்பட்ட பிறகு ஆண் அதிகாரத் திலிருந்து சுய கௌரவத்திற்கு அவளது சுமை தோள் மாறுகின்றது. தன் உழைப்பில் வாழக் கற்றுக்கொண்ட பிறகு சுயமரியாதையோடு நேர்கொண்ட பெண்ணாக நிமிர்கிறாள். சுயமியாக இருக்கும் வாழ்வுதான் அவளைச் சிந்திக்க மட்டுமல்ல, இன்னொருத்தியின் துயரத்தை கூர்திறனுடன் நோக்கி ரௌத்திரம் புகட்டும் நிலைக்கு உயர்த்துகிறது.

ஒவ்வொரு பெண்ணும் அவள் அரபு தேசத்தவளாக இருந்தாலும் கிழக்காசியாவைச் சேர்ந்தவளாக இருந்தாலும்

தனது விடுதலைக்கான போராட்டத்தின் முதல் அடிகளை அவளே தான் எடுத்து வைக்க வேண்டிய கட்டமைப்புக்குள்ளே தான் இருக்கிறாள். நுஜூத்போல யாரோ ஒரு பெண் தினமும் கூண்டுகளைத் தகர்த்துக்கொண்டேதான் இருக்கிறாள்.

நம் தேசத்தில் இதுபோல எத்தனையோ பெண்கள். உலகளவில் குழந்தைத் திருமணம் நடைபெறும் நாடுகளில் முதலிடத்தில் இருக்கும் இந்தியாவில், 'லிட்டில் விடோ' என்றே அறியப்பட்ட, தான் கற்ற கல்வி மூலம் தன்னைத்தானே மீட்டெடுத்து, அதே கல்வியின் மூலம் ஆயிரக்கணக்கான பெண்களை மீட்கும் கருவியாக 19ஆம் நூற்றாண்டிலேயே செயல்பட்டவர் சகோதரி ஆர்.எஸ்.சுபலட்சுமி.

சிறுமி சுபலட்சுமிக்கு 1898ஆம் வருடம் 11 வயதில் திருமணம் நடந்தது. திருமணம் நடந்த மூன்றே மாதங்களில் சுபலட்சுமியை மணமுடித்த சிறுவன் இறந்து போனான். தலையை மழுங்கச் சிரைத்து, வெள்ளைச் சேலை உடுத்தி விதவைக் கோலத்திற்குள் திணிக்கப்பட்டு அக்ரஹாரத்திலுள்ள மற்றக் குழந்தைகளுடன் விளையாட்டில் இணைவதற்குள்ள அவள் பிராயத்து உரிமையே மறுக்கப்பட்ட சுபலட்சுமிதான் தென்னிந்தியாவின் முதல் பட்டதாரிப் பெண்ணாக 1911ல் தன்னை நிலை நிறுத்தினார். வாழ்நாள் முழுவதும் தன்னைப்போல பாதிக்கப்பட்ட பெண்களின் மறுவாழ்வுக்காகவும் கல்விக்காகவும் உழைத்தார்; சிந்தித்தார்.

மராத்தியப் பெண் எழுத்தாளர் பேபி காம்ளேவுக்கு 1942ல் திருமணமாகிறது. அப்போது அவருக்கு 13 வயதே. பத்துப் பிள்ளைகளையும் பெறுகிறார். இதற்குப் பின்பு அந்தக் காலத்து ஒடுக்கப்பட்ட ஒரு பெண் வாழ்வில் என்னத்தைச் சாதித்துவிட முடியும்? ஆனால், ஒடுக்கப்பட்ட மஹர் சமூகத்தில் பிறந்த பேபி காம்ளேவுக்கோ வேறு சிந்தனைகள் இருந்தன. அவர் மற்ற பெண்களைப்போல வெறும் பிள்ளை பெறும் இயந்திரமாக தன்னை மாய்த்துக்கொள்ளவில்லை. அடிமைத்தனங்களுக்கு அடங்கிப் போகாமல் அவர் செய்த செயல்களே இன்று வரை அவரின் புகழை இந்திய நாடும், வெளிநாட்டு மக்களையும் பாடவைத்திருக்கிறது.

நம் காலத்து நுஜூத்தின் கனவும் இப்படியாகத்தான் இருக்கின்றது. தன்னைப்போல வேறு யாரும் பாதிக்கப்படக் கூடாதென்று எண்ணுகிறாள். தனது இளைய தங்கை தன்னைப்

போல, இரவு மிருகத்திடம் இரையாகப் போய்விடாதபடி காப்பாற்றப்பட வேண்டும் என்று கைகோர்த்துக்கொண்டு திரிகிறாள். எல்லாவற்றையும் தன்னுடன் இணைத்து நோக்கும் போது எல்லாவற்றிற்கும் தானும் பொறுப்பாளியாக உணர்வது இயல்பாகிறது. சில பொறுப்புகளிலிருந்து விலகிச் செல்ல முடியாது. தனது விதி மற்றவர்களின் விதிகளுடன் பிணைக்கப்பட்டுள்ளதாகவே நுஜூத் நம்புகிறாள். ஒருவர் பிரபஞ்சத்தைச் சுமக்கக் கற்றுக்கொள்ள வேண்டும் அல்லது அதனால் நசுக்கப்படும் வலியை ஏற்றுக்கொள்ள வேண்டும். நுஜூத் பிரபஞ்சத்தைச் சுமக்கவே கற்றுக்கொள்கிறாள்.

உலகை தான் நேசிக்கும் அளவுக்கும், உலகு தன்னை நேசிக்கும் அளவுக்கும் வலுவாக வளர விரும்புகிறாள். காலி இடத்தில் உட்கார்ந்திருக்கும் மோசமான கொடூரங்களை அவள் பொருட்படுத்தவில்லை.

விவாகரத்துக்குப் பிறகு 'ஏமன் டைம்ஸ்' அலுவலகத்தில் அவளுக்காகவே விசேடமாக ஏற்பாடு செய்யப்பட்ட விருந்தில் நுஜூத் கலந்துகொள்கிறாள். 'நுஜூத் வெற்றி பெற்றுவிட்டாள்' என்று வாழ்த்தும் பெருங்குரல்கள் கரகோசங்கள் ஆரவாரங்களுக்கிடையே மெய்மறந்து நிற்கின்ற, பிறந்த தேதிகூடச் சரியாகத் தெரியாத அந்தச் சிறுமி விவாகரத்துப் பெற்ற அந்த நாளை, தனது பிறந்தநாளாக ஒப்புக்கொள்கிறாள். கடுமையான நீண்ட போராட்டங்களிலிருந்து மீளும் ஒவ்வொரு பெண்ணும் தன்னை மீட்டுருவாக்குவதிலிருந்தே வாழ்வின் அடுத்த கட்டத்தை எதிர்கொள்ளும் துணிவையும், சக்தியையும் புதுப்பித்துக்கொள்கிறார்கள்.

'ஏதாவது நகரும் வரை எதுவும் நடக்காது' என்பார் ஜெர்மானிய அறிவியல் தத்துவவாதியான ஆல்பர்ட் ஐன்ஸ்டீன். நுஜூத்துக்கும் இதுவே நடக்கிறது. அவள் விரும்பிய திசைக்குப் பிரபஞ்சம் வழி காட்டுகின்றது. அவளது பிஞ்சு மனதின் நம்பிக்கைகள் மழுங்கடிக்கப்படாதபடி அவளுக்கான எல்லா வாசல்களும் திறக்கின்றன. அவள் அடைய விரும்பிய நீதி அவள் எதிர்பாராத விடுதலையின் சிறகுகளை அவளுக்குப் பரிசளிக்கின்றது. அவள் கொஞ்சமும் எதிர்பாராத புகழும், பரிசில்களும் அவளது உறுதியான போராட்டத்தின் முடிவுகளாக மாறுகின்றன. தன் உடலையும் மனதையும் வருத்தியவர்களை மிக எளிதாக மன்னித்து மனுஷியாகிறாள்.

ஈரானில் வாழுகின்ற பிரெஞ்சு பத்திரிகையாளர் டெல்ஃபின் மினோவியுடன் இணைந்து நுஜூத் அலி எழுதியிருக்கும் 'என் பெயர் நுஜூத், வயது 10, விவாகரத்து ஆகிவிட்டது!' என்ற இந்த தன் வரலாற்று நூல், இதுவரை 38 மொழிகளில் வெளியாகி யிருக்கின்றது. இப்போது 39வது மொழியாக தமிழ் மொழியில் வருவதால் கூடுதல் சிறப்பைப் பெறுகின்றது. இதனை தமிழில் மொழிபெயர்த்த சூ.ம.ஜெயசீலனுக்கும், வெளியிடும் 'டிஸ்கவரி புக் பேலஸ்' பதிப்பகத்துக்கும் பாராட்டுகள்.

'பெண் ஏன் அடிமையானாள்?' என்று பெரியார் எழுதிய நூலுடன், பெண்களுக்கு அன்பளிக்கத் தகுதியான ஒரு நூல் இது. விடுதலை முழக்கங்களைவிட பாதிக்கப்பட்டு சுயஎழுச்சியால் மீண்டவர்களின், விடுதலையடைந்தவர்களின் குரல்களுக்கிருக்கும் வலிமை எவரையும் ஆழமாகத் தொடக்கூடியது.

' 'எனக்கு விவாகரத்து வேண்டும்' என்ற கோரிக்கையுடன் நுஜூத் என்ற சிறுமி நீதிமன்றத்துக்குச் சென்றாள்!' எனும் செய்தி ஏமன் நாட்டு ஊடகங்களில் உண்டாக்கிய பரபரப்பு, மேலும் பல சிறுமிகளை வலுப்படுத்துகிறது. அதுவரை உணராத பலத்தை முழுவதும் பிரயோகித்து சிறைகளைத் தகர்த்துக்கொண்டு சிறுமிகள் வீட்டுப் படிகளைத் தாண்டி நீதிக்காக ஓடுகிறார்கள். சின்னஞ் சிறு சிறுமி நாடு முழுவதிலும் ஏற்படுத்தும் அதிர்வலைகளால் ஏமன் நாட்டு அரசு பல இஸ்லாமிய அடிப்படைவாத முல்லாக்களின் எதிர்ப்புகளையும் மீறி ஆண், பெண் இருவருக்கும், திருமணத்துக்குச் சம்மதம் தெரிவிப்பதற்கான வயது 17 என்பதாக 2009 பிப்ரவரி மாதம் சட்டம் இயற்றியது. இலங்கை நாட்டில் முப்பதாண்டு காலமாக பலநூறு பெண்கள் அமைப்புகள் போராடியும் முடிவுக்கு வராத போராட்டத்தை, அரபு தேசத்தில் ஒரு 10 வயது சிறுமி நிகழ்த்திக் காட்டியிருக்கிறாள்.

மீண்டும் அந்த ஜென் கவிதைதான் நினைவில் வருகின்றது.

ஒரேயொரு நிலவுதான்;
உலகின் எல்லா குளங்களிலும்
தனித்தனியாக மிதந்துகொண்டிருக்கிறது.

- ஸர்மிளா ஸெய்யித்
05.12.2020

நுஜூத் - நவீன காலத்தின் கதாநாயகி

ஒரு காலத்தில் புராணக் கதைகள் நிறைந்த மந்திர நிலம் ஒன்று இருந்தது. மிக நுண்ணிய வடிவமைப்பு கொண்ட வியக்க வைக்கும் வீடுகள் அங்கே இருந்தன. பனிக்கட்டியால் நேர்த்தியாக ஒழுங்கு செய்யப்பட்டு, அலங்கரிக்கப்பட்ட குடில்கள்போல அவை தோற்றம் அளித்தன. அந்த நிலத்தை, அராபிய தீபகற்பத்தின் தென்கோடி முனையில், இந்தியப் பெருங்கடல் மற்றும் செங்கடலின் அலைகள் தழுவின. ஆயிரம் ஆண்டுகள் வரலாற்றில் ஊறித் திளைத்த இந்த நிலத்தில், மலைத் தொடரின் சிகரங்களில் செங்கற்களால் ஆன சிறு கோபுரங்கள் உள்ளன. இந்த நிலத்தில், குறுகலான உருளைக் கல் வீதிகளின் எல்லா மூலைகளிலும் தூப வாசனை மகிழ்ச்சியுடன் காற்றில் மிதந்து செல்லும். இந்த நாடு, ஏமன் என அழைக்கப்படுகிறது.

ஆனால், வெகுகாலத்துக்கு முன்பே வேறொரு பெயரை பெரியவர்கள் கொடுத்துள்ளார்கள்: அராபியா ஃபெலிக்ஸ் அதாவது மகிழ்ச்சியான அராபியா.

ஏமன் கனவுகளைத் தூண்டுகிறது. அரசர் சாலமோனின் இதயத்தில் தாக்கத்தை ஏற்படுத்திய, நம்ப முடியாத அளவிற்கு ஆற்றலும் அழகும் கொண்ட, மேலும் புனித நூல்களான விவிலியம், குர்ஆன் இரண்டிலும் தன் பெயரை விட்டுச் சென்ற சேபா நாட்டு அரசியின் ஆட்சி எல்லை இது.

இது ஒரு விசித்திரமான இடம், இங்கே இடுப்பில் பெருமையுடன் அணிந்துள்ள வளைவான குத்துவாள் இல்லாமல் ஆண்கள் ஒருபோதும் பொதுவெளியில் வரமாட்டார்கள்; அதேவேளை, கனமான கறுப்பு முக்காடுக்குப் பின்னே தங்கள் அழகை பெண்கள் மறைத்திருப்பார்கள்.

பழங்காலத்தில் வர்த்தகப் பாதையாக இந்த நாடு இருந்துள்ளது. நேர்த்தியாக நெய்யப்பட்ட துணிகள், இலவங்கப் பட்டை மற்றும் வாசனைத் திரவியங்கள் நிரம்பிய வணிகர்களின் கூண்டுவண்டிகள் இந்த நாட்டைக் கடந்து சென்றுள்ளன. காற்றையும் மழையையும் தாங்கிக்கொண்டு இந்தக் கூண்டு வண்டிகள் வாரக்கணக்காக, சில வேளைகளில் மாதக்கணக்காக நிற்காமல் விடாப்பிடியாகப் பயணித்துள்ளன. வலுவற்றப் பயணிகள் ஒருபோதும் திரும்பி வந்ததில்லை எனும் கதைகளும் சொல்லப்படுகின்றன.

ஏமன் நாட்டை உங்கள் மனக்கண்ணில் காணவேண்டும் என்றால், சிரியா, கிரேக்கம் மற்றும் நேபாளம் ஆகியவற்றைவிட சற்று பெரிய நாட்டை கற்பனை செய்யுங்கள். அனைத்தும் ஒன்றாக உருண்டு கண்மூடித்தனமாக ஏடன் வளைகுடாவில் மூழ்கினால் எப்படி இருக்குமோ அப்படி இருக்கும் ஏமன். கடும் புயல் நிறைந்த அந்தக் கடல்களில், இந்தியா, ஆப்பிரிக்கா, ஐரோப்பா மற்றும் அமெரிக்காவுக்கு பொருட்கள் சுமந்து செல்லும் வணிகக் கப்பல்களுக்காக பல நாட்டுக் கடல்கொள்ளையர்கள் காத்திருப்பார்கள்.

பல நூற்றாண்டுகள் கடந்த பிறகு, இந்த வனப்பான நிலப்பரப்பைத் தங்களுக்கென ஆக்கிரமிக்க வேண்டும் என்கிற தூண்டுதலுக்கு பல்வேறு படையெடுப்பாளர்கள் உள்ளானார்கள். தங்கள் அம்புகளுடனும் வில்களுடனும் எத்தியோப்பியர்கள் ஆயுதம் ஏந்தி கரை வழியாக வந்தார்கள். அவர்கள் வெகு விரைவிலேயே அடித்து விரட்டப்பட்டார்கள்.

அடுத்து, புதர் போல முளைத்திருந்த புருவத்துடன் பெர்சிய நாட்டினர் வந்தார்கள். இவர்கள், கால்வாய்கள், கோட்டைகள் கட்டினார்கள். மற்ற படையெடுப்பாளர்களை விரட்டுவதற்காக, பல்வேறு பூர்வீகமான பழங்குடியினரைத் தெரிவு செய்து போர்புரிய வைத்தார்கள்.

போர்த்துக்கீசியர்கள் அவர்களின் அதிர்ஷ்டத்தை முயற்சி செய்தார்கள். வர்த்தக முகாமை நிறுவினார்கள். பிறகு, இந்த சவாலை ஓட்டோமன் பேரரசு கையில் எடுத்து, நூறு ஆண்டுகளுக்கு மேல் நாட்டை ஆட்சி செய்தது.

இன்னும் பிற்பாடு, பிரிட்டிஷார் தங்களின் வெள்ளைத் தோலுடன் ஏடன் வளைகுடாவின் தெற்கே துறைமுகம்

தமிழில்: சூ.ம.ஜெயசீலன் | 13

அமைத்தார்கள், அதேவேளையில், துருக்கியர்கள் வடக்கே கடைகள் நிர்மாணித்தார்கள். ஆங்கிலேயர்கள் சென்ற பிறகு, குளிர்ந்த நிலப்பரப்பில் இருந்து வந்த ரஷ்யர்கள் தங்கள் பார்வையை தென் பகுதியில் வைத்தார்கள். பேராசை பிடித்த குழந்தைகள் கேக்குக்கு சண்டை போடுவதுபோல நாடு மெல்லமெல்ல இரண்டாகப் பிளவுபட்டது.

ஆயிரக்கணக்கான புதையல்களை அராபியா ஃபெலிக்ஸ் கொண்டிருப்பதால், பொறாமைப்படுவதற்கான காரணியாக எப்போதுமே இது திகழ்கிறது என்கிறார்கள், வயதில் மூத்தவர்கள். வெளிநாட்டினர் அதன் எண்ணெய் வளத்தை அபகரித்தார்கள்; இங்கே உள்ள தேன் மதிப்பு, தங்கத்தின் எடை மதிப்புக்கு இணையானது; ஏமன் நாட்டு இசை கவர்ந்து இழுக்கக் கூடியது, அதன் கவிதைகள் மென்மையாகவும் சீரிய முறையிலும் இருக்கும். காரமான சமையல், முடிவின்றி மகிழ்வளிக்கக்கூடியது. இங்குள்ள சிதைந்த கட்டடக் கலையைப் படிக்க, உலகம் முழுவதும் இருந்து, தொல்லியல் ஆராய்ச்சியாளர்கள் இந்த நாட்டுக்கு வருகிறார்கள்.

தங்கள் மூட்டையைக் கட்டிக்கொண்டு ஏமன் நாட்டை விட்டு ஆக்கிரமிப்பாளர்கள் வெளியேறி எண்ணற்ற ஆண்டுகள் ஆகிவிட்டன, ஆனால், அவர்கள் போனதில் இருந்து, ஏமன் நாடு அடுத்தடுத்த உள்நாட்டு கலவரங்களைச் சந்தித்தது. குழந்தைகளுக்கான புத்தகத்தில் அதை எழுதுவது மிகவும் சிக்கலானதும்கூட!

வடக்கு மற்றும் தெற்கு ஏமன் நாடுகள் 1900ல் ஒரே நாடாக இணைந்த பிறகும் பல்வேறு முரண்பாடுகள் ஏற்படுத்திய காயங்களால் இன்றும் இந்த நாடு பாதிப்பை அனுபவிக்கிறது. ஊன்று கோலைத் தொலைத்துவிட்டு, நலம்பெற முயற்சிக்கும், நோயுற்ற வயோதிகர், மீண்டும் நடக்கக் கற்றுக்கொள்ள வேண்டும் என்பது போன்றது இது. எண்ணற்ற சிறுவர் சிறுமிகள் பள்ளிக்குப் போவதற்குப் பதிலாகத் தெருக்களில் பிச்சை எடுக்கும் இந்த விசித்திரமான நாட்டில், 'சட்டங்களை இயற்றுவது யார்!' என்று சில வேளைகளில் நீங்கள் வியப்படையலாம்.

ஏமன் நாட்டின் தலைவராக இருப்பவர் அதன் அதிபர். இவரின் படம் பெரும்பாலும் எல்லாக் கடைகளின் காட்சி சாளரத்தையும் அலங்கரிக்கின்றன. ஆனால், இந்த நாட்டின் அதிகாரம் தலைப்பாகை கட்டிய பழங்குடி இன தலைவர்களிடமும்

இருக்கிறது. இவர்கள் கிராமங்களில் அளப்பரிய அதிகாரத்தைக் கையாளுகிறார்கள். ஆயுதங்கள் விற்பது, திருமணம், காட் புகையிலையின் வர்த்தகம், கலாசாரம் என அனைத்திலும் இவர்கள் அதிகாரம் செலுத்துகிறார்கள். புது மாதிரியான வீடுகள் அமைந்த, லேசான நிறத்தில் சன்னல்கள் உள்ள பெரிய மகிழுந்துகளை ஓட்டும் வெளிநாட்டு தூதர்கள் வாழ்கின்ற தலைநகர் சனாவில் குண்டு வெடிப்புகள் நடந்துள்ளன. இருந்தாலும், உண்மையான சட்டம் என்பது ஏமன் குடிமக்களின் வீடுகளில் தந்தையர்கள் மற்றும் மூத்த சகோதரர்களால்தான் நடைமுறைப் படுத்தப்படுகிறது.

இத்தகைய அசாதாரண, குழப்பமான நாட்டில் அதிகபட்சம் பத்து ஆண்டுகளுக்கு முன்பாக (1998), சிறுமி நுஜூத் பிறந்தாள்.

நுஜூத் அரசியும் அல்ல இளவரசியும் அல்ல மாறாக, பெற்றோரும் ஏராளமான சகோதர சகோதரிகளும் உள்ள ஒரு சராசரி சிறுமி. அவளின் வயதுடைய மற்ற குழந்தைகளைப் போலவே நுஜூத்துக்கும் ஒளிந்து பிடித்து விளையாடுவதும், இனிப்பு மிட்டாய் சாப்பிடுவதும் மிகவும் பிடித்திருக்கிறது. வண்ண ஓவியங்கள் வரைய விரும்புகிறாள், கடல்ஆமைபோல் தான் இருப்பதாக கற்பனை செய்கிறாள், ஏனென்றால் இவள் இதுவரை கடலைப் பார்த்தது இல்லை. நுஜூத் புன்னகைக்கும்போது சிறிய குழி அவளின் இடது கன்னத்தில் விழுகிறது.

2008ஆம் ஆண்டு, குளிர் மிகுந்த சாம்பல் நிறமான ஒரு மாலை வேளையில், அவளின் வயதைவிட மூன்று மடங்கு மூத்தவரான ஒருவரை இவள் திருமணம் செய்யப் போகிறாள் என தந்தை சொன்னபோது, ஈர்க்கத்தக்க, விளையாட்டுத்தனமான சிரிப்பு திடீரென கசப்பான கண்ணீராக வடிந்தது. ஒட்டு மொத்த உலகமும் அவளின் தோள்மேல் இறங்கியது போன்று இருந்தது. சில நாட்களுக்குப் பிறகு அவசரமாக திருமணம் நடந்தது, இச்சிறுமி, தனது எல்லா வலிமையையும் சேகரித்து அவளுடைய பரிதாபமான விதியிலிருந்து தப்பிக்க முயன்றாள்.

– டெல்ஃபின் மினோவி

பொருளடக்கம்

1. நீதிமன்றத்தில்... 19
2. கார்ட்ஜி 28
3. நீதிபதி 44
4. திருமணம் 51
5. ஷடா 78
6. தப்பி ஓடுதல் 86
7. விவாகரத்து 104
8. பிறந்தநாள் 117
9. மோனா 123
10. ஃபேர்ஸ் திரும்பி வருதல் 134
11. நான் ஒரு வழக்குரைஞர் ஆகும்போது... 145

1

நீதிமன்றத்தில்...

ஏப்ரல் 2, 2008.

எனக்கு தலை சுற்றுகிறது! என் வாழ்க்கையில் இதுவரை இவ்வளவு மக்களை நான் பார்த்ததே இல்லை. நீதிமன்றத்தின் வெளி முற்றத்தில் மக்கள் கூட்டம் ஒவ்வொரு திசையிலும் பரபரப்பாக இருக்கிறது; மேலுடையும் கழுத்துப்பட்டையும் அணிந்த ஆண்கள் இருக்கிறார்கள். இவர்கள், மஞ்சள் நிற கோப்புகளைக் கொத்தாக தங்கள் கைகளுக்குக் கீழே வைத்திருக்கிறார்கள்; மற்ற ஆண்கள் ஷன்னா அணிந்திருக்கிறார்கள். இது, வடக்கு ஏமன் நாட்டில் உள்ள கிராமங்களில் கணுக்கால் வரை அணியும் நீளமான பாரம்பரிய உடையாகும். பெண்கள் கத்திக்கொண்டும் புலம்பிக்கொண்டும் இருக்கிறார்கள். எனக்கு ஒரு வார்த்தைகூடப் புரியவில்லை.

அவர்களின் உதட்டசைவைக் கவனித்து அவர்கள் என்ன சொல்கிறார்கள் என அறிய ஆசையாய் இருக்கிறது. ஆனால், அவர்கள் அணிந்துள்ள நீளமான நிகாப் ஆடை அவர்களின் பெரிய மற்றும் வட்டமான கண்களைத் தவிர மற்ற எல்லாவற்றையும் மறைத்துவிட்டது. தங்களின் வீடுகளை ஒரு சூறாவளி அழித்துவிட்டது போன்ற கோபம் அந்தப் பெண்களில் தெரிகிறது. நான் கூர்ந்து கவனிக்க முயல்கிறேன்.

குழந்தை நலம், நீதி, மனிதஉரிமை போன்ற ஒரு சில வார்த்தைகளையே என்னால் கேட்க முடிகிறது. அவர்கள் என்ன

சொல்ல வருகிறார்கள் என்பது உண்மையிலேயே எனக்குத் தெரியவில்லை.

கண்களை மறைக்கும் அளவு தலைப்பாகை அணிந்த, அகன்ற மார்புடைய இராட்சத மனிதர் ஒருவர் நான் இருக்கும் இடத்தில் இருந்து சிறிது தூரத்தில் இருக்கிறார். ஆவணங்கள் நிறைந்த நெகிழிப் பையை வைத்துக்கொண்டு, தன்னிடமிருந்து திருடப்பட்ட நிலத்தை மீட்க இங்கே வந்திருப்பதாக கேட்பவர்களிடம் சொல்கிறார். வெறிகொண்ட முயல் மாதிரி சுற்றுகிறார். மேலும், ஏறக்குறைய என்னை நோக்கி அவர் ஓடி வருகிறார்.

ஓர் ஒழுங்கே இல்லை... ஒருவேளை, ஆல்கா சதுக்கம் இப்படித்தான் இருக்கும்போல. சனா நகரின் முக்கியமான பல இடங்களுள் ஒன்று ஆல்கா சதுக்கம். வேலை இல்லாதவர்கள் செல்லக்கூடிய இந்த இடத்தைப் பற்றி அடிக்கடி அப்பா சொல்லியிருக்கிறார். அங்கே அவரவர்களுக்கு அவரவர்தான் பொறுப்பு. அவர்கள் அனைவருக்கும் ஓர் ஆசை இருந்தது. முதல் பாங்கு ஒலித்த பிறகு, அந்த நாளுக்குரிய வேலையை காலையிலேயே முதல் ஆளாகப் பெற்றுவிட வேண்டும் என்பதே அது. அவர்கள் ஒரு நாளைக்கு ஐந்து முறை தொழுவார்கள். அதற்காக அவர்களின் மசூதிகளில் உள்ள ஸ்தூபிகளின் வழியாக பிலால் பாரம்பரியமாக அழைப்பு விடுப்பார். அதற்கு 'பாங்கு' என்று பெயர்.

ஏழை மக்கள் மிகவும் பசியோடு இருக்கிறார்கள். எனவே இதயம் இருக்க வேண்டிய இடத்தில் அவர்களுக்கு கற்கள் இருக்கின்றன. மற்றவர்களின் நிலை குறித்துப் பரிதாபப்படவும் அவர்களுக்கு நேரம் இல்லை. இருப்பினும், இங்கே யாராவது என் கையைப் பிடித்துக் கனிவுடன் என்னைப் பார்க்க வேண்டும் என விரும்புகிறேன்.

யாராவது ஒருவர் எனக்குச் செவிசாய்க்க மாட்டார்களா? கண்ணுக்குத் தெரியாத உருவம்போல் நான் இருக்கிறேன்; யாருமே என்னைப் பார்க்கவில்லை; அவர்களுக்கு நான் மிகவும் சிறியவள்; அவர்களின் வயிறு உயரம்கூட இருக்கமாட்டேன். எனக்குப் பத்து வயதுதான் ஆகிறது... அதுகூட இருக்காது. யாருக்குத் தெரியும்?

அமைதியான, சுத்தமான இடம்; தீமையை நன்மை வெற்றி கொள்ளும் உயர்ந்த இல்லம்; உலகின் அனைத்துச் சிக்கல்களையும் சரி செய்யும் இடம் என்றெல்லாம் நீதிமன்றத்தைக் குறித்து நான் வேறு மாதிரி கற்பனை செய்திருந்தேன். சில நீதிமன்ற அறைகளையும் நீளமான கறுப்பு அங்கி அணிந்திருந்த நீதிபதிகளையும் ஏற்கெனவே அண்டை வீட்டாரின் தொலைக்காட்சியில் பார்த்திருக்கிறேன். தேவையில் இருக்கும் மக்களுக்கு உதவி செய்கிறவர்கள் அவர்கள்தான் என மக்கள் சொல்வதுண்டு. எனவே, நான் ஒருவரைக் கண்டுபிடிக்க வேண்டும், என் கதையை அவரிடம் சொல்ல வேண்டும்.

நான் முற்றிலும் சோர்ந்து விட்டேன். என் முக்காடுக்குக் கீழே சூடாக உள்ளது, எனக்கு தலை வலிக்கிறது, வெட்கமாகவும் இருக்கிறது... தொடர்ந்து செல்வதற்கு எனக்கு தைரியம் இருக்கிறதா? இல்லை. ஒருவேளை இருக்கலாம்..! என எனக்குள் சொல்லிக்கொள்கிறேன், திரும்பிச் செல்வதற்கான காலம் கடந்துவிட்டது; கஷ்டமான பகுதி முடிந்துவிட்டது, நான் முன்னோக்கிச் செல்ல வேண்டும்.

இன்று அதிகாலை, என் வீட்டைவிட்டு வெளியேறினேன். அப்போதே, நான் பெற விரும்புவதைப் பெறாமல் மீண்டும் என் பாதத்தை வீட்டில் வைப்பதில்லை என எனக்குள்ளேயே உறுதியெடுத்துக் கொண்டேன்.

* * *

"**கா**லை உணவுக்காக கொஞ்சம் ரொட்டி வாங்கி வா" என என் அம்மா சொன்னார். 150 ஏமன் ரியால் கொடுத்தார்.

வழக்கம்போல, சுருள் வடிவில் பழுப்பு நிறத்தில் நீளமாக உள்ள என் கூந்தலைச் சுருட்டி, கறுப்பு முக்காடின் கீழே வைத்து ஊக்கு குத்தினேன். கறுப்பு பர்தாவினால் என் உடலை மறைத்தேன். ஏமன் நாட்டுப் பெண்கள் அனைவரும் இப்படித்தான் பொது இடங்களில் அணிந்து வருவார்கள்.

நடுக்கமாக இருந்தது. மயங்கி விழுந்துவிடுவேனோ என்னும் உணர்வுடன் சிறிது தூரம் நடந்து சென்று முதல் சிற்றுந்தில் ஏறினேன். நகரத்துக்குச் செல்லும் அகலமான சாலை வழியாக அந்தச் சிற்றுந்து சென்றது. சாலையின்

கடைசியில் இறங்கினேன். பிறகு, எனக்குப் பயம் இருந்தபோதிலும், என் வாழ்க்கையில் முதல் முறையாக மஞ்சள் நிற டாக்சியில் தன்னந்தனியாக ஏறினேன்.

இப்போது நீதிமன்ற வளாகத்தில் முடிவில்லாமல் காத்துக் கொண்டிருக்கிறேன். நான் யாரிடம் பேசவேண்டும்? எதிர்பாராமல், மிகப் பெரிய கட்டடத்தின் நுழைவாயிலுக்கு இட்டுச் செல்லும் பாதையில் நடந்து செல்கிறேன். நட்புக்குரிய முகம் உள்ளவர்கள் பக்கம் போய் நிற்கிறேன்: அவர்களின் கன்னங்கள் தூசியுடன் இருண்டு இருக்கின்றன, சாதாரண காலணி அணிந்திருக்கும் மூன்று சிறுவர்கள் என்னைக் கூர்ந்து அவதானித்துக்கொண்டிருக்கிறார்கள். அவர்கள், என் தம்பிகளை ஞாபகப்படுத்துகிறார்கள்.

"உன்னுடைய எடை பார்க்க வேண்டுமா... பத்து ரியால்தான்!" உடைந்த எடைமானியை அசைத்தபடி அவர்களில் ஒருவன் என்னை அழைக்கிறான். சூடான தேநீர் குவளைகள் நிறைந்திருந்த சிறிய தட்டைப் பிடித்துக்கொண்டிருந்த மற்றொருவன், "புத்துணர்ச்சிக்காக தேநீர் வேண்டுமா?" என கேட்கிறான்.

"சுத்தமான காரட் பழரசம் வேண்டுமா?" என மூன்றாவது சிறுவன் வலது கையை நீட்டி, தன் அழகான புன்னகையை வெளிக்காட்டி, இதன் வழியாக கொஞ்சம் நாணயங்கள் சம்பாதிக்க முடியும் என்னும் நம்பிக்கையுடன் கேட்கிறான்.

"இல்லை... நன்றி, நான் தாகமாக இல்லை."

என் மனதில் என்ன இருக்கிறது என்பதற்கும், எவ்வளவு எடை நான் இருக்கிறேன் என்பதற்கும் எந்தச் சம்பந்தமும் இல்லை. என்னை இங்கே அழைத்து வந்திருப்பது எது என்பதை மட்டும் அவர்கள் அறிந்திருந்தால்... கலக்கத்துடன், உதவியற்றவளாக நிற்கிறேன். விரைவாகக் கடந்துசெல்லும் பெரியவர்களை மீண்டும் பார்க்கிறேன். தங்களின் நீண்ட முக்காடினால் பெண்கள் அனைவரும் ஒரே மாதிரியாகத் தெரிகிறார்கள். என்ன மாதிரியான குழப்பத்தில் நான் சிக்கிக்கொண்டேன்..?

பிறகு, வெள்ளை சட்டையும், கறுப்பு மேலுடையும் அணிந்த ஒருவர் என்னை நோக்கி வருவதைப் பார்க்கிறேன். நீதிபதியாக இருப்பாரா? அல்லது வழக்குரைஞரா? சரி, இதுதான் வாய்ப்பு, அவர் அருகே வந்துவிட்டார்.

“ஐயா, தொந்தரவுக்கு மன்னிக்கவும், நான் நீதிபதியைப் பார்க்க விரும்புகிறேன்.”

“நீதிபதியையா? அந்த வழியாக மேலே ஏறிப் போங்கள்” என்னைச் சரியாகக் கவனிக்காமல், கூட்டத்தில் கரைந்து போவதற்கு முன்பாக பதில் சொல்லிச் செல்கிறார்.

இதற்கு மேல் எனக்கு வேறு வழி இல்லை. என் முன்னே உள்ள பிரமாண்டமான படிக்கட்டுகளில் நான் ஏறியே ஆக வேண்டும்; உதவி பெறுவதற்காக எனக்கு இருக்கும் ஒரே மற்றும் கடைசி வாய்ப்பு இதுதான். கரை படிந்தவளாகவும் அவமானத்திற்கு உரியவளாகவும் உணர்கிறேன். ஆனால், என் கதையைச் சொல்வதற்காக இந்த மக்கள் திரளைக் கடந்து ஒவ்வொரு படியாக நான் ஏறத்தான் வேண்டும். பெரிய வரவேற்பு அறையை நெருங்கிச் செல்லச்செல்ல மக்கள் திரள் இன்னும் பெரிதாகத் தெரிகிறது. ஏறக்குறைய விழுந்தேவிட்டேன்; ஆனாலும் சுதாரித்துக் கொண்டேன்.

நான் நிறைய அழுதுவிட்டேன். எனவே, என் கண்கள் காய்ந்திருக்கின்றன. களைப்பாக இருக்கிறது. கடைசியில் பளிங்குத் தரையில் கால் வைத்ததும் ஏதோ ஈயத்தின் மேல் பாதம் பட்டதுபோல் உணர்கிறேன். ஆனால், நிச்சயமாக நான் இப்போது நிலை குலைந்துவிடக் கூடாது.

மருத்துவமனையில் இருப்பது போன்ற வெள்ளைச் சுவர்களில் அரபி மொழியில் எழுதப்பட்டிருப்பதை என்னால் பார்க்க முடிகிறது. ஆனால் எவ்வளவு முயன்றாலும் என்ன எழுதியிருக்கிறது என்பதை என்னால் வாசிக்க முடியவில்லை. நுஜூத் என்கிற என் பெயரைத் தவிர வேறெதுவும் பெரிதாக எனக்கு எழுதத் தெரியாது என்பது உண்மையிலேயே தர்ம சங்கடமாக இருக்கிறது. காரணம், என் வாழ்க்கை கொடுங் கனவாக மாறுவதற்குச் சற்று முன்பாக, இரண்டாம் வகுப்பில் இருந்து நான் வெளியேற வேண்டிய கட்டாயம் ஏற்பட்டது.

சுற்றிப் பார்க்கும்போது, ஆலிவ்பச்சை நிறத்தில் சீருடையும் தொப்பியும் அணிந்திருந்த ஆண்கள் அங்கே நிற்பதை மறைந்திருந்து பார்க்கிறேன். அவர்கள் காவலர்களாகவோ அல்லது வீரர்களாகவோ இருக்க வேண்டும்; அவர்களுள் ஒருவர் தன் தோளில் கலாசுனிக்கோவ் (ஏகே47) தொங்கவிட்டிருக்கிறார்.

எனக்கு நடுங்குகிறது. ஒருவேளை அவர்கள் என்னைப் பார்த்து விட்டால் என்னை அவர்கள் கைது செய்யக் கூடும். ஒரு சிறு குழந்தை வீட்டை விட்டு ஓடி வருதல் நீதியல்ல.

உதறுகிறது. முக்காடு அணிந்து என்னைக் கடந்து செல்லும் முதல் பெண்ணை சத்தமில்லாமல் இறுகப் பிடிக்கிறேன். முக்காடிற்குள் மறைந்திருந்த பெண்ணின் கவனத்தை ஈர்க்க முடியும் என நம்புகிறேன். எனக்குள் ஒரு மெல்லிய குரல் பேசியது, போ, நுஜூத்! நீ குழந்தை என்பது உண்மைதான், அதே வேளையில் நீயும் ஒரு பெண், அதை ஏற்றுக்கொள்வதில் உனக்கு இன்னும் சிக்கல் இருந்தாலும், ஓர் உண்மையான பெண் நீ.

"நான் நீதிபதியிடம் பேச வேண்டும்."

கறுப்புக் கட்டத்தினுள் இருந்த பெரிய கண்கள் வியப்பில் என்னை உற்று நோக்கியது; என் முன்னால் இருந்த பெண் நான் அவரை அணுகிச் சென்றதைக் கவனிக்கவில்லை.

"என்ன?"

"நீதிபதியிடம் நான் பேச வேண்டும்."

என் நோக்கத்தை இவர் புரிந்துகொள்ளவில்லையோ, மற்றவர்களைப்போல எளிதில் இவரும் என்னைப் புறக்கணித்து விடுவாரோ?

"எந்த நீதிபதியைக் கேட்கிறாய்?"

"யாராவது ஒரு நீதிபதியிடம் பேச வேண்டும், அவ்வளவுதான்."

"ஆனால், இங்கே நீதிமன்றத்தில் நிறைய நீதிபதிகள் இருக்கிறார்களே!"

"என்னை நீதிபதியிடம் அழைத்துச் செல்லுங்கள் யாராக இருந்தாலும் பரவாயில்லை."

என் உறுதியைக் கண்டு வியந்து, அமைதியாக என்னை அவர் உற்றுப் பார்க்கிறார். என் கீச்சிடும் சிறிய அழுகை மட்டும் இல்லாது இருந்திருந்தால் அது அவரை உறையச் செய்திருக்கும்.

தலைநகருக்கு இடம்பெயர வேண்டிய நிலையில் இருந்த குடும்பத்தில் பிறந்த எளிமையான கிராமத்துச் சிறுமி நான். என் தந்தை மற்றும் சகோதரர்களின் கட்டளைகளுக்கு எப்போதும்

கீழ்படிந்துள்ளேன். தொடக்கம் முதலே, எல்லாவற்றிற்கும் ‘ஆமாம்’ சொல்ல பழகியுள்ளேன்.

மறுப்பு கூற இன்று முடிவெடுத்துள்ளேன்.

எனக்குள்ளே, நான் அழுக்காக்கப்பட்டுள்ளேன், கறை படுத்தப்பட்டுள்ளேன். இது என்னில் ஒரு பகுதி; என்னிடமிருந்து திருடப்பட்டது போன்றது. நீதியைப் பெறுவதில் இருந்து என்னைத் தடுக்கும் உரிமை யாருக்கும் கிடையாது. இது என்னுடைய கடைசி வாய்ப்பு. எனவே, அவ்வளவு எளிதில் இதை விட்டுவிட மாட்டேன்.

அவர் வியப்புடன் இன்னும் உற்றுப் பார்த்துக்கொண்டிருக்கிறார். எனது அழுகை, எதிரொலிக்கும் இந்த பெரிய மண்டபத்தின் பளிங்குக் கல் போல இப்போது குளிர்ச்சியாக இருந்தாலும், அவை என்னை அமைதிப்படுத்த இயலாது. ஏறக்குறைய மதியம் ஆகிவிட்டது. நம்பிக்கையில்லாமல் மணிக்கணக்காக நீதிமன்றத்தின் உள்ளே அலைந்துகொண்டிருக்கிறேன். நீதிபதியைப் பார்க்க வேண்டும்!

“என் பின்னே வா!” என அந்தப் பெண் கடைசியாகச் சொல்லி, தனக்குப் பின்னால் நடந்து வருமாறு சைகை செய்கிறார்.

* * *

பழுப்பு நிற தரை விரிப்பு உடைய அறையின் கதவு திறக்கிறது. அங்கே மக்கள் நிறைய பேர் இருக்கிறார்கள். மீசையுடன் மெல்லிய முக அமைப்பு கொண்ட ஒருவர் மேசைக்குப் பின்னால் அமர்ந்து, எல்லா திசைகளில் இருந்து வரும் கேள்விகளுக்கும் ஓய்வில்லாமல் பதில் சொல்கிறார். நிறைவாக, இவர்தான் நீதிபதி.

சூழல் மிகவும் கூச்சல் மிகுந்ததாக இருக்கிறது, ஆனாலும் நம்பிக்கை அளிக்கிறது. நான் பாதுகாப்பாக உணர்கிறேன். கை வைத்த பழுப்பு நிற நாற்காலிகள் சுவர் ஓரமாக இருக்கின்றன. எல்லாரையும்போல ஒரு நாற்காலியில் அமர்கிறேன். மரியாதைக்குரியவர்களின் புகைப்படங்கள் இருக்கின்ற சுவரில், மாமா அலியின் புகைப்படம் இருப்பதை அடையாளம் கண்டு கொண்டேன். எங்கள் நாட்டு அதிபர் அலி அப்துல்லாஹ் அல்சாலெ முப்பது ஆண்டுகளுக்கு முன்னாள் தேர்ந்தெடுக்கப்பட்டவர். அவரை மாமா அலி என அழைக்க வேண்டும் என பள்ளியில் கற்பித்தார்கள்.

அப்போது வெளியே, மதிய நேர தொழுகைக்காக பிலால் அழைப்பது கேட்கிறது. என்னைச் சுற்றி அறிமுகமான முகங்கள் – ஒருவேளை அறிமுகமான கண்கள் – இருக்கின்றனவா என கவனிக்கிறேன். நீதிமன்றத்தில் கோபத்துடன் இருப்பவர்களை நோட்டம் விடுகிறேன். சில முகங்கள், என்னை நோக்கிச் சாய்ந்து விசித்திரமாகப் பார்ப்பதைப் பார்த்து நான் உயிருடன்தான் இருக்கிறேன் என உணர்ந்துகொண்டேன்.

நேரம் ஆகிறது. நாற்காலியின் பின்னால் தலையைச் சாய்த்து, ஆறுதலாக, பொறுமையாக என் தருணத்திற்காகக் காத்திருக்கிறேன்.

'கடவுள் இருப்பது உண்மை என்றால் என்னைக் காப்பாற்ற அவர் வரட்டும்' என எனக்குள்ளேயே சொல்லிக் கொள்கிறேன். எங்களுக்குச் சொல்லப்பட்டபடி தினமும் ஐந்து முறை தொழுகை செய்திருக்கிறேன். இஸ்லாமியர்கள் புனித மாதமாகிய ரமலான் மாதத்தில் விரதம் இருந்து மாதத்தின் நிறைவில் ஈகைத் திருவிழா கொண்டாடுகிறோம். அந்த நாட்களில் என் அம்மாவுக்கும் சகோதரிகளுக்கும் மிகவும் பொறுப்புடன் சமையலில் முழுவதும் உதவி செய்திருக்கிறேன். நான் அடிப்படையில் நல்ல சிறுமி.

ஓ, கடவுளே என் மீது பரிவு கொள்..! நான் நீந்திக் கொண்டிருக்கிறேன்; கடல் அமைதியாக இருக்கிறது. பிறகு மெல்ல அலையடிக்கிறது. தூரத்தில் என் சகோதரர் ஃபேர்ஸ் இருப்பதைப் பார்க்கிறேன், ஆனால், அவர் அருகில் என்னால் செல்ல முடியவில்லை. நான் அவரைக் கூப்பிடுவது அவருக்குக் கேட்கவில்லை, எனவே அவர் பெயரைச் சொல்லி சத்தமாக கத்தத் தொடங்குகிறேன். பிறகு, என் மீது வீசிய பலமான காற்று பின்னோக்கி கரைக்கு என்னைத் தள்ளுகிறது. உந்தி முன்னோக்கித் தள்ளும் கருவிபோல் என் கைகளைச் சுழற்றி நான் போராடுகிறேன். நான் எங்கிருந்து தொடங்கினேனோ அங்கேயே திரும்பிச் செல்ல ஒருபோதும் என்னை நான் அனுமதிக்க மாட்டேன். ஆனால், தற்போது கரைக்கு மிக அருகில் இருக்கிறேன். என் சகோதரர் ஃபேர்ஸ் என் கண்ணில் படவில்லை... உதவிக்கு வாருங்கள்! திரும்பி கார்ட்ஜி செல்ல எனக்கு விருப்பம் இல்லை, இல்லை... அங்கே திரும்பிப் போகப் பிடிக்கவில்லை!

***

"உங்களுக்கு நான் என்ன செய்யவேண்டும்?"

ஓர் ஆணின் குரல் அரைத் தூக்கத்திலிருந்து என்னை எழுப்பியது. ஆச்சர்யமாக அந்தக் குரல் மென்மையாக இருக்கிறது. என் கவனத்தைப் பெற சத்தமாகப் பேச வேண்டிய அவசியம் இல்லை. சாதாரணமாக, 'உங்களுக்கு நான் என்ன செய்ய வேண்டும்?' என கேட்கிறது. கடைசியாக யாரோ ஒருவர் என்னை மீட்க வந்திருக்கிறார். நான் என் முகத்தைத் தடவியபடி, உயரமாக என் முன்னால் நின்று கொண்டிருப்பவரைப் பார்க்கிறேன். அவர் மீசையுடன் உள்ள நீதிபதி என்பதைக் கண்டுகொள்கிறேன். கூட்டம் கலைந்து விட்டது. கண்கள் மறைந்துவிட்டன. இந்த அறை ஏறக்குறைய காலியாக இருக்கிறது.

நான் பதில் சொல்லவில்லை என்பதால் அவர் மீண்டும் கேட்கிறார்,

"உங்களுக்கு என்ன வேண்டும்?"

இந்த முறை தெளிவாக பதிலளிக்கிறேன்...

"எனக்கு விவாகரத்து வேண்டும்!"

2

கார்ட்ஜி

கார்ட்ஜி கிராமத்தில் நான் பிறந்தேன். ஒன்றை எப்படி தேர்வு செய்யவேண்டும் என்பது குறித்து பெண்களுக்கு அங்கே கற்றுக்கொடுக்க மாட்டார்கள். என் அம்மா ஷோயாவுக்கு 16 வயதில் திருமணம் நடந்தது. ஒரு வார்த்தைகூட மறுப்புச் சொல்லாமல், என் தந்தை அலி முகமத் அல்–அடெல் அவர்களை அம்மா திருமணம் செய்துகொண்டார். நான்கு ஆண்டுகளுக்குப் பிறகு குடும்பத்தை விரிவுபடுத்த, இரண்டாவது மனைவியைத் தேர்ந்தெடுக்க என் தந்தை முடிவுசெய்தார். என் அம்மாவும் கீழ்படிதலுடன் அவரின் முடிவை ஏற்றுக்கொண்டார்.

அதேபோலதான், தவிர்க்க இயலாமலும் ஆபத்தை உணராமலும் என் திருமணத்திற்கு நானும் முதலில் சம்மதித்தேன். என் வயதில், நீங்களுமே நிறைய கேள்விகள் கேட்கமாட்டீர்கள்.

* * *

ஒருநாள் வெகுளியாக என் அம்மாவிடம் ஒரு கேள்வி கேட்டேன்.

"எப்படி குழந்தைகள் செய்யப்படுகின்றன?"

காற்றில் கையை அசைத்து என் கேள்வியைத் தள்ளிவிட்டவராக, "நீ வளர்ந்த பிறகு அறிந்து கொள்வாய்" என அம்மா பதில் கூறினார்.

குழந்தைத்தனமான என் கேள்வியை அலமாரியில் வைத்துவிட்டு, தோட்டத்தில் விளையாடிக்கொண்டிருந்த என் சகோதர சகோதரிகளுடன் விளையாடச் சென்றுவிட்டேன்.

ஒளிந்து பிடித்து ஆடுவதுதான் எங்களுக்கு மிகவும் பிடித்த விளையாட்டு. ஏமன் நாட்டின் வடக்கே உள்ள ஹஜ்ஜா மாநிலத்தில், வாடிலா'ஆ பள்ளத்தாக்கில் மரத்தின் அடிப்பகுதி, பெரிய பாறை இடுக்குகள், காலத்தால் உருவாக்கப்பட்ட குகைகள் என மறைந்து விளையாடுவதற்கு நிறைய இடங்கள் இருக்கின்றன. அதிகமாக ஓடிக் களைத்த பிறகு குளிர்ச்சியான புல் தரையில் விழுவோம். எங்கள் பசுங்குடில் எங்களை மென்மையாக வருடும். எங்கள் தசையை வருடிக்கொடுக்கும் சூரியன், ஏற்கெனவே மங்கலாக இருக்கும் எங்கள் கன்னத்தை மேலும் கறுப்பாக்கும். ஓய்வெடுத்த பிறகு, புத்துணர்வுடன் கோழிகளை விரட்டிக்கொண்டும், குச்சியினால் கழுதைகளை மெல்ல அடித்து கேலி செய்துகொண்டும் நாங்கள் உற்சாகமாக இருப்போம்.

* * *

என் அம்மா 16 குழந்தைகளைப் பெற்றெடுத்தார். ஒவ்வொரு பிரசவமுமே அவருக்கு மிகவும் சவால்தான். மூன்று முறை கருக் கலைந்து அமைதியாகத் துக்கம் அனுசரித்தார். ஒரு குழந்தை பிறந்ததும் இறந்துவிட்டது. அங்கே மருத்துவர்கள் இல்லாததால் இரண்டு மாதம் முதல் நான்கு வயதிற்குள்ளாக என் நான்கு சகோதர சகோதரிகள் நோயுற்று இறந்துவிட்டார்கள். அவர்களை நான் பார்த்ததுகூட கிடையாது.

மற்ற குழந்தைளைப் பெற்றதுபோலவே அம்மா என்னையும் பெற்றெடுத்தார். சிறிய வீட்டில், முடைந்த பாயில் படுத்து, வியர்வையுடன், கடுந்துயருற்று தன் புதிய குழந்தையைப் பாதுகாக்குமாறு கடவுளிடம் மன்றாடிக்கொண்டிருந்தார்.

அவ்வப்போது என் ஆர்வத்திற்குத் தீனி போடும் விதமாக, நான் எப்படிப் பிறந்தேன் என அம்மா சொல்வதுண்டு.

"நீ வெளியில் வருவதற்கு வெகு நேரம் ஆனது. நடுஇரவில் – இரண்டு மணி அளவில் பிரசவ வலி ஆரம்பித்தது. கோடைக்காலத்தின் மத்தியில், கடுமையான வெப்ப நாளில் ஏறக்குறைய அரை நாள் ஆனது நீ பிறக்க. அது ஒரு புனிதமான வெள்ளிக்கிழமை."

சாதாரண வார நாளில் நான் பிறந்திருந்தாலும் என் வாழ்வில் அது ஏதும் பெரிய மாற்றத்தை ஏற்படுத்தியிருக்கப் போவதில்லை. மருத்துவமனையில் குழந்தையைப் பெற்றெடுத்திருக்கலாமே என என் அம்மாவைக் கேட்க வேண்டிய அவசியமே இல்லை.

பள்ளத்தாக்குப் பகுதியின் வெகு கடைசியில் இருக்கிறது எங்கள் கிராமம். எந்த ஒரு மருத்துவ வசதியும் அருகில் இல்லை. கார்ட்ஜி என்பது கற்களால் ஆன ஐந்து சிறு வீடுகள் மட்டுமே உள்ள கிராமம். மளிகைக்கடை, வாகனம் பழுது பார்க்கும் இடம், சலூன், அரசு கட்டடம், அவ்வளவு ஏன், மசூதிகூட அருகில் இல்லை. கோவேறு கழுதையை விட்டால் அங்கு செல்ல வேறு போக்குவரத்து வசதிகளும் இல்லை.

சில பலசாலி வாகன ஓட்டிகள் மட்டும் பள்ளத்தாக்கின் ஓரத்தில் உள்ள கற்பாதைகளைப் பயன்படுத்தத் துணிந்தார்கள். சாலை மிகவும் பழுதடைந்துள்ளதால் இரண்டு மாதத்திற்கு ஒருமுறை அவர்கள் சக்கரத்தை மாற்ற வேண்டியிருந்தது. சற்று கற்பனை செய்து பாருங்கள், குழந்தையைப் பெற்றெடுக்க என் அம்மா மட்டும் மருத்துவமனை போக நினைத்திருந்தால் பொது வெளியில்தான் பெற்றெடுத்திருப்பார். 'நடமாடும் மருத்துவமனைகூட கார்ட்ஜிக்கு வரும் ஆபத்தை ஒரு போதும் மேற்கொண்டதில்லை' என அம்மா சொன்னார்.

சில வேளைகளில் என்னுடைய கேள்விகளால் களைப்புறும் அம்மா, என் கதையின் முடிவைச் சொல்ல மறந்துவிடுவார். அப்பொழுதெல்லாம் தொடர்ந்து சொல்லுமாறு தூண்டிவிடுவேன்.

"யார் செவிலியருக்குரிய வேலையை வீட்டில் செய்தார்கள்?"

"நல்லவேளை, அதிர்ஷ்டவசமாக உன் மூத்த சகோதரி ஜமிலா வீட்டில் இருந்தாள். வழக்கம்போல, அவள்தான் சமையலறை கத்தியின் மூலம் தொப்பூழ்க்கொடி அறுக்க உதவினாள். பிறகு, உன்னை துணியால் போர்த்தும் முன்பாக அவள்தான் உன்னை முதல் முறையாகக் குளிப்பாட்டினாள். நுஜூத் என்பது பெடோவின் இனக்குழுவின் பெயர் என மக்கள் சொல்வார்கள். உன் தாத்தா ஜாட் உனக்கு இந்தப் பெயரை வைத்தார்."

"அம்மா, நான் எப்போது பிறந்தேன்? ஜூன் மாதத்திலா ஜூலை மாதத்திலா அல்லது ஆகஸ்ட் மாதத்தின் நடுவிலா?"

இந்த இடத்தில்தான் அம்மா வழக்கமாக கடுப்பாகத் தொடங்குவார்.

"நுஜூத், இப்படி தொணத்தொணனு நச்சரிக்கிறதை எப்போது நிறுத்தப் போகிறாய்?"

இந்த எதிர்க் கேள்வி என் கேள்விகளுக்கு முற்றுப்புள்ளி வைத்துவிடும்.

உண்மையிலேயே, என்ன சொல்வது என்று அவருக்குத் தெரியாததால்தான் அப்படிச் சொல்கிறார். ஏனென்றால் என் பெயர் எந்த ஓர் அதிகாரபூர்வ பதிவேட்டிலும் இடம் பெறவில்லை. கிராமப் புறங்களில் உள்ள மக்கள், குழந்தைகளின் அடையாள அட்டை பற்றியெல்லாம் கவலைப்படாது கணக்கு வழக்கில்லாமல் பிள்ளை பெற்றிருப்பார்கள். நான் எந்த ஆண்டு பிறந்தேன் என்பது பற்றி யாருக்குத் தெரியும்?

ஊகித்துப் பார்த்து, எனக்கு இப்போது பத்து வயது இருக்கும் என சொல்வார். ஆனால் எட்டு அல்லது ஒன்பதுதான் இருப்பேன். சில வேளைகளில், நான் வற்புறுத்திக் கேட்கும்போது, தன் குழந்தைகளின் பிறப்பு வரிசைப்படி அம்மா கவனமாக எண்ணுவார். தனக்கான அடையாளமாக, பருவ காலம், உறவினர்களின் மரணம், குறிப்பிட்ட உறவினர்களின் திருமணங்கள், நாங்கள் வீடு இடம் மாறிய நேரங்கள் போன்ற பலவற்றை அம்மா நினைவில் சொல்வார். இது ஓர் உண்மையான மனக்கணக்கு சாதனையாகும்.

சனா நகரில் மூலையில் உள்ள கடைக்குச் செல்வதைவிட சிரமமானது இப்படி கவனமாக எண்ணுவது. அதைச் செய்த பிறகு ஒவ்வொரு முறையும் ஜமிலா, என் மூத்த மகள் என வியந்து கூறுவார். ஜமிலாவிற்குப் பிறகு, குடும்பத்தின் முதல் ஆண் குழந்தையாக முகமத் பிறந்தார் (குடும்பத்தின் 'இரண்டாவது ஆண்'. என் தந்தைக்குப் பிறகு முடிவெடுக்கும் உரிமை உடையவர்). புரிந்துகொள்ள முடியாத அக்கா மோனா அதன் பிறகு பிறந்தார். அவரைத் தொடர்ந்து மூர்க்கத்தனமான ஃபேர்ஸ் பிறந்தார். பிறகு நான், என்னைத் தொடர்ந்து, ஏறக்குறைய என் உயரம் இருக்கும் என் செல்லச் சகோதரி ஹாய்ஃபா பிறந்தாள். தொடர்ந்து, மொராட், அப்டோ, அசில், கலெட் இறுதியாக கடைசி பெண் குழந்தை ரவ்தா பிறந்தாள். ரவ்தாவிற்கு சுருட்டை முடி. என் சித்தி தவ்ளாவிற்கு ஐந்து குழந்தைகள் இருந்தன. (தவ்ளா, அப்பாவின் தூரத்து உறவினர், இரண்டாவது மனைவி).

அம்மாவைக் கேலி செய்ய விரும்பும் போது, "அம்மாதான், நல்லா முட்டை போடுற கோழி" என மோனா அடிக்கடி சொல்லிச் சிரிப்பாள். எனக்கு நினைவிருக்கிறது, ஒன்றுக்கும் மேற்பட்ட முறை, தூங்கி காலையில் எழுந்து பார்த்தால், அம்மாவின் கட்டிலில்

புதிதாகப் பிறந்த குழந்தை தாயின் குரலுக்காகக் காத்திருக்கும். அவர் ஒருபோதும் நிறுத்தப்போவதில்லை.

குடும்பக் கட்டுப்பாடு அமைப்பில் இருந்து பொறுப்பாளர்கள் வந்து சென்றது அம்மாவுக்கு ஞாபகத்தில் இருந்தது. கருவுறாமல் இருப்பதற்காக அம்மாவுக்கு அவர்கள் மாத்திரைகள் பரிந்துரை செய்தார்கள். நினைவுக்கு வந்த நாட்களில் அவ்வப்போது அந்த மாத்திரையை அம்மா முழுங்கினார். ஒரு மாதத்திற்குப் பிறகு, அவரே ஆச்சர்யப்படும் அளவிற்கு, அவரின் வயிறு மீண்டும் பெரிதானது. எனவே, இதுதான் வாழ்க்கை என அவர் முடிவு செய்து விட்டார். சில வேளைகளில் இயற்கைக்கு மாறாக நீங்கள் செல்ல முடியாது.

* * *

கார்ட்ஜி என்பது மிகவும் பொருத்தமான பெயர். அரபி மொழியில் கார்ட்ஜி என்றால் வெளிப்புறம் என்று அர்த்தம். வேறு வார்த்தையில் சொல்வதென்றால் பூமியின் கடைசியில் என்று பொருள். புவியியல் வல்லுநர்கள் பலரும் இந்த நுண்ணிய இடத்தை உலக வரைபடத்தில் பதிவு செய்யும் கஷ்டத்தை மேற்கொள்வதில்லை. எனவே, ஹஜ்ஜா நகரில் இருந்து கார்ட்ஜி வெகு தொலைவில் இல்லை என நாம் சொல்லிக்கொள்வோம்.

ஹஜ்ஜா, ஏமன் நாட்டின் வடமேற்கே, சனா நகருக்கு வடக்கே உள்ள மிக முக்கியமான நகரம். சனா, ஏமன் நாட்டின் தலைநகர். வழி தவறியது போன்ற சிறிய ஹஜ்ஜா நகருக்கும் தலை நகருக்கும் இடையே நல்ல சாலையில் பயணித்தால் குறைந்த பட்சம் நான்கு மணி நேரம் ஆகும். ஹஜ்ஜா நகரில் இருந்து ஊருக்குத் திரும்புவதற்கு மறுபடியும் மண்ணும் பள்ளமும் நிறைந்த பாதையில் அதே அளவு நேரம் பயணிக்க வேண்டும்.

எங்கள் பள்ளத்தாக்கில் உள்ள சற்று பெரிய கிராமத்தில் பள்ளிக்கூடம் இருக்கிறது. என் சகோதரர்கள் பள்ளிக்கூடம் செல்லும்போது வழக்கமாக இரண்டு மணி நேரத்திற்கும் மேல் நடந்து செல்வார்கள். என் அப்பா பாதுகாப்பதில் வல்லவர் என்பதால் பள்ளிக்கூடம் செல்வதை மகன்களுக்கு மட்டுமே ஒதுக்கி வைத்திருந்தார். ஏறக்குறைய யாருமே இல்லாத பாதையில், கள்ளிச் செடிகளுக்குப் பின்னே ஆபத்து இருப்பதாகவும், அந்தப் பாதையில் தனியாகச் செல்வதற்குப் பெண் குழந்தைகள் வலுவற்றவர்கள், பலமில்லாதவர்கள் எனவும் அவர் நினைத்திருந்தார். இது போக,

எழுத, படிக்க என் அப்பாவுக்கும் அம்மாவுக்கும் தெரியாது. எனவே, பெண் குழந்தைகள் படிப்பதற்குத் தேவை இருப்பதாக அவர்கள் நினைக்கவில்லை. கிராமப்புறங்களில் பெரும்பாலான பெண்கள் கல்வியறிவற்றவர்களே!

ஈரமில்லாத வறண்ட தட்ப வெப்ப நிலையே ஏமன் நாட்டில் நிலவுகிறது. எனவே, தண்ணீர் இல்லாமல் உடல் வறண்டு போவதைத் தடுப்பதற்காகத் தினமும் ஒவ்வொருவரும் பல லிட்டர் தண்ணீர் குடித்தாக வேண்டும். என் சகோதரிகள் ஜமிலா மற்றும் மோனா இருவரும் மஞ்சள் நிற ஜெர்ரி குவளையுடன் ஓடையில் தண்ணீர் எடுக்கப் போகும்போது, 'எப்போது என்னையும் அவர்களுடன் அனுப்புவீர்கள்?' என அம்மாவை நச்சரித்துக்கொண்டிருப்பேன். அம்மா வீட்டு வேலைகள் செய்வதைப் பார்த்துக்கொண்டு இருப்பதே என் வேலையாகிவிட்டது.

நான் நடக்கத் தொடங்கியதும், நான் விரும்பிச் செல்லும் முக்கிய இடமாக ஆறு மாறியது. எங்கள் வீட்டிலிருந்து சில அடி தூரத்திலேயே இருந்ததால் எங்களுக்கு மிகவும் பயனுள்ளதாக இருந்தது. அம்மா அங்கே துணி துவைத்தார். ஒவ்வொரு முறையும் சாப்பிட்ட பிறகு சமையல் பாத்திரங்களைச் சுத்தமான தண்ணீரில் முக்கி சுத்தம் செய்தார். ஆண்கள் வேலைக்குச் சென்ற பிறகு, ஆற்றில் உயர்ந்த மர நிழல் விழும் இடத்தில் நின்று குளிக்கப் போவோம். புயலடித்த நாட்களில், மின்னலிலும் மழையிலும் இருந்து பாதுகாத்துக்கொள்ள வீட்டுக்குள் தஞ்சம் புகுவோம். மேகத்தின் ஊடே சூரியக் கதிர்கள் வெளிப்பட்டவுடன் மீண்டும் ஆற்றில் சென்று குதிப்போம். பெருகி வரும் தண்ணீர் என் கழுத்து அளவு இருக்கும். கரையைத் தாண்டி தண்ணீர் வந்து விடக்கூடாது என்பதற்காக என் சகோதரர்கள் சிறிய கரை எழுப்பி தண்ணீரின் வேகத்தைக் குறைப்பார்கள்.

ஊர் அருகில் இருந்த பரந்த, திறந்த வெளி பள்ளியிலே நான் வளர்ந்தேன். பள்ளியில் இருந்து வீட்டிற்குத் திரும்பி வரும்போது தந்தூர் அடுப்பு எரிக்கத் தேவையான கொப்புகளை சகோதரர்கள் பொறுக்கி வருவார்கள். தந்தூர் என்பது, உருளை வடிவில் மண்ணால் ஆன பாரம்பரிய உலை அடுப்பு. இதில்தான் கோப்ஸ் எனப்படும் ஏமன் நாட்டு ரொட்டியை நாங்கள் சமைப்போம். மேல் தோல் உடைய சமதளமான இந்த ரொட்டியைச் சமைப்பதில்

தமிழில்: சூ.ம.ஜெயசீலன் | 33

என் மூத்த சகோதரிகள் கை தேர்ந்தவர்கள். சில வேளைகளில் இந்த ரொட்டியின் மீது தேன் தடவி சாப்பிடுவோம். இதை, 'ஏமன் நாட்டுத் தங்கம்' என பெரியவர்கள் சொல்வார்கள். எங்கள் பகுதியில் உள்ள தேன் மிகவும் பிரபலமானது. என் அப்பா பல்வேறு தேன்கூடுகளை வியக்கத்தக்க வகையில் மென்மையாகப் பராமரித்தார். தேன் உடலுக்கு நல்லது, ஆற்றல் தருவது என அடிக்கடி அம்மா சொல்வார். இப்படிச் சொல்வதில் அவர் களைத்துப்போனதே இல்லை.

வழக்கமாக சோஃப்ரா எனப்படும் பெரிய துணி விரிப்பை விரித்து அதன் மேல் அமர்ந்து நாங்கள் இரவு உணவு சாப்பிடுவோம். பல்வேறு அரபு இஸ்லாமியர்கள், மேசையில் அமர்ந்து சாப்பிடுவதற்குப் பதிலாக சோஃப்ராவில் அமர்ந்தே சாப்பிடுகிறார்கள். கொதிக்கக் கொதிக்க சால்ட்டா (பொதுவாக ஏமன் நாட்டு வடபகுதியில் மக்கள் விரும்பி உண்ணும் உணவு) நிறைந்த சூடான பாத்திரத்தை அம்மா அடுப்பில் இருந்து இறக்கி வைத்தவுடன் அதில் இருந்து அற்புதமான மாட்டுக்கறி அல்லது ஆட்டுக் கறி குழம்பு வாசம் வரும். உடனே, சோற்றைக் கையால் அள்ளி கறியுடன் சேர்த்துப் பிசைந்து உருண்டையாக்கி வாயில் வைத்தால், கண் இமைக்கும் நேரத்தில் தொண்டைக்குக் கீழே அது மறைந்து போகும். எங்கள் பெற்றோரைப் பின்பற்றி, பரிமாறும் பாத்திரத்தில் இருந்து நேரடியாகச் சாப்பிடும் பழக்கத்தை நாங்கள் கற்றுக் கொண்டோம். தட்டு இல்லை, கரண்டி இல்லை, முள்கரண்டி இல்லை. ஏமன் நாட்டு கிராமங்களில் இப்படித்தான் நாங்கள் சாப்பிடுவோம்.

பள்ளத்தாக்கின் மையப்பகுதியில் ஒவ்வொரு சனிக்கிழமையும் நடைபெறுகிற சந்தைக்கு அம்மா எங்களை அழைத்துச் செல்வார். அதுதான் எங்களுக்குப் பெரிய சுற்றுலா. தேவையான பொருட்களை வாங்கி வருவதற்காக நாங்கள் கழுதையில் அங்கே போவோம். சூரிய வெப்பம் அதிகமாக இருந்தால் வைக்கோலால் பின்னப்பட்ட தொப்பி ஒன்றை கறுப்பு முக்காடின் மீது அம்மா அணிந்து கொள்வார். அவரது பாதி முகத்தை அது மறைத்துக் கொள்ளும். அம்மா, சூரியகாந்தி மலரைப்போல் தோற்றமளிப்பார்.

* * *

சூரியனின் சந்தத்திற்கு ஏற்றாற்போல மகிழ்ச்சியாக வாழ்ந்தோம். மின்சாரம் இல்லாமல், குடிதண்ணீர் குழாய் இல்லாமல் ஓர்

எளிமையான வாழ்க்கை, ஆனாலும் அமைதியான வாழ்க்கை. புதருக்குப் பின்னால் இருக்கும் உயரம் குறைவான செங்கல் சுவருக்கு உட்பக்கமாக இருக்கும் ஒரு துவாரமே கழிவறையாக இருந்தது.

சில தலையணைகளை தரையில் வைத்து எங்கள் வீட்டின் மைய அறை அழகாக பராமரிக்கப்படும். இரவில் அதுவே படுக்கை அறையாக மாறும். ஓர் அறையில் இருந்து அடுத்த அறைக்குச் செல்ல வேண்டும் என்றால், நடு முற்றத்தைக் கடந்துதான் செல்ல வேண்டும். கோடைக்காலத்தில் நாங்கள் தங்குகிற இடமாகவும் எங்கள் எல்லா வகையான தேவைகளையும் பூர்த்தி செய்யும் இடமாகவும் இந்த முற்றமே திகழும். அங்கே வெளிப்புற சமையல் கூடம் ஒன்றை அம்மா நிர்மாணித்தார். சால்ட்டாவை கொதிக்க வைத்துக் கொண்டே சிறு குழந்தைகளைக் கவனித்துக் கொள்வார். இயற்கை காற்றில் அமர்ந்து என் சகோதரர்கள் எழுத்துக்கூட்டிப் படிப்பார்கள். பெண் குழந்தைகள் வைக்கோலால் ஆன மெத்தையில் படுத்து குட்டித் தூக்கம் போடுவோம்.

என் அப்பா எப்போதும் வீட்டில் இருக்க மாட்டார். வழக்கம் போல் அதிகாலையில் எழுந்து கால்நடைகளை மேய்ச்சலுக்குக் கூட்டிச் செல்வார். வீட்டில் 80 ஆடுகள், 4 மாடுகள் இருந்தன. இவை தயிர், மிருதுவான வெள்ளை பாலாடைக் கட்டி, வெண்ணெய் செய்வதற்குப் போதுமான பால் தந்தன. என் அப்பா அண்டை வீட்டாரைச் சந்திக்கச் செல்கிற போது, எப்போதும் கணுக்கால் வரை அணியும் நீளமான பாரம்பரிய உடையான ஷன்னா அணிந்திருப்பார். அதன் மேல் பழுப்பு நிற மேலுடை அணிந்து, ஜாம்பியா எனப்படும் குத்துவாள் ஒன்றைச் சம்பிரதாயமாக இடுப்பு வாரில் வைத்திருப்பார். எங்கள் பகுதியில் வாழும் எல்லா ஆண்களுமே கூர்மையான, கைப்பிடி அலங்காரம் செய்யப்பட்ட குத்துவாள் வைத்திருப்பார்கள். இது, அதிகாரம், ஆண்மை மற்றும் கௌரவமாக ஏமன் சமூகத்தில் பார்க்கப்பட்டது. உண்மைதான், இப்படி அணிவது சுய உத்தரவாதத்தையும், பார்ப்பதற்கு கம்பீரத்தையும் என் அப்பாவிற்குக் கொடுத்தது. அப்பாவை நினைத்துப் பெருமைப்படுகிறேன்.

என்னைப் பொறுத்தவரையில், இந்த ஆயுதங்கள் எல்லாம் சும்மா ஒப்பனைக்குத்தான். ஏனென்றால் அழகாக வடிவமைக்கப்பட்ட ஜாம்பியா குத்துவாள் வைத்திருக்க ஒவ்வொருவரும் விரும்புவார்கள். அதன் கைப்பிடி நெகிழியால் செய்யப்பட்டதா, யானை தந்தம் அல்லது காண்டாமிருகத்தின் உண்மையான கொம்புகளால்

செய்யப்பட்டதா என்பதைப் பொறுத்து விலையில் வித்தியாசம் இருக்கும். எங்கள் பழங்குடி கலாசாரச் சட்டங்களின்படி வாக்குவாதத்தின்போது தன்னைத் தற்காத்துக்கொள்ளவோ, எதிரியைத் தாக்கவோ இந்த குத்துவாள்களைப் பயன்படுத்தத் தடை செய்யப்பட்டுள்ளது. அதற்கு மாறாக, பிரச்னையைத் தீர்ப்பதற்காக ஜாம்பியாவைப் பயன்படுத்தலாம். அனைத்திற்கும் மேலாக, ஜாம்பியா என்பது பழங்குடி மக்களுக்கான நீதியின் அடையாளமாகும்.

எங்கள் குடும்பத்தினர் அனைவரும், எங்கள் கிராமத்தில் இருந்து 24 மணி நேரத்திற்குள் வெளியேற வேண்டும் என கட்டாயப்படுத்தப்பட்ட துரதிர்ஷ்டவசமான அந்த நாளில், ஜாம்பியாவைப் பயன்படுத்தும் தேவை ஏற்படும் என அப்பா கற்பனைகூட செய்திருக்கமாட்டார்.

அவதூறு நிகழ்ந்தபோது எனக்கு இரண்டு அல்லது மூன்று வயதிருக்கும். வழக்கத்திற்கு மாறான சூழல் அது. உடல் நிலை சரியில்லாத காரணத்தால் அம்மா தலைநகர் சனா சென்றிருந்தார். நிச்சயமாக, அம்மா இல்லாத காரணம்தான் – அந்த நாட்களில் இது குறித்து எதுவும் எனக்குத் தெரியவில்லை – அப்பாவுக்கும் கார்ட்ஜி கிராமத்தில் உள்ள மற்றவர்களுக்கும் இடையே மோசமான வாக்குவாதம் தொடங்கியது. விவாதத்தின்போது, அடிக்கடி சகோதரி மோனா பெயர் அடிபட்டது. வாதி மற்றும் பிரதிவாதிக்கு நடுவில் ஜாம்பியா மற்றும் ரியால் பணக்கட்டு வைத்து பழங்குடி இன முறைப்படி பிரச்னையைத் தீர்ப்பது என முடிவு செய்யப்பட்டது.

ஆனால் கலந்துரையாடல் சீர் கெட்டது, விதிவிலக்காக, நெறிமுறையை மீறி குத்துவாள் எடுக்கப்பட்டது. கார்ட்ஜி கிராமத்தின் நன் மதிப்பைக் காலில் போட்டு மிதித்துவிட்டதாகவும், கிராமத்தின் புகழை களங்கப்படுத்திவிட்டதாகவும் அனைவரும் எங்கள் குடும்பத்தின் மீது பழி சுமத்தினார்கள். என் தந்தை தனித்து விடப்பட்டார். தன் நண்பர்கள் என யாரையெல்லாம் அவர் நினைத்திருந்தாரோ அவர்களாலே தான் ஏமாற்றப்பட்டதாகவும், கேவலப்படுத்தப்பட்டதாகவும் உணர்ந்தார்.

எனக்குத் தெரிந்ததெல்லாம், எங்கள் குடும்பத்தின் இரண்டாவது பெண் குழந்தை, ஏறக்குறைய பதிமூன்று வயதுடைய மோனாவிற்கு திடீரென திருமணம் நடந்துள்ளது என்பது மட்டும்தான். உண்மையில் என்னதான் நடந்தது? அதைப் புரிந்துகொள்வதற்கு

நான் ரொம்பச் சின்னப்பிள்ளையாக இருந்தேன். ஒரு நாள் அது என்ன என கண்டுபிடிப்பேன். ஆனால், அப்போது நான் அறிந்ததெல்லாம், ஆடுகள், மாடுகள், கோழிகள், தேனீக்கள் மற்றும் சொர்க்கத்தின் ஒரு சிறிய ஓரத்தில் வாழ்கிறோம் என நான் நினைத்திருந்த எங்களுடைய நினைவுகள் அனைத்தையும் விட்டு விட்டு உடனடியாக அங்கிருந்து நாங்கள் கிளம்ப வேண்டும் என்பது மட்டும்தான்!

* * *

சனா நகரத்திற்குச் சென்று சேர்ந்தோம். எங்களுடைய வருகை உண்மையிலேயே அதிர்ச்சியாக இருந்தது. கண்ணை மறைக்கும் தூசியும் சத்தமுமாக தலைநகர் இருந்ததால் பழகிக்கொள்ள கஷ்டப்பட்டோம்.

வாடிலா'ஆ பசுமைப் பள்ளத்தாக்கிற்கும், தரிசாகக் கிடக்கும் பரந்த இந்நகருக்கும் இடையிலான வேறுபாடு கொடூரமானது. ஏனென்றால் நகரத்தின் பண்டைய மைய இடத்திற்கு வெளியே அழகான பாரம்பரியமிக்க செங்கல் கற்களால் ஆன வீடுகள் இருக்கின்றன. அதன் சன்னல்கள் வெள்ளை நிற சரிகையால் அழகுபடுத்தப்பட்டுள்ளன. அதேவேளையில், நகர்ப்புற நிலப்பரப்பு கான்கிரீட் கட்டடங்களுடன் மிகவும் குழப்பமாக இருக்கிறது. தெருவில், டீசல் புகைகளை ஏப்பம் விடும் குழாய்களின் உயரம்தான் நான் மிகச் சரியாக இருந்தேன். எனவே, தொண்டையில் புண் வந்துவிட்டது. குழந்தைகள் ஓடி விளையாட பூங்காக்கள் மிகவும் அரிதாகவே இருந்தன. பல்வேறு கேளிக்கைப் பூங்காக்களில் நுழைவுச்சீட்டு வாங்கித்தான் நுழைய முடியும் என்பதால் பணக்காரர்கள் மட்டுமே அங்கே சென்றார்கள்.

ஆல்கா அருகே, குப்பைகள் மிகுந்த தெருவில், சேரிப் பகுதியில் இருந்த கட்டடத்தின் தரைத்தளத்தில் நாங்கள் குடியேறினோம். அப்பா மனச் சோர்வுற்றிருந்தார். அரிதாகவே பேசினார். பசி மறந்தார். ஏற்கெனவே வேலையில்லாப் பிரச்னையால் தலைநகர் திண்டாடுகிறது. இந்நிலையில், படிப்பறிவில்லாத சாதாரண விவசாயி, பட்டயச் சான்றிதழும் இல்லாமல் இந்தத் தலைநகரில் எப்படி குடும்பத்தைப் பாதுகாக்கப் போகிறார்?

அதிர்ஷ்டத்தைத் தேடி கிராமங்களில் இருந்து ஏற்கெனவே வந்துள்ளவர்கள் பிரச்னையின் சுவரில் முட்டி நிற்கிறார்கள். சில ஆண்கள் தம் மனைவி மற்றும் குழந்தைகளைப் பிச்சை எடுக்க

பொதுச் சதுக்கத்திற்கு அனுப்பும் நிலைக்கு வந்துவிட்டார்கள். ஒவ்வொரு கதவுகளாகத் தட்டி, கடைசியில் என் அப்பாவிற்கு ஒரு வேலை கிடைத்தது. உள்ளூர் துப்புரவுத் துறையில் தூய்மைப் பணியாளர் வேலை. அதில் கிடைத்த சம்பளம் வீட்டு வாடகை கொடுக்கவே சரியாக இருந்தது. எப்போதெல்லாம் சம்பளம் கிடைக்க தாமதமானதோ அப்போதெல்லாம் வீட்டு உரிமையாளர் கோபத்துடன் எங்களைக் கத்தினார். அம்மா அழுவார், ஆனால் யாராலும் அவருடைய துயரத்தை இனிமையாக்க முடியவில்லை.

* * *

வீட்டில் நான்காவது குழந்தையான ஃபேர்ஸ், 12 வயது நிரம்பியவுடன் அவருடைய வயதொத்த எல்லாச் சிறுவர்களும் எதற்கெல்லாம் ஏங்குவார்களோ அதையெல்லாம் இவரும் வாங்க ஆசைப்பட்டார். விளம்பரப்பலகை விளம்பரத்தில் பார்த்தது போன்ற அழகான கால்சட்டை, புதிய ஷு, மிட்டாய் போன்றவற்றைத் தனியாகச் சென்று வாங்க விரும்பினார். அதற்காக தினந்தோறும் பணம் கேட்டு அம்மாவை நச்சரித்தார். அழகான புத்தம் புதிய ஷுவின் விலை அதிகம்; அப்பாவின் மாத சம்பளத்தைவிட அதிகம்!

இயல்பிலேயே மகிழ்ச்சியாகவும் ஆடம்பரமாகவும் இருந்த ஃபேர்ஸ், மீண்டும் மீண்டும் வற்புறுத்திக் கேட்டுக்கொண்டே இருந்தார். ஒரு கட்டத்தில், தன் ஆசையை நிறைவேற்றவில்லை என்றால் வீட்டை விட்டு ஓடிப் போய்விடுவேன் என பெற்றோரை மிரட்டத் தொடங்கினார். அவர் ஆடம்பரமாகத் தன்னைக் காட்டிக் கொண்டாலும் எனக்கு ரொம்பப் பிடித்த சகோதரர் ஃபேர்ஸ்தான். குறைந்தபட்சம், வீட்டின் தலைவர்போல் நடந்து கொள்ளும் மூத்த அண்ணன் முகமத் மாதிரி இவர் என்னை அடித்ததில்லை. ஃபேர்ஸின் பேராவல், ஆற்றல், யார் என்ன சொல்வார்கள் என்பதைப் பற்றியெல்லாம் கவலைப்படாமல் எல்லாருக்கும் முன்பாக அவர் நிற்கும் விதம் அனைத்தையும் நான் வியந்து பார்ப்பேன். தனக்கு என்ன வேண்டுமோ அதை அவர் தேர்ந்தெடுத்தார், அதன் விலை ஒட்டு மொத்த குடும்பத்தையும் பாதிக்கும் என்றாலும்கூட, தன் முடிவில் உறுதியுடன் இருந்தார். ஒரு நாள், என் தந்தையுடன் ஏற்பட்ட வாக்குவாதத்திற்குப் பிறகு ஃபேர்ஸ் வீட்டை விட்டு வெளியேறினார். திரும்பி வரவே இல்லை.

என் வாழ்க்கையில் முதல் முறையாக அப்பா அழுவதைப் பார்த்தேன். தன் துயரத்தைப் போக்குவதற்காக, தன் பழைய நண்பர்கள் சிலருடன் சேர்ந்து காட் எனப்படும் போதைப் புகையிலையை அப்பா சுவைக்கத் தொடங்கினார். இது தொடர்ந்ததால் அப்பா வேலையை இழந்தார். அம்மாவுக்கு மோசமான கனவுகள் வரத் தொடங்கியது. வீட்டின் நடுவில் தரையில் சிறிய பாய் விரித்து அம்மாவுக்குப் பக்கத்தில் பிள்ளைகள் நாங்கள் படுத்திருப்போம். அம்மா விம்மி அழும் சத்தம் கேட்டு நள்ளிரவில் பலமுறை விழித்திருக்கிறேன். அவர் துயரப்படுகிறார் என்பது நன்றாகத் தெரிந்தது.

ஒரே ஒரு சிறிய படத்தைத் தவிர வேறு எந்தத் தடயமும் இன்றி ஃபேர்ஸ் போய்விட்டார். வண்ண நிறத்திலான அவரின் படம் அது. முகமத் தன்னுடைய பணப்பையின் அடியில் மிகவும் பத்திரமாக அதை வைத்திருந்தார். சந்தேகமே இல்லை, அது ஃபேர்ஸ்தான்: தலையை உயர்த்தி, சுருள்முடி உடைய தன் தலையில் வெள்ளைத் தலைப்பாகை வைத்து (தன்னை பெரியவராகக் காட்டுவதற்குத்தான், சந்தேகம் இல்லை) குறும்பு மின்னும் கண்களுடன் நிழற்படக் கருவியை நேருக்கு நேர் உற்றுப் பார்த்துக்கொண்டிருக்கிறார்.

அவர் ஓடிச் சென்ற இரண்டு ஆண்டுகளுக்குப் பிறகு, வாழ்வின் முதல் அறிகுறியாக, எதிர்பாராத தொலைபேசி அழைப்பு ஒன்று வந்தது.

"சவுதி அரேபியா" தொலைபேசியின் மறு முனையில் இருந்து நாங்கள் கேட்டோம். "எல்லாம் நன்றாக இருக்கிறது... மேய்ப்பன், நான் மேய்ப்பனாக வேலை செய்கிறேன்... என்னைப் பற்றிக் கவலைப்படாதீர்கள்..."

அவருடைய குரல் மாறிவிட்டது. மிகவும் நம்பிக்கையுடன் பேசினார். ஆனால் நான் உடனே கண்டுகொண்டேன். தொடர்ந்து விட்டுவிட்டு கேட்ட தொடர்பு, விரைவில் அறுந்து விட்டது. எப்படி ஃபேர்ஸ் இவ்வளவு தூரம் போனார்? எந்த நகரில் இப்போது இருக்கிறார்? விமானம் மூலம் மேகத்தினூடே போகும் அளவு அவருக்கு அதிர்ஷ்டம் இருந்ததா? அதுசரி, சரியாக எங்கு இருக்கிறது சவுதி அரேபியா? அவர் இருக்கும் இடத்தில் ஏதாவது கடற்கரை இருக்கிறதா? எனக்கு பல்வேறு கேள்விகள் எழுந்தன.

தமிழில்: சூ.ம.ஜெயசீலன் | 39

அப்பா, அம்மா, முகமத் மூவரும் பேசுவதை மறைந்திருந்து கேட்டேன். ஏமன் நாட்டில் குழந்தை கடத்தல் அடிக்கடி நடக்கும். ஃபேர்ஸையும் அப்படிக் கடத்தியிருக்கலாம் என ஊகித்தார்கள். அப்படியென்றால் வளர்ப்புப் பெற்றோரை அவர் கண்டுபிடித்துவிட்டாரா? ஏதோ, தனக்கான மிட்டாய் மற்றும் தனக்கு மிகவும் பிடித்த நீல நிற ஜீன்ஸ் பேண்ட் வாங்கி அவர் மகிழ்ச்சியாக இருப்பார். என்னைப் பொறுத்தவரையில், அவரை மிகவும் இழந்து தவிக்கிறேன்.

அவருடைய இழப்பை மறப்பதற்காக நான் என் கனவுலகில் தொலைந்து போனேன். தண்ணீரின் கனவு, ஆறு இல்லை... கடல். நான் எப்போதும் கடல்ஆமை போல் இருக்க ஆசைப்படுவேன். அப்போதுதான் நீருக்கு அடியில் போக முடியும். நான் கடலைப் பார்த்ததே கிடையாது. என்னுடைய வண்ணப் பென்சிலால் என் சிறிய குறிப்பேட்டில் அலைகளை நான் வரைவேன். அவை பச்சை அல்லது நீல நிறத்தில் இருக்கும் என கற்பனை செய்திருந்தேன்.

"அவை நீல நிறத்தில் இருக்கும்" என்று ஒரு நாள் தோள் வழியாக எட்டிப் பார்த்து என் தோழி மலாக் சொன்னாள்.

என் பெற்றோர் ஒரு வழியாக ஆல்கா பகுதியில் இருந்த பள்ளியில் என்னைச் சேர்த்தார்கள். அங்குதான் மலாக்கை பார்த்தேன். மலாக்கும் நானும் பிரிக்க முடியாத தோழிகளானோம். இடைவேளை நேரத்தில் நாங்கள் கோலிக் குண்டு விளையாடுவோம். நெருக்கிப் பிடித்து வகுப்பறையில் 70 பெண் குழந்தைகள் இருந்தாலும், மலாக்தான் என் மிகச் சிறந்த தோழி. முதல் ஆண்டு சிறப்பாகப் படித்து இரண்டாம் வகுப்பைத் தொடங்கினேன். காலையில் மலாக் எனக்காகக் காத்திருப்பாள். இருவரும் சேர்ந்தே பள்ளிக்குச் செல்வோம்.

"நீல நிறமா? உனக்கு எப்படித் தெரியும்?" என்று நான் அவளைக் கேட்டேன்.

"விடுமுறை நாட்களில் என் பெற்றோர்கள் அல்குவைதாவிற்கு கூட்டிச் செல்வார்கள். அது செங்கடல் பக்கம் இருக்கிறது."

"கடல் தண்ணீர் என்ன சுவையில் இருக்கும்?"

"உப்பு."

"மண்... அதுவும் நீலநிறத்தில் இருக்குமா?"

"இல்லை. மஞ்சள் நிறம், மேலும் அது ரொம்ப, ரொம்ப மென்மையாக இருக்கும். அதைப் பார்த்தால்தான் உனக்குத் தெரியும்..."

"கடலில் என்ன இருக்கும்?"

"படகுகள் இருக்கும். மீன் இருக்கும். மக்கள் நீச்சலடிப்பார்கள்!"

அங்கே நீச்சல் பழகியதாக மலாக் சொன்னாள். குழந்தைகளுக்கான நீச்சல்குளத்தில் என் கால் விரலின் நுனியைக்கூட நான் இதுவரை நனைத்ததில்லை. அவளுடைய பேச்சினால் கவரப்பட்டேன். அவள் எப்படி தண்ணீரின் மேற்பரப்பில் எந்தப் பிடிமானமும் இல்லாமல் இருந்தாள் என எவ்வளவோ முயன்றும் என்னால் புரிந்து கொள்ள முடியவில்லை, அந்தப் புதிரை என்னால் கற்பனை கூட செய்ய முடியவில்லை. எனக்கு நினைவில் இருப்பதெல்லாம், கார்ட்ஜியில் ஆற்றங்கரைக்கு அருகில் செல்லும் போது, "கவனமாக இருக்க வேண்டும், உள்ளே விழுந்துவிட்டால் மூழ்கிவிடுவாய்" என எப்போதும் அம்மா கத்தியது மட்டுமே!

அவளுடைய அம்மா அற்புதமான வண்ணத்தில் நீச்சல் உடை வாங்கிக் கொடுத்ததாக மலாக் சொன்னாள். மேலும், அவளாகவே கோபுரத்துடனும் பெரிய மாடிப் படிகளுடனும் மணலில் கோட்டை கட்டியதாகவும், பிறகு அவை கடல் அலையினால் அடித்துச் செல்லப்பட்டதாகவும் சொன்னாள். அல்குவைதாவில் இருந்து தான் கொண்டுவந்திருந்த பெரிய கிளிஞ்சல் சிப்பி ஒன்றை என் காதில் ஒருமுறை வைத்தாள்.

"கவனி, கடல் சத்தம் உனக்குக் கேட்கும்."

"அலைகள்... ஆமாம், அலைச்சத்தம் கேட்கிறது!" நான் கத்தினேன், "நம்பவே முடியவில்லை!"

* * *

என்னைப் பொறுத்தவரை தண்ணீர் என்றால் மழை. அதற்கும் ஏமன் நாட்டில் பற்றாக்குறையாகி வருகிறது. சில வேளைகளில் கோடைக்காலத்தில் திடீரென ஆலங்கட்டி மழை பெய்யும். என்னே மகிழ்ச்சி! நாங்கள் வீதிக்குச் சென்று பாத்திரத்தில் ஆலங்கட்டிகளைப் பொறுக்குவோம். எத்தனை இருக்கிறது என நான் பெருமையாக எண்ணுவேன். ஏனென்றால், ஒன்றில் இருந்து

தமிழில்: சூ.ம.ஜெயசீலன்

நூறு வரை எண்ணுவதற்கு நான் பள்ளியில் கற்றுள்ளேன். பனிக்கட்டி உருகியதும் குளிர்ந்த நீரை ஒருவர் மற்றவரின் முகங்களில் தெளித்து விளையாடுவோம்.

கார்ட்ஜியில் இருந்து அவசரமாக நாங்கள் வெளியேறி சனா நகருக்கு வந்த இரண்டு மாதங்களுக்குப் பிறகு எங்களுடன் வாழ்வதற்கு மோனா வந்து சேர்ந்தார். வந்ததில் இருந்து மிகவும் வருத்தத்துடனேயே இருந்தார். தனிச்சிறப்பான ஆலங்கட்டி மழை பெய்த பிறகான எங்கள் களியாட்டங்களில் சிலசமயம் சேர்ந்து கொண்டாலும் மோனா அப்படியேதான் இருந்தார்.

மோனா தன் கணவருடன் வந்திருந்தார். திடீரென்று தன் வாழ்க்கையை வலிந்து மோனாவுடன் திணித்துக் கொண்டவர் அவர். ஆண்டுகள் செல்லச் செல்ல தன் இயல்பான புன்னகை, கேலி, அம்மாவை அடிக்கடி எரிச்சலடையச் செய்த நகைச்சுவை எல்லாவற்றையும் மோனா மெல்ல மெல்லத் திரும்பப் பெற்றார். மோனிரா, நசீர் என்னும் இரண்டு குழந்தைகளை மோனா உலகிற்குக் கொண்டுவந்தார். இக் குழந்தைகள் அவரை மகிழ்ச்சியில் ஆழ்த்தின. எங்கள் குடும்பமும், அவர் கணவரின் குடும்பமும் நெருங்கிப் பழகினோம். இந்தப் பிணைப்பைப் பலப்படுத்த விரும்பினார்கள். எனவே, சிக்ஹார் பாரம்பரியப்படி, மைத்துனரின் சகோதரி ஒருவருக்கு என் அண்ணன் முகமத்தை மணமுடிக்க எல்லாரும் பேசினார்கள்.

ஆனால், இந்த மகிழ்ச்சி நீடிக்கவில்லை. ஒரு நாள் மோனாவின் கணவரைக் காணவில்லை. என் அக்கா ஜமிலாவையும் காணவில்லை. ஃபேர்ஸ் போலவே இவர்களும் தங்கள் எதிர்காலத்தை வளமுள்ளதாக்கும் நம்பிக்கையில், ஒரு வேளை, மின்சார பொம்மைகள் அல்லது வண்ணத் தொலைக்காட்சிகள் கொண்டுவர சவுதி அரேபியா போயிருப்பார்களோ? அறையில் மிகவும் மெதுவாக இவர்கள் இருவரைப் பற்றியும் பெற்றோர் பேசிக்கொண்டிருந்தார்கள். இதைக் குறித்து சிறுவர்கள் நாங்கள் எதுவும் கேட்கக் கூடாது என கண்டிப்புடன் கூறினார்கள்.

மர்மமான முறையில் அவர்கள் மறைந்து போய்விட்டார்கள் என்பது பல நாட்களுக்குப் பிறகுதான் எனக்குத் தெரிந்தது. எனக்கு நினைவில் இருப்பதெல்லாம், இந்த நிகழ்வுக்குப் பிறகு, மோனா எதிலும் கவனம் செலுத்த முடியாதவராக, மந்தமானவராக மீண்டும் மாறிவிட்டார் என்பது மட்டும்தான். பெரும்பாலான நேரம்

துக்கமாகவும், மனச்சோர்வுடனும் இருந்தார். பிறகு திடீரென வெடித்துச் சிரித்தார். அது அவரின் இயற்கையான அழகைப் புதுப்பிக்கும், பெரிய பழுப்பு நிற கண்கள் மற்றும் நுட்பமான அம்சங்களை உயர்த்திக் காட்டும். மோனா உண்மையிலேயே மிகவும் வசீகரமான தோற்றம் உடையவர்.

மகிழ்ச்சியான நாளோ அல்லது சோகமான நாளோ தனக்கு எது எப்படி இருந்தாலும் மோனா எப்போதும், குறிப்பாக என்னிடம், இனிமையாக நடந்துகொள்வார், தாய்மைக்குரிய உள்ளுணர்வுடன் பாதுகாப்பார்.

துணிக்கடைகளுக்குப் பெயர் பெற்ற ஹைலி தெருவுக்கு, வேடிக்கை பார்க்க சில வேளைகளில் என்னை அழைத்துச் செல்வார். சன்னலில், பார்வைக்காக வைத்திருப்பவைகளைப் பொறாமையுடன் பார்த்தபடி சென்றுகொண்டே இருந்தேன்., மாலை நேரத்தில் அணியும் மேலங்கி, சிவப்பு பாவாடை மற்றும் நீலம், மஞ்சள், பச்சை, ஊதா நிறங்களில் இருந்த பட்டு ரவிக்கைகளைப் பார்த்து வியந்தேன். நான் தேவதையாக மாறியதுபோல் கற்பனை செய்தேன். திருமண ஆடைகளும் அங்கே இருந்தன. அவை திரைப்படங்களில் அணியும் ஆடைகள் போலவும் அல்லது மாயாஜால தேவதைக் கதைகளின் மேலங்கி போலவும் இருந்தன. கனவுக்குரிய விஷயங்கள் மிகவும் அழகாக இருந்தன.

* * *

2008ஆம் ஆண்டு, பிப்ரவரி மாதத்தின் ஒரு மாலை வேளையில் நான் வீடு திரும்பியதும், எனக்கொரு நற்செய்தி இருப்பதாக அப்பா சொன்னார்.

"நுஜூத்... உனக்குத் திருமணம் நடக்கப்போகிறது!"

3
நீதிபதி

தன் வியப்பை நீதிபதி அப்டோவினால் மறைக்க முடியவில்லை.

"உனக்கு விவாகரத்து வேண்டுமா?"

"ஆமாம்."

"ஆனால்... உனக்கு திருமணம் ஆகிவிட்டது என்கிறாயா?"

"ஆமாம்!"

நீதிபதியைப் பார்க்கும்போதே அவர் மேன்மை தங்கியவர் எனத் தெரிகிறது. அவருடைய வெள்ளைச்சட்டை ஆலிவ் நிற தோலினை அலங்கரித்திருக்கிறது. ஆனால், எப்போது என் பதிலைக் கேட்டாரோ அப்போதே அவர் முகம் இருண்டுவிட்டது. என்னை நம்புவதற்குக் கஷ்டப்படுவதுபோலத் தெரிகிறது.

"இந்த வயதிலா? எப்படி அதற்குள்ளாக உனக்குத் திருமணம் நடந்திருக்கும்?"

அவருடைய கேள்விக்குப் பதில் சொல்வதைப் பற்றிக் கவலைப் படாமல் உறுதியான குரலுடன் மீண்டும் சொல்கிறேன், "எனக்கு விவாகரத்து வேண்டும்!"

அவரிடம் பேசும்போது நான் அழவில்லை, ஒருமுறைகூட அழவில்லை. நான் நடுக்கத்தை உணர்கிறேன், ஆனால், எனக்குத் தெரியும் எனக்கு என்ன வேண்டும் என்று; இந்த நரகத்துக்கு ஒரு முடிவு வேண்டும். போதுமான துயரத்தை ஏற்கெனவே அமைதியாக அனுபவித்துவிட்டேன்!

“ஆனால், நீ ரொம்ப சின்னப் பிள்ளை. மேலும் வலுவற்றவள்” அவர் முணுமுணுக்கிறார்.

அவரைப் பார்த்துத் தலை ஆட்டுகிறேன். பதற்றத்துடன் அவர் தன் மீசையைத் தடவத் தொடங்குகிறார். என்னைக் காப்பாற்ற இவர் மட்டும் சம்மதித்துவிட்டால்! அனைத்திற்கும் மேலாக இவர் நீதிபதி. இவரிடம் நிறைய அதிகாரம் இருக்க வேண்டும்.

“ஏன் உனக்கு விவாகரத்து வேண்டும்?” தன் ஆச்சர்யத்தை மறைக்க முயற்சிப்பது போல மிகவும் சாதாரணமாகத் தொடர்கிறார்.

அவர் கண்ணை நேருக்கு நேர் பார்க்கிறேன், “ஏனென்றால் என் கணவர் என்னை அடிக்கிறார்!”

இது, அவரின் கன்னத்தில் நான் அறைந்துவிட்டதுபோல இருந்திருக்கும். அவரது உணர்ச்சி வெளிப்பாடு மீண்டும் உறைகிறது. ஏதோ மோசமானது எனக்கு நடந்துள்ளது எனவும் நான் அவரிடம் பொய் சொல்வதற்கு ஒன்றும் இல்லை எனவும் அவர் உணர்கிறார். நேரடியாக, மிக முக்கியமான கேள்வியை அவர் என்னிடம் கேட்கிறார், “நீ இன்னும் கன்னியாக இருக்கிறாயா?”

கடினப்பட்டு விழுங்குகிறேன். இந்த விஷயங்களைக் குறித்து பேசுவதை அவமானமாகக் கருதுகிறேன். இது ஆழமாகக் காயப்படுத்துகிறது. என் நாட்டில், அறிமுகம் இல்லாத ஆண்களிடம் இருந்து பெண்கள் தங்களைத் தூரத்தில் வைத்துக் கொள்ள வேண்டும். இந்த நீதிபதியை இப்போதுதான் நான் முதல் முறையாகப் பார்க்கிறேன். நான் வெற்றி பெற வேண்டும் என்றால் இதை வெற்றி கொண்டுதான் ஆக வேண்டும் என்பதை உடனடியாக அப்போதே புரிந்துகொள்கிறேன்.

“இல்லை... நான் இரத்தம் சிந்தினேன்!”

அவர் அதிர்ச்சியுறுகிறார். எங்கள் இருவருள், திடீரென அவர்தான் பதற்றமடைவதுபோல் நான் உணர்கிறேன். அவர் ஆச்சர்யப்படுவதையும், தன் உணர்ச்சியை மறைக்க முயற்சி செய்வதையும் என்னால் பார்க்க முடிகிறது. பிறகு, அவர் நீண்ட பெருமூச்சு எடுத்துச் சொல்கிறார்;

“நான் உனக்கு உதவி செய்யப் போகிறேன்”.

நான் விசித்திரமாக விடுதலை அடைந்ததாக உணர்கிறேன். ஏனென்றால், கடைசியில், நம்பிச் சொல்வதற்கு ஒருவராவது கிடைத்தாரே! என் உடல் மிகவும் இலகுவாக உள்ளது.

நான் அவரைப் பார்க்கிறேன், அவர் நடுங்கும் கையுடன் தொலைபேசியைப் பிடித்திருக்கிறார். யாரிடமோ சில விஷயங்களை அவர் சொல்வது கேட்கிறது, ஒரு வேளை அவரது சக நீதிபதிகளாக இருக்கலாம். அவர் பேசும்போது, மற்றொரு கையை எல்லா பக்கமும் அசைக்கிறார். என் துயரத்திலிருந்து என்னைக் காப்பாற்ற வேண்டும் என்னும் உறுதி அவரிடம் இருப்பதாகத் தெரிகிறது.

அவரால் மட்டும் ஒட்டுமொத்தமாகப் பிரச்னையைத் தீர்க்க முடிந்தது என்றால்... கொஞ்சம் அதிர்ஷ்டமும் சேர்ந்து, அவர் விரைவாகச் செயல்பட்டார் என்றால்... இன்று மாலையே என்னால் என் வீட்டுக்கு என் பெற்றோரிடம் செல்ல முடியும், என் சகோதர சகோதரிகளுடன் முன்புபோலவே விளையாட முடியும். இன்னும் சில மணி நேரங்களில் எனக்கு விவாகரத்து கிடைத்துவிடும். விவாகரத்து! மீண்டும் சுதந்திரம். கணவர் இல்லாமல், இரவு வந்ததும் அவருடன் ஒரே கட்டிலில் தனிமையில் பயந்து ஒடுங்காமல்... துன்பத்தின் அச்சம் இல்லாமல், மீண்டும் மீண்டும் அதே வேதனை இல்லாமல்...

* * *

சீக்கிரமாகவே நான் கொண்டாடிக்கொண்டிருக்கிறேன்.

இரண்டாவது நீதிபதி அறைக்கு வந்து சேர்கிறார். அவர் என் உற்சாகத்திற்குக் கடிவாளம் போடுகிறார்.

"என் குழந்தாய், நீ நினைப்பதைவிட நிச்சயமாக இது அதிக நாட்கள் எடுக்கலாம். இது மிகவும் சிக்கலான, நுட்பமான வழக்கு. மேலும், துரதிர்ஷ்டவசமாக நீ வெற்றி பெற முடியும் என என்னால் உறுதி சொல்ல முடியாது!"

இந்த இரண்டாவது மனிதரின் பெயர் முகமத் அல்கஷி. இவர் தான் தலைமை நீதிபதி என அப்டோ குறிப்பிடுகிறார். முகமத் அல்கஷி தடுமாறியதாகவும், தர்மசங்கடத்தில் ஆழ்ந்ததாகவும் தெரிகிறது. இத்தனை ஆண்டுகால தன் அனுபவத்தில் என் போன்ற ஒரு வழக்கை இதுவரை அவர் பார்த்ததில்லை எனக் குறிப்பிடுகிறார்.

ஏமன் நாட்டில், சட்டப்படி 15 வயது ஆவதற்கு முன்பாக சிறு வயதிலேயே பெண் குழந்தைகள் அடிக்கடி திருமணம் செய்து கொடுக்கப்படுகிறார்கள் என இருவரும் எனக்கு விளக்கம் சொல்கிறார்கள். இது பழங்கால பாரம்பரியம் என

நீதிபதி அப்டோ கூடுதலாகச் சொல்கிறார். ஆனால், அவரது நினைவுக்கு எட்டிய வரை, சிறு வயது திருமணங்கள் இதுவரை விவாகரத்தில் முடிந்தது இல்லை. ஏனென்றால் இதுவரை எந்த ஒரு சிறு குழந்தையும் நீதிமன்ற வாசல் வந்ததில்லை. குடும்ப கௌரவம் குறித்த கேள்வியாக இருக்கலாம் எனத் தோன்றியது. என் சூழ்நிலை மிகவும் விதிவிலக்கானதும், சிக்கலானதும் ஆகும்.

"வழக்குரைஞர் ஒருவரைத் தேட வேண்டும்" என்று, கொஞ்சம் குழப்பத்துடன் அப்டோ விளக்குகிறார்.

வழக்குரைஞர் எதற்காக? இந்த இடத்தில் இப்போதே விவாகரத்துக் கொடுக்க முடியாவிட்டால் பிறகு எதற்கு நீதிமன்றம்? விதிவிலக்கான வழக்கு என்பதைப் பற்றி நான் கவலைப்படவில்லை. சட்டம் என்பது மக்களுக்கு உதவி செய்வதற்காகவே, உண்மையா இல்லையா? இந்த நீதிபதிகள் நல்லவர்களாகத் தெரிகிறார்கள். ஆனால் எவ்வித உத்தரவாதமும் இல்லாமல் நான் திரும்பிச் சென்றால் என் கணவர் வந்து என்னைக் கூட்டிச் சென்று மீண்டும் சித்திரவதை செய்யத் தொடங்குவார் என்பதை இவர்கள் உணர்ந்திருக்கிறார்களா? இல்லை... நான் வீட்டிற்குத் திரும்பிச் செல்ல விரும்பவில்லை.

"எனக்கு விவாகரத்து வேண்டும்!"

நான் உண்மையைத்தான் சொல்கிறேன் எனக் காட்டுவதற்காக முகத்தைக் கடுமையாக வைத்திருக்கிறேன்.

என் சொந்தக் குரலின் சத்தம், சத்தமாகக் கேட்டது. என் குரலை நான் உயர்த்திச் சொல்லியிருக்க வேண்டும் அல்லது இந்த வெள்ளைச் சுவர் அனைத்தையும் எதிரொலிக்கச் செய்கிறதா?

"நாம் ஒரு தீர்வைக் கண்டுபிடிப்போம்... ஒரு தீர்வைக் கண்டுபிடிப்போம்" – தன் தலைப்பாகையைச் சரி செய்துகொண்டே முகமத் அல்கஷி முணுமுணுக்கிறார்.

அவர் அக்கறை கொள்வதற்கு ஒன்றுக்கும் மேற்பட்ட காரணங்கள் இருக்கின்றன. அலுவலகத்தை மூடியபோது கடிகாரம் மதியம் இரண்டு மணி அடித்தது. இன்று புதன்கிழமை, இஸ்லாமியர்களின் வார இறுதி தொடங்க இருக்கிறது. சனிக்கிழமைக்கு முன் நீதிமன்றம் திறக்கப்பட மாட்டாது. என் கதையைக் கேட்ட பிறகு, என்னைத் திருப்பி அனுப்புவது குறித்து அவர்களுமே கவலைப்படுவதாக நான் உணர்கிறேன்.

தமிழில்: சூ.ம.ஜெயசீலன்

"இவள் வீட்டிற்குச் செல்வது என்பதற்கான கேள்வியே இல்லை. தெருவில் இவள் தனியாகத் திரிந்தால் என்ன நடக்கும் என்பது யாருக்குத் தெரியும்" – முகமத் அல்கஷி தொடர்கிறார்.

நீதிபதி அப்டோவுக்கு ஒரு கருத்து இருக்கிறது. அவர் இன்னும் என் முழு கதையையும் கேட்கவில்லை. மேலும், என் கணவரின் பிடியில் இருந்து என்னை மீட்க என்ன வேண்டுமானாலும் செய்ய அவர் தயாராகவும் இருக்கிறார். நான் ஏன் அவர் வீட்டிலேயே தஞ்சம் புகக் கூடாது?

ஆனால், மனைவியும் பிள்ளைகளும் தன்னைத் தனியாக வேலை செய்ய விட்டுவிட்டு சில நாட்கள் கிராமத்துப் பக்கம் சென்றிருப்பது நினைவுக்கு வந்தவுடன், தான் சொன்னதை உடனே அவர் திரும்பப் பெற்றுக்கொள்கிறார். மஹ்ரம், அதாவது இரத்த சொந்தம் இல்லாத ஆணுடன் ஒரு பெண்ணைத் தனியாக விடக்கூடாது என எங்கள் இஸ்லாமியப் பாரம்பரியம் சொல்கிறது.

என்ன செய்வது?

மூன்றாவது நீதிபதி, அப்டல் வஹீத் உதவி செய்யத் தானாக முன் வருகிறார். அவர்களின் குடும்பத்தினர் வீட்டில்தான் இருக்கிறார்கள். என்னைத் தங்க வைக்க அவர்கள் வீட்டில் அறை இருக்கிறது எனச் சொல்கிறார். குறைந்த பட்சம் இந்த நிகழ் பொழுதில் நான் பாதுகாப்பாக இருக்கிறேன். இவருக்கும் மீசை இருக்கிறது. ஆனால், அப்டோவைவிட குறைவாகத்தான் இருக்கிறது. அவர் அணிந்திருக்கிற உலோகக் கம்பியுடைய கண்ணாடி அவரை மிகவும் கறாரான ஆளாகக் காட்டுகிறது. மேலும் தன்னுடைய ஆடையில் திணித்துக்கொண்டவராகத் தெரிகிறார். நான் அவருடன் பேசுவதற்கு மிகவும் தயங்கினேன். ஆனால் என்னையே நான் ஒருமுகப்படுத்தினேன்; வீட்டிற்குச் செல்வதைவிட என் கூச்ச சுபாவத்தை வெற்றி கொள்வது சிறந்தது; அதோடு கூட, எனக்கு நம்பிக்கை தருவது என்னவென்றால், தன் பிள்ளைகளை நன்கு கவனித்துக்கொள்ளும் உண்மையான அப்பா போல அவர் இருக்கிறார்; என்னுடைய அப்பாபோல அல்ல.

அவருடைய பெரிய மகிழுந்து சொகுசாகவும் சுத்தமாகவும் இருக்கிறது. சிறிய துவாரங்களின் வழியாக குளிர்ந்த காற்று வருகிறது. அது என் முகத்தில் கிச்சுகிச்சு மூட்டுகிறது. இது நன்றாக உள்ளது. பயணத்தின்போது நான் அரிதாகவே என் வாயைத் திறக்கிறேன். இது, தைரியமில்லாததனாலா, கூச்சத்தினாலா,

அல்லது கடைசியில் இந்த பெரியவர்கள் என்னைக் கவனித்துக் கொள்வதை நான் ஏற்றுக்கொண்டதனாலா என்று எனக்கு உறுதியாகத் தெரியவில்லை.

"நீ மிகவும் தைரியமான பெண் குழந்தை" – அமைதியை உடைத்து அப்டல் வஹீத் குறிப்பிடுகிறார்; "சபாஷ்! கவலைப்படாதே... விவாகரத்துக் கேட்பதற்கான உரிமை உனக்கு இருக்கிறது. மற்ற பெண் குழந்தைகளும், உனக்கு முன்னால் இதே பிரச்னைகளைச் சந்தித்தார்கள், ஆனால் துரதிர்ஷ்டவசமாக அதைக் குறித்துப் பேச அவர்களுக்குத் துணிச்சல் இல்லை. உன் விருப்பப்படி, உன்னைப் பாதுகாக்க என்னவெல்லாம் செய்ய முடியுமோ அவை அனைத்தையும் நாங்கள் செய்வோம். மீண்டும் உன் கணவரிடம் உன்னை அனுப்ப ஒருபோதும் நாங்கள் அனுமதிக்க மாட்டோம், ஒருபோதும். இது சத்தியம்!"

என் உதடு, சிறிய பிறைநிலவு போல வளைகிறது. நான் சிரித்து வெகு நாட்கள் ஆகிவிட்டன.

"அதேவேளையில், நீ இன்னும் இதை உணரவில்லை" – நீதிபதி தொடர்கிறார்... "நீ ஒரு விதிவிலக்கான பெண் குழந்தை!"

என் முகம் வெட்கத்தில் சிவக்கிறது.

* * *

நாங்கள் அவரின் வீட்டிற்குச் சென்றதும், தன் மனைவி சபா மற்றும் குழந்தைகளுக்கு என்னை அறிமுகப்படுத்த அப்டல் வஹீத் அவசரப்படுகிறார். அவர்களின் மகள் பெயர் ஷிம்மா. என்னைவிட மூன்று அல்லது நான்கு வயது இளையவளாக இருப்பாள். அவளுடைய அறையில் நிறைய ஃபுல்லா பொம்மைகள் இருக்கின்றன. இது, இளம் பொன்னிறமான முடி உள்ள அமெரிக்க பார்பி பொம்மையின் மத்தியகிழக்குப் பதிப்பு. ஏமன் நாட்டில் உள்ள அனைத்து சிறு குழந்தைகளும் இதைக் குறித்து கனவு காண்பார்கள்.

"மோசமானவரே!" – ஷிம்மா கூறுகிறாள்; "ஹராம்! இது நியாயமே இல்லை!"

இஸ்லாம் மதத்தில், இறைச் சட்டத்தின்படி தடை செய்யப்பட்ட அல்லது தண்டனைக்கு உரிய எதுவும் ஹராம் எனப்படுகிறது. எனவே, இந்தக் குழந்தையின் கோபமான வெளிப்பாடு என்பது

தமிழில்: சூ.ம.ஜெயசீலன் | 49

இயற்கையானதே. மோசமான மனிதர் என்னை அடித்ததாக ஷிம்மாவிடம் அவர் அம்மா சொல்லியுள்ளார். வளர்ந்த மனிதர் மற்றவரை திட்டுகையில், உறைந்து நிற்பதுபோல ஷிம்மா செய்து காட்டுகிறாள். அவளுடைய பரிதாபம் என்னைத் தொட்டது. மிகவும் ஈடுபாட்டுடன் புன்னகைத்து, வெளியே தன்னுடன் விளையாட வருமாறு சைகை காட்டுகிறாள். பிறகு, என் கையைப் பிடித்து அழைத்துச் செல்கிறாள்.

நான்கு பையன்களைப் பொறுத்தவரை அவர்கள் கார்ட்டூன் பார்ப்பதில் மும்முரமாக இருக்கிறார்கள். வீட்டில் இரண்டு தொலைக்காட்சிப் பெட்டிகள் இருக்கின்றன. என்னே சொகுசு!

“தயவுசெய்து, உன் வீடு போல் நினைத்துக்கொள்” – சபா, மெல்ல வரவேற்கும் குரலில் சொல்கிறார்.

உண்மையான குடும்பம் என்றால் இதுதான். அவர்களுக்கு நான் விசித்திரமாகத் தெரிவேனோ என அஞ்சினேன். ஆனால், அவர்கள் விரைவாக என்னை ஏற்றுக்கொண்டார்கள். நான் இலகுவாக உணர்கிறேன். அவர்களிடம் நான் எல்லாவற்றையும் சொல்லலாம், அவர்கள் என்னைத் தீர்ப்பிட மாட்டார்கள், தண்டிக்க மாட்டார்கள் என்னும் உணர்வை அவர்கள் எனக்குள் உருவாக்குகிறார்கள்.

அன்று மாலையில், அந்த வீட்டில் கால் மடக்கி அமர்ந்து, முதல் முறையாக என் கதையைச் சொல்லும் வலிமையை நான் பெற்றேன்.

4

திருமணம்

நானும் மோனாவும் ஹைலி சாலை வழியாகக் காலாற நடந்து திரியும்போது பாதைகளை நான் மறந்துவிடுவேன். சில வேளைகளில் எங்களுக்குப் பிடித்தமான கடைகளின் சன்னல்களுக்குள் கூர்ந்து கவனிப்போம். கம்பிச் சட்டகம் போடப்பட்ட கண்ணாடிகளுக்குப் பின்னே இருந்த, மாலையில் அணியும் ஆடைகள் காணாமல் போயிருக்கும்.

கடைக்குள் இருக்கும் நெகிழி விளம்பர பொம்மை அணிந்திருக்கும், வெள்ளைத் திருமண ஆடை எப்போதும் என் கவனத்தை ஈர்க்கும். தெருவில் இருக்கும் அத்தனை பெண்களும் தலை முதல் விரல் வரை கறுப்பு ஆடையினால் மூடியிருக்கும்போது, ஒரு பெண்ணுக்கு உரிய ஆடை! என்னே முரண்!

எப்போதெல்லாம் வீட்டை விட்டு வெளியே வருகிறோமோ அப்போதெல்லாம், நிகாப் ஆடையினால் சட்டகம் இடப்பட்ட ஜொலிக்கும் தன் கண்களை விரித்து, மீதி உடல் முழுவதையும் நிகாப் மறைத்திருக்க, மோனா சொல்வார், "இன்சா அல்லா! கடவுள் விரும்பினால், உன் திருமணத்தின்போது இது போன்ற ஓர் ஆடை நீ அணிந்திருப்பாய்".

மோனா அரிதாகவே சிரித்தார். அவருடைய மகிழ்ச்சியான திருமணத்தில் விதி சிரிக்கவில்லை. அவசர அவசரமாகத் திருமணம் நடைபெற்றதால், நீல நிற ஆடையுடனேயே நிற்க வேண்டி இருந்தது. இந்தத் தகவலைத் தவிர, அவருடைய திருமணம் எத்தகையச் சூழலில் நடந்தது எனக் கேட்டால் மழுப்பலான பதிலையே அவர் தருவார். அவருடைய கணவர் பாதியில் விட்டுவிட்டு யாருடன் போனார் என்பது தெரிந்ததில் இருந்து, அது முடிந்து போன விஷயமாயிற்று.

தமிழில்: சூ.ம.ஜெயசீலன் | 51

ஏமன் நாட்டில் இருந்து எங்கோ வெகு தொலைவில், என் வருங்கால கணவர் பயணிப்பதாக நான் கற்பனை செய்தேன். ஆனால், அதைப் பற்றி எதுவும் கேட்டுவிடக் கூடாது என்பதில் மிகவும் கவனமாக இருந்தேன். கேட்டேன் என்றால், "நீ மகிழ்ச்சியாக இருக்க வேண்டும், பாசமான, மரியாதை தெரிந்த கணவர் உனக்குக் கிடைக்க வேண்டும் என்கிற விருப்பம் மட்டுமே எனக்கு இருக்கிறது" என முணுமுணுப்பார் மோனா.

என் திருமண நாள் இவ்வளவு விரைவில் வரும் என நான் கற்பனைகூட செய்யவில்லை. எப்படி இருந்தாலும், திருமணம் என்றால் என்ன என்பது குறித்து எனக்கு எவ்வித தெளிவான புரிதலும் இல்லை. என்னைப் பொறுத்தவரையில், திருமணம் என்றால் நிறைய பரிசுகள், இனிப்புகள் மற்றும் நகைகளுடன் கூடிய பெரிய கொண்டாட்டம், ஒரு புது வீடு, ஒரு புது வாழ்க்கை!

சில ஆண்டுகளுக்கு முன்பு தூரத்து சகோதர சகோதரிகளுக்கு நடந்த வெவ்வேறு கொண்டாட்டங்களில் பங்கெடுத்துள்ளேன். திருமணத்தில் இசையும் நடனமும் இருக்கும். பால்டோஸ் எனப்படும் நீளமான கறுப்பு மேலாடைக்கு உள்ளே, பெண்கள் நேர்த்தியாக உடை உடுத்தியிருப்பார்கள். அவர்களின் முகங்கள் அழகியலுடன் அழகுபடுத்தப்பட்டிருக்கும். ஷாம்பு போத்தலில் உள்ள படம் போல அவர்களின் கூந்தல் சிகையலங்கார நிபுணரால் மிருதுவாக்கப்பட்டிருக்கும். ஆண்களைக் கவரும் வகையில் சிறிய பட்டாம் பூச்சிகள் நிறைந்த தலைமாட்டியை பெண் குழந்தைகள் சூடியிருப்பார்கள். அத்தகையக் கொண்டாட்டங்களில் நான் நன்றாக விளையாடி மகிழ்ந்திருக்கிறேன். பூக்களைப் போன்ற வடிவமைப்பில் இளம் மணமகளின் கைகளில் மருதாணி ஒப்பனை செய்யப்பட்டிருந்தது எனக்கு நினைவிருக்கிறது. மருதாணி அவ்வளவு அழகாக இருக்கும். ஒரு நாள் நானும் என் கைகளில் மருதாணி வைப்பேன் என நினைப்பதுண்டு.

* * *

செய்தி எங்கிருந்தோ வந்தது. என்முறை வந்துவிட்டது என அப்பா சொன்ன போது உண்மையிலேயே எனக்குப் புரியவில்லை. அன்றாட வாழ்க்கையே வீட்டில் மிகவும் கஷ்டமாக மாறிவிட்டது. எனவே, திருமணம் என்பது முட்டையில் இருந்து குஞ்சு வெளியேறுவது போல என நினைத்து, ஏறக்குறைய கஷ்டத்தில் இருந்து தப்பித்து விட்டதாகவே நான் உணர்ந்தேன்.

தூய்மைப் பணியாளர் வேலையை அப்பா இழந்த பிறகு, அவரால் நிரந்தரமான வேலை எதையும் பெற முடியவில்லை. எனவே, நாங்கள் வாடகை கொடுப்பதற்கு எப்போதும் தாமதமானது. எங்களை வெளியேற்றப் போவதாக வீட்டு உரிமையாளர் தொடர்ந்து மிரட்டிக்கொண்டே இருந்தார்.

பணத்தை மிச்சப்படுத்துவதற்காக அம்மா அப்போது சோறும் காய்கறியும் மட்டுமே சமைத்தார். வீட்டு வேலைகளில் அவருக்கு எப்படி உதவி செய்யவேண்டும் என எனக்குக் கற்றுக் கொடுக்க ஆரம்பித்தார். நாங்கள் ஷாஃபாட் ரொட்டி செய்தோம். அதாவது, இது ஒரு பன். அதன் மேல் தயிர், வெள்ளைப் பூண்டு, வெங்காயம் ஆகியவற்றை நன்றாகத் தடவி சமைப்போம். மேலும், பின்ட் அல்சான் எனப்படும் தேன் கலந்த சுவையான இனிப்பு தயாரித்தோம். அப்பா கூடுதலாக பணம் கொண்டு வருகையில், சகோதரர்களுள் ஒருவரை கடைக்கு அனுப்பி அம்மா கோழிக் கறி வாங்கிவரச் சொல்வார். அதை இஸ்லாமியர்களின் புனித நாளான வெள்ளிக்கிழமை சமைப்பார்.

மாட்டுக்கறி? அதை மறந்து விடுங்கள் விலை மிக அதிகம். ரம்ஜான் கொண்டாடுவதற்காக என் சகோதர முறையுள்ளவர்கள் உணவகத்திற்கு அழைத்துச் சென்றபோது நான் மாட்டுக்கறி மற்றும் ஃபதா சாப்பிட்டது, அதுதான் நான் முதல் முறையாக உணவகம் சென்றதும் கூட, அதன் பிறகு அவற்றைச் சாப்பிட்டதே இல்லை. அமெரிக்காவில் இருந்து வந்திருந்த கறுப்பு சோடா பெப்சி குடிக்கவும் எங்களை அனுமதித்தார்கள். உணவகத்தை விட்டு வெளியேறும் போது, உணவு பரிமாறியவர், பெரியவர்களின் கைகளில் வாசனைத் திரவியம் தெளித்தார். எனக்கும் தெளித்தார். அற்புதமான வாசனை அது.

தட்டையான ரொட்டி தயாரிக்க அம்மா கற்றுக் கொடுத்தார். நான் மாவை பிசைகிறபோது அம்மா வழக்கமாக அடுப்பு பற்ற வைப்பார். பிறகு, தந்தூர் அடுப்பின் உள்ளே வைக்கும் முன்பாக, முழுநிலவுபோல மாவைத் தேய்ப்பார். ஒருநாள் கறுப்புச் சந்தையில் குறைந்த விலைக்கு தந்தூர் அடுப்பை விற்க வேண்டி வந்தது. எங்கள் பணப்பை காலியாகும் நேரமெல்லாம் எங்களிடம் உள்ள ஏதாவது ஒரு பொருளை அம்மா விற்பார். அடிப்படையில், அப்பாவைச் சார்ந்திருப்பதை அம்மா கை விட்டு விட்டார்.

விற்பதற்கு ஏதும் இல்லாத அந்த நாளும் வந்தது. பல வேளைகள் சாப்பிடாமல் இருந்த என் சகோதரர்கள், வீதியில் பொருட்கள் விற்பனை செய்த சிறுவர்களுடன் சேர்ந்தார்கள். பபுள்கம் அல்லது முகம் துடைக்கும் காகிதக் கட்டுகளை விற்று சிறிது காசு பெறுவதற்காக, வாகன நிறுத்தத்தில் சிவப்பு விளக்கு எரிகிறபோது, வாகனங்களின் கண்ணாடிகளை அவர்கள் தட்டுவார்கள். மோனாவும் அவர்களுடன் சேர்ந்தார். ஆனால், இடையிடையே பிச்சை எடுக்கவும் செய்தார். எனவே, 24 மணி நேரத்தில் மோனாவைக் கைது செய்த காவலர்கள் மோனாவை காவல் நிலையத்தில் அடைத்தார்கள்.

மோனா வீட்டிற்குத் திரும்பி வந்ததும், பல ஆண்களுடன் உறவு வைத்துக்கொண்ட குற்றத்திற்காக கைது செய்யப்பட்ட பெண்களுடன் தான் சிறையில் இருந்ததாகவும், ஒவ்வொருவரின் முடியையும் பிடித்து பெண் காவலர்கள் இழுத்ததாகவும் சொன்னார். பயம் தெளிந்ததும் மோனா மீண்டும் பிச்சை எடுக்கச் சென்றார். ஆனால், மறுமுறையும் முகத்துக்கு நேராக காவலர்களைச் சந்தித்தார். இரண்டாவது முறை சிறையில் அடைக்கப்பட்ட பிறகு, மீண்டும் சவாலுடன் துணிந்து எதையும் செய்வதை நிறுத்தினார்.

இப்போது, ஹாய்ஃபாவும் நானும் முயற்சி செய்ய வேண்டிய முறை. நாங்கள் இருவரும் கை கோர்த்தபடி சென்று, ஓட்டுநர்களின் முகங்களைப் பார்க்கவும் துணியாமல், வாகனங்களின் கண்ணாடிகளில் எங்கள் நகங்களால் சுரண்டினோம். பெரும்பாலும் அவர்கள் எங்களைக் கண்டுகொள்ளவே இல்லை. இது எனக்குப் பிடிக்கவில்லை, ஆனால் எங்களுக்கு வேறு வழியும் இல்லை.

* * *

வார நாட்களில் அப்பா வெகு நேரம் படுக்கையில் படுத்து இருக்க மாட்டார். அருகில் உள்ள பொதுச் சதுக்கத்திற்குச் சென்று, வேலை இல்லாத மற்ற ஆண்களைப் போல குனிந்து கால் கடுக்க நின்று கொண்டிருப்பார். கூலி வேலை, சித்தாள் வேலை, அல்லது எடுபிடி வேலை போன்ற ஏதாவதொரு கூலி வேலை, நாளொன்றுக்கு 1000 ரியால் அல்லது அதற்கு கூடக் குறைய ரியாலுக்கு கிடைக்குமா எனக் காத்திருப்பார். அதைவிட அதிகமாக, தற்போதெல்லாம் காட் போதை புகையிலை சுவைப்பதில் மதியம் முழுவதும் செலவிடுகிறார்.

இது தன் கஷ்டங்களை மறக்க உதவுவதாகச் சொன்னார். தொடர்ந்து செய்த இப்பழக்கம் நாளடைவில் சடங்குபோல மாறியது. மற்ற உள்ளூர் ஆண்களுடன் கால் மடக்கி உட்கார்ந்து கொண்டு, சிறந்த பச்சை இலை புகையிலையை நெகிழிப் பையில் இருந்து தெரிவுசெய்து, அதை வாயின் ஓர் ஓரத்தில் செருகி வைப்பார். பை காலியாகும்போது, அவரின் கன்னம் பெரிதாக வீங்கும். இலைகள் ஒரு பந்து போல மாறும் வரை மணிக்கணக்காக மென்றுகொண்டே இருப்பார்.

அப்படி காட் சுவைத்துக் கொண்டிருந்த ஓர் அமர்வின்போது 30 வயது மதிக்கத்தக்க மனிதர் அப்பாவிடம் வந்தார்.

"நம் இரண்டு குடும்பமும் ஒரே குடும்பமாக வேண்டும் என நான் விரும்புகிறேன்!" என்று அந்த மனிதர் சொன்னார்.

அவர் பெயர், ஃபேஷ் அலி தாமர். தன் இருசக்கர வாகனத்தில் பொருட்கள் ஏற்றிச் சென்று விநியோகம் செய்கின்ற தொழில் செய்கிறவர். எங்களைப்போலவே அவரும் கார்ட்ஜி பூர்வீகம் உடையவர்தான். தற்போது திருமணத்திற்கு பெண் தேடிக்கொண்டிருக்கிறார். அவரின் வேண்டுகோளை என் அப்பா உடனே ஏற்றுக்கொண்டார். மூத்த சகோதரிகள் ஜமிலா மற்றும் மோனா இருவருக்கும் பிறகு தர்க்க ரீதியாக வீட்டில் எனக்குத்தான் திருமணம் நடக்க வேண்டும். அப்பா வீட்டிற்கு வந்தபோது ஏற்கெனவே அவர் முடிவு செய்துவிட்டார். யாராலும் அவரது முடிவை மாற்ற முடியவில்லை.

அன்றைய நாளின் மாலையிலேயே என் அப்பாவிற்கும் மோனாவிற்கும் நடந்த உரையாடலை நான் ஒட்டுக் கேட்டேன்.

"திருமணம் செய்வதற்கு, நுஜூத் ரொம்பச் சின்னப் பிள்ளை!" – மோனா வலியுறுத்திக் கூறினார்.

"ரொம்பச் சின்னப் பிள்ளையா? இறைத்தூதர் முகமத், ஆய்ஷாவை மணமுடித்த போது அவருக்கு வயது ஒன்பது தான்!" அப்பா பதிலளித்தார்.

"உண்மைதான். ஆனால் அது இறைத்தூதரின் காலம். தற்போது காலம் நிறைய மாறிவிட்டது!"

"கவனி... அவளைப் பாதுகாக்க இந்தத் திருமணமே மிகச் சிறப்பான வாய்ப்பு."

“இதன் மூலம் நீங்கள் என்ன சொல்ல வருகிறீர்கள்?”

“உனக்கு எல்லாம் நன்றாகவே தெரியும். உனக்கும் ஜமிலாவுக்கும் நடந்த பிரச்னையில் இருந்து இவளால் தப்பிக்க முடியும். இதன் வழியாக அந்நியர்களால் இவள் பாலியல் வன்புணர்வு செய்யப்பட மாட்டாள் மற்றும் தேவையில்லாத வீண் பேச்சுகளுக்கும் இரையாக மாட்டாள். குறைந்த பட்சம், இந்த மனிதர் நேர்மையானவராகத் தெரிகிறார். அக்கம் பக்கத்தில் உள்ளவர்களுக்கு இவரைப் பற்றி தெரியும். இவர் நம் கிராமத்தைச் சேர்ந்தவர். மேலும், ‘நுஜூத் பெரிய மனுசி ஆகும் வரை அவளைத் தொடமாட்டேன்’ என என்னிடம் வாக்குறுதி கொடுத்துள்ளார்.”

“ஆனால்...”

“நான் ஏற்கெனவே முடிவு செய்து விட்டேன்! அதோடு கூட, உனக்கே தெரியும் குடும்பத்தினர் எல்லாருக்கும் உணவளிக்க நம்மிடம் போதிய பணம் இல்லை. எனவே, ஒரு வாய் சோற்றை இது குறைக்கும்.”

என் அம்மா எதுவுமே சொல்லவில்லை. அவர் கவலைப்படுவதாகத் தெரிந்தது, ஆனால் எதிர்ப்பின்றி ஏற்றுக் கொண்டார். என்னதான் இருந்தாலும், பெரும்பாலான ஏமன் நாட்டு பெண்களைப் போலவே பெற்றோர் ஏற்பாட்டின் மூலம் திருமணம் செய்தவர் அவர். எனவே, எங்கள் நாட்டில் ஆண்கள்தான் கட்டளை இடுவார்கள், பெண்கள் அவர்களைப் பின்பற்றுவார்கள் என்பதை நன்கு அறிந்திருந்தார். அவரைப் பொறுத்தவரை, எனக்குச் சார்பாகப் பேசுவது என்பது நேர விரயம்.

* * *

‘ஒரு வாய் சோறு குறையும்’ என என் அப்பா சொன்னது, தொடர்ந்து என் காதில் கேட்டுக்கொண்டே இருந்தது. அவருக்கு நான் அவ்வளவுதான்; ஒரு சுமை. மேலும், என்னை விட்டு விலகிச் செல்வதற்கான முதல் வாய்ப்பைப் பற்றிப் பிடித்துக்கொண்டார். அது உண்மைதான், அவர் விரும்பிய நல்ல குட்டிப் பெண்ணாக நான் அவரிடம் இருந்ததில்லை. ஆனால், அது குழந்தைகளின் குறும்புத்தனத்துடன் சேர்ந்தது இல்லையா? அவர் தவறு செய்தாலும், காட் புகையிலை நாற்றம் அடித்தாலும், சில ரொட்டித் துண்டுகளுக்காக தெருவில் நாங்கள் பிச்சை எடுக்கப் போக வேண்டும் என எங்களை வற்புறுத்தினாலும் நான் அவரிடம் அன்பாக இருந்தேன்.

நீயும் ஜமிலாவும் சந்தித்த அதே பிரச்னை. அவர் எதைக் குறிப்பிடுகிறார்? நான் அறிந்ததெல்லாம், ஒரு வாரம் சென்ற பிறகு, பிறகு இன்னொரு வாரம், மேலும் இன்னொரு வாரம், ஜமிலா திரும்பி வரவே இல்லை. மோனாவின் கணவர்போலவே அவரும் திடீரென்று காணாமல் போய்விட்டார். ஜமிலாவைக் காணாமல் எத்தனை நாட்களை கடந்திருக்கிறேன் என நான் கணக்குகூட வைத்திருக்கவில்லை. ஜமிலா வழக்கமாக அடிக்கடி எங்களைப் பார்க்க வருவார். ஆனால், இப்போது எதுவும் சொல்லாமல் திடீரென்று மறைந்துவிட்டார். ஜமிலா மீது நான் மிகவும் பிரியமாக இருந்தேன். அவ்வப்போது எனக்கு அவர் இனிப்பு வாங்கி வந்தார். கூச்ச சுபாவமும், அதிகம் பேசாதவருமாக இருந்தாலும்கூட அக்கறையுடன் நினைப்பவராகவும், தாராள உள்ளம் உடையவராகவும் அவர் திகழ்ந்தார். புதிர் போல மறைந்து போன மோனாவின் கணவரும் அதன் பிறகு திரும்பி வரவே இல்லை. அவர் எங்கே போனார்? பெரியவர்களும் அவர்களின் காரியங்களும் எப்போதுமே எனக்கு மிகவும் சிக்கலானதே.

தன் மகன் காணாமல் போனதும், மோனாவின் மாமியார் தன் பேரக் குழந்தைகள் மூன்று வயது மோனிராவையும் 18 மாதக் குழந்தையான நஷீரையும் தன் பொறுப்பில் விடும்படி வற்புறுத்தினார். இதய வலியோடு இருந்த மோனா, தன் பிள்ளைகளைப் பாதுகாக்க புலியைப்போல சண்டை போட்டார். அவருடைய உறுதி அவருக்கு ஓரளவு வெற்றியைக் கொடுத்தது: பச்சிளங்குழந்தைக்கு உணவு கொடுத்துப் பராமரிக்கும் தேவையைச் சொல்லி தன்னுடன் வைத்திருக்க அனுமதி பெற்றார். அவனைக் கூட்டிச் சென்றுவிடுவார்களோ, அவனை இழந்துவிடுவோமோ என்னும் சிந்தனையில் அவனை விட்டுத் தன் பார்வையை அவர் எடுக்கவே இல்லை. எப்போதெல்லாம் சிறுவன் அலைந்து திரிந்தானோ அப்போதெல்லாம் ஓடிச் சென்று கையோடு பிடித்துக் கொண்டார். தான் மறைத்து வைக்க நினைக்கும் புதையல் போல இறுக அணைத்துக்கொண்டார்.

* * *

என் திருமண ஏற்பாடுகள் மிகவும் விரைவாக நடந்தேறின. விரைவிலேயே என் துரதிர்ஷ்டத்தை உணர்ந்தேன். அதாவது, திருமண இரவுக்கு ஒரு மாதத்திற்கு முன்பே பள்ளியில் இருந்து நான் விலகிவிட வேண்டும் என என் எதிர்கால கணவரின்

வீட்டினர் முடிவெடுத்திருந்தார்கள். விரைவில் வந்து விடுவேன் என உறுதி கூறி, துயரத்துடன் மலாக்கைக் கட்டி அணைத்தேன்.

"ஒரு நாள் நாம் சேர்ந்து கடற்கரைக்குச் செல்வோம்" என்று என்னைப் பற்றிப் பிடித்தபடி முணுமுணுத்தாள்.

அந்த நாள்தான் நான் அவளைக் கடைசியாகப் பார்த்தது.

என் நேசத்திற்குரிய இரண்டு ஆசிரியர்கள் சமியா, சமிரா இருவருக்கும் நான் நன்றி சொல்ல வேண்டி இருந்தது. அவர்களால், என் பெயரை வலது புறம் இருந்து இடது புறம் நோக்கி அரபி மொழியில் எழுதுவதற்காக வளைவு, தடப்பாதை, குறடு போன்ற அனைத்து விதிமுறைகளையும் கற்றுக்கொண்டேன். நான் அவர்களுக்கு மிகவும் நன்றிக்கடன் பட்டுள்ளேன்.

கணக்கு மற்றும் குர்ஆன் எனக்கு மிகவும் பிடித்த பாடங்கள். இஸ்லாம் மதத்தின் ஐந்து தூண்களை வகுப்பில் நாங்கள் மனப்பாடம் செய்தோம்: இறை நம்பிக்கை, தொழுகை, புனிதப் பயணம், ஏழைகளுக்கு உதவி, மற்றும் ரமலான் – சூரியன் உதித்ததில் இருந்து மறையும் வரை தண்ணீரோ உணவோ அருந்தாமல் இஸ்லாமியர்கள் மாதம் முழுவதும் விரதம் இருப்பது. பெரியவர்களான பிறகு நாங்களும் ரமலான் நோன்பு இருப்போம் என்று நானும் என் வகுப்புத் தோழிகளும் ஆசிரியை சமியா அவர்களுக்கு உறுதி கூறினோம்.

ஓவியம் வரைதலும் எனக்கு மிகவும் பிடித்தமான பாடம். வண்ணப் பென்சில்கள் கொண்டு பூக்கள், பேரிக்காய், நீல நிற கூரைகளுடனான மாளிகைகள், பச்சை நிற சன்னல் கதவுகள் மற்றும் சிவப்பு புகைக் கூண்டுகளை நான் வழக்கமாக வரைவேன். சில நேரங்களில் நுழைவாயிலுக்கு முன் சீருடை அணிந்த காவலர்கள் நிற்பது போல் வரைவேன். ஏனென்றால், வசதியானவர்களின் வீடுகளை காவலர்கள் பாதுகாப்பதாக கேள்விப்பட்டுள்ளேன். எப்போதுமே தோட்டத்தில் பெரிய பழ மரங்களை வரைந்தேன். அதோடு கூட, தோட்டத்தின் நடுவே அழகான சிறிய குளம் வரைந்தேன்.

இடைவேளையின்போது, நாங்கள் ஒளிந்து பிடித்து விளையாடினோம், மழலையர் பாடல்கள் பாடினோம். என் பள்ளியை நான் அதிகம் நேசித்தேன். அது என் புகலிடம், என் ஒட்டு மொத்த மகிழ்ச்சி.

எங்கள் வீட்டில் இருந்து சில அடி தூரத்தில் உள்ள அண்டை வீட்டினரிடம் வானொலி இருந்தது. அங்கே போகும் என் உற்சாகமான துணிச்சலையும் நான் கைவிட வேண்டும். நீளமான முடி மற்றும் அழகான ஒப்பனையுடன் இருக்கும் லெபனான் நாட்டு பாடகிகளான ஹாய்ஃபா வெக்பி மற்றும் நான்சி அஜ்ரம் ஆகியோருடைய பாடல்களைக் கேட்க என் தங்கை ஹாய்ஃபாவும் நானும் அங்கே செல்வோம். அழகான கண்கள் மற்றும் நேர்த்தியான மூக்குகள் உடைய அவர்களைப் பின்பற்றி நாங்களும் கண் இமையைச் சிமிட்டி, இடுப்பை ஆட்டுவோம். உண்மையான நட்சத்திரமான, ஏமன் நாட்டுப் பாடகி ஜமிலா சாட் அவர்களை எங்களுக்குப் பிடித்திருந்தது. 'நீங்கள் உங்களைப் பற்றியே அதிகம் நினைக்கிறீர்கள்... நீங்கள்தான் மிகச் சிறந்தவர் என நீங்கள் நினைக்கிறீர்கள்' எனும் காதல் பாடல் ஒன்றை இனிமையாகப் பாடினார்.

சுற்றுப்புறத்தில் தொலைக்காட்சி வைத்திருந்த அதிர்ஷ்டசாலிகள் சிலரில் என் அண்டை வீட்டினரும் உள்ளடக்கம். நான் பறப்பதற்கு தொலைக்காட்சிதான் பயணச்சீட்டு. டாம் அண்ட் ஜெர்ரி எனக்கு மிகவும் பிடித்தமான கார்ட்டூன் நிகழ்ச்சி. அட்னன் அண்ட் லினா என்னும் நிகழ்ச்சி வெகு தூரத்தில் உள்ள தீவில் சந்தித்த இரண்டு நண்பர்கள் பற்றிய கதை. அவர்கள் ஜப்பானியர்கள் அல்லது சீனர்களாக இருக்க வேண்டும். ஆச்சர்யமான விஷயம் என்னவென்றால் அவர்கள் என்னைப்போல ஏற்றம் இறக்கம் இன்றி அரபி மொழி பேசினார்கள். லினாவைக் காப்பாற்ற எப்போதும் தயாராக இருக்கும் துணிச்சலான சிறுவன் அட்னன். கடத்திப் போக முயற்சி செய்த தீய மனிதர்களிடம் இருந்து தொடர்ந்து லினாவை அவன் காப்பாற்றினான். அவள் மிகவும் அதிர்ஷ்டசாலி! அவள் மேல் எனக்கு அதிகம் பொறாமையாக இருக்கிறது.

ஆல்காவில் இருந்த எய்மன் என்னும் சிறுவனை அட்னன் எனக்கு நினைவு படுத்தினான். எய்மனை ஒருபோதும் நான் மறக்க மாட்டேன். ஒருநாள் என் தோழிகளுடன் வீதியில் நடந்துகொண்டிருந்தபோது, அந்தப் பகுதியில் வாழும் ஒருவன் எங்களைத் திடீரென்று வழி மறித்தான். முறைத்துப் பார்த்தான். பயமுறுத்தினான். அசிங்கமாகப் பேசி எங்களை அவமானப்படுத்தினான். பயம் நிறைந்த எங்கள் முகங்களைப் பார்த்துச் சிரித்தான். அந்த நேரம் மாயாவிபோல எய்மன் வந்து அவனை எதிர்த்து நின்றான்.

“இங்கே இருந்து போய்விடு அல்லது உன் முகத்தில் கல் எறிவேன்!” என்று எய்மன் கூறினான்.

எய்மன் பயமுறுத்தியதைக் கேட்டு கடைசியில் அவன் ஓடிய பிறகே, மிகவும் ஆறுதலாக உணர்ந்தோம். எனக்கு யாராவது ஒருவர் உதவி செய்ய வந்திருக்கிறார் என்றால் அது அந்த ஒரு முறைதான். அதன் பிறகு, எய்மன் என் கற்பனைக் கதாநாயகன் ஆனான். நான் பெரியவள் ஆன பிறகு, இவனைப்போல் ஒரு கணவன் எனக்குக் கிடைத்தால் நான் கொடுத்து வைத்தவள் என எனக்குள்ளேயே சொல்லிக்கொண்டேன்.

* * *

என் திருமண நாள் அன்று... நான் வருவதைப் பார்த்ததும் என் பெரியப்பா, சித்தப்பா, அத்தை, மாமா ஆகியோரின் பெண் குழந்தைகள் கைதட்டி, ஊளையிட்டுக் கத்தினார்கள். என் கண்கள் கண்ணீரால் நிரம்பி இருந்ததால், அரிதாகவே நான் அவர்களின் முகங்களைப் பார்த்தேன். மிகவும் பெரிதாக தரையைக் கூட்டிக் கொண்டு வந்த அலங்கார மேலாடையில் இடறி விழுந்து விடாமல் இருக்க மெல்ல முன்னேறி நடந்தேன். சாயம் போன நீளமான சாக்லெட் நிற மேலாடையை அவசரமாக அணிந்திருந்தேன். அதுவும், என் எதிர்கால மைத்துனரின் மனைவியினுடையது. என் தலை முடிக்கு பெண் உறவினர் ஒருவர் பொறுப்பெடுத்துக் கொண்டார். பின்னல் முடியை அவர் வைத்ததால் அதன் எடை என் தலையை அழுத்தியது. எனக்கு கண்மைகூட கிடைக்கவில்லை.

சிறிய கண்ணாடியில் என் முகத்தைப் பார்த்து வட்டமான கன்னம், இளஞ்சிவப்பு உதடு, பழுப்பான பாதாம் கொட்டை வடிவ கண்கள், என் புருவம் எவ்வளவு மென்மையாக இருக்கிறது எனக் கவனித்தேன். எவ்வளவு முயற்சி செய்தும், முகத்தில் ஒரு சுருக்கத்தைக் கூட என்னால் பார்க்க முடியவில்லை. நான் அவ்வளவு சிறு குழந்தை.

* * *

என்னைக் குறித்துப் பேசி இரண்டு வாரங்கள்கூட ஆகியிருக்காது. உள்ளூர் வழக்கப்படி, என் பெற்றோரின் சிறிய வீட்டில் பெண்கள் என் திருமணத்தை நடத்தினார்கள்; நாற்பது பேர் இருந்திருப்போம் எனச் சொன்னார்கள். இதனிடையே, கொண்டாடவும், காட் புகையிலை புகைக்கவும் ஆண்கள் அனைவரும் என் உறவினர்

ஒருவரின் வீட்டில் கூடினார்கள். இரண்டு நாட்களுக்கு முன்பாக திருமண ஒப்பந்தம் கையெழுத்தானபோதுகூட ஆண்கள் மட்டுமே இருந்தார்கள், மூடப்பட்ட கதவுகளுக்குப் பின்னே எல்லாம் நடந்தது. அனைத்தும் நான் இல்லாமலேயே நடந்தது. எல்லாம் எப்படி நடந்தது என அறிய எனக்கோ, என் அம்மாவுக்கோ, என் சகோதரிகளுக்கோ எவ்வித உரிமையும் இல்லை. அன்றைய நாளின் மாலை வேளையில் என் தம்பிகள் வழியாகத்தான் விபரங்களைக் கேட்டுத் தெரிந்துகொண்டோம்.

என் அப்பா, என் எதிர்கால கணவர், அவருடைய அப்பா, அவருடைய சகோதரர் மற்றும் உறவினர்களுக்கு சிற்றுண்டி வாங்குவதற்கு பணம் வேண்டி தம்பிகள் தெருவிற்கு பிச்சை எடுக்கச் சென்றார்கள். தீர்க்கமாக கட்டமைக்கப்பட்ட பழங்குடி நெறிமுறைப்படி திருமணம் நடந்ததாக நாங்கள் கேள்விப்பட்டோம். அங்கு இருந்தவர்களில் என் அப்பாவின் மைத்துனருக்கு மட்டும் தான் எழுதப் படிக்கத் தெரியும். எனவே அவர் திருமண ஒப்பந்தம் எழுதும் பதிவாளராகச் செயல்பட்டார். மாப்பிள்ளை வீட்டார் எனக்குக் கொடுக்கவேண்டிய வரதட்சணை ஒரு லட்சத்து ஐம்பதா யிரம் ரியால் என நிர்ணயிக்கப்பட்டது.

"கவலைப் படாதே! நுஜூத் வயதுக்கு வரும் வரை அவளைத் தொடக்கூடாது என மாப்பிள்ளையிடம் உறுதிமொழி வாங்கியுள்ளார்கள்..." என்று இரவில், அம்மாவிடம் அப்பா ரகசியமாகச் சொல்வதை நான் கேட்டேன்.

நடுங்கினேன்.

* * *

மதிய உணவின் போது தொடங்கிய என் திருமண கொண்டாட்டம் விரைவில் முடிந்தது. வெள்ளை உடை இல்லை. என் கையில் மருதாணி இல்லை. மகிழ்ச்சியான நாட்களின் இனிமையைத் தன்னுள்ளே வைத்துள்ள, எனக்கு மிக மிக பிடித்த தேங்காய் மிட்டாய் இல்லை. இது விரைவாக முடிந்தது. ஆனால் எனக்கு இது முடிவில்லாதது எனத் தெரிந்தது.

மற்ற பெண்களுடன் சேர்ந்து நடனம் ஆட நான் மறுத்தேன். ஏனென்றால், என் வாழ்க்கை மொத்தமாக தலைகீழாகப் போய்க்கொண்டிருக்கிறது என எனக்கு மெல்லப் புரிந்தது. வயதில் மிகச்சிறிய பெண்கள், எவ்வித முன் தயாரிப்பும் இன்றி

வயிறு தெரியும்படி நடனம் ஆடினார்கள். அதைப் பார்ப்பதற்கு ஒளிப்படம் பார்ப்பதுபோல் இருந்தது. பெரிய பெண்கள் கைகளைக் கோர்த்து பாரம்பரிய நாட்டுப்புற நடனம் ஆடினார்கள். இதை இப்போதும் கிராமத்தில் பார்க்கலாம். இசை தாலாட்டிய போது, என்னை வாழ்த்த வந்தார்கள். அவர்களை கடமைக்காக நானும் கட்டித் தழுவினேன். ஆனால், என்னால் சிரித்து நடிக்கக்கூட முடியவில்லை.

அசையவே முடியாமல் மைய அறையின் ஒரு மூலையில் அமர்ந்தேன். அழுது அழுது என் முகம் வீங்கிப் போயிருந்தது. என் குடும்பத்தைப் பிரிந்து செல்ல நான் விரும்பவில்லை; அதற்குத் தயாரானதாக உணரவில்லை. ஏற்கெனவே பள்ளிக்கூடத்தை, அதைவிட மலாக்கை, துயரத்துடன் பிரிந்துவிட்டேன். கொண்டாட்டத்தின்போது என் தங்கை ஹாய்ஃபாவின் சோகமான முகத்தைப் பார்த்த பிறகு, அவளையும் விட்டுப் போகப் போகிறேனே எனும் கடுமையான வேதனையை அனுபவித்தேன். இவளும் என்னைப்போலவே துயரப்பட வேண்டும் என விதிக்கப்பட்டிருந்தால் என்ன செய்வது? என்னும் அச்சம் திடீரென்று என்னைச் சூழ்ந்தது.

சூரியன் மறையத் தொடங்கியதும் எல்லா விருந்தினர்களும் கிளம்பிப் போனார்கள். முழுதும் ஆடை அணிந்தபடி நான் தூங்கி விழுந்தேன். என் அருகில் ஹாய்ஃபா இருந்தாள். அறைகளை ஒழுங்கு வைத்த பிறகு அம்மாவும் எங்களுடன் சேர்ந்து கொண்டார். என் அப்பா ஆண்களுக்கு மட்டுமேயான கூட்டத்தை முடித்துவிட்டு திரும்பி வந்ததும் விரைவாகவே நாங்கள் தூங்கச் சென்றோம். என் பெற்றோரின் குடும்பத்தில் கடைசி இரவு, எனக்கு எந்தக் கனவும் வரவில்லை; தடங்கல் இல்லாமல் தொடர்ந்து தூங்கியதாகவும் நினைவில்லை. 'நான் காலையில் எழுந்தால் கொடுங்கனவில் இருந்து விழித்ததுபோல இருக்கக் கூடாதா' என்று மட்டுமே நினைத்தேன்.

மறுநாள் காலை ஆறு மணிக்கு, அறையில் சூரிய ஒளி விழுந்ததும் அம்மா என்னை எழுப்பி கூடத்தின் குறுகலான பாதையில் தன்னைப் பின் தொடர்ந்து வரச் சொன்னார். ஒவ்வொரு நாள் காலையிலும் நாங்கள் செய்வதுபோல, குனிந்து கடவுளை வணங்கி காலைப் பொழுதின் முதல் தொழுகையைச் செய்தோம். பிறகு குவளையில் ஃபுல் பரிமாறினார். ஃபுல் என்பது பீன்ஸ், வெங்காயம், தக்காளி போட்டு சமைக்கப்படும் சாறு.

இதை நாங்கள் காலை உணவாகச் சாப்பிடுவோம். இதனுடன் பால் கலந்த தேநீர் கொடுத்தார்.

என்னுடைய சிறிய மூட்டை கதவுக்கு முன்னால் எனக்காகக் காத்திருந்தது. அதைப் பார்க்காததுபோல நடித்தேன். வீட்டிற்கு வெளியே வாகனத்தின் ஒலி கேட்ட பிறகுதான், முழுக்க முழுக்க நிச்சயமற்ற புதிய வாழ்க்கைக்கு விருப்பமே இல்லாமல் செல்லத் துணிந்தேன். என்னை இறுகக் கட்டி அணைத்த பிறகு, கறுப்பு அங்கி மற்றும் கழுத்துத் துண்டு அணிந்து என்னை மறைத்துக் கொள்ள அம்மா உதவி செய்தார்.

கடந்த சில ஆண்டுகளாக எப்போதெல்லாம் வெளியில் சென்றேனோ அப்போதெல்லாம் சாதாரண வண்ண முக்காடு தான் அணிந்திருந்தேன். பல வேளைகளில் அதை அணியவும் மறந்து விட்டேன். ஆனால், யாரும் பெரிய அளவில் அதற்கு முக்கியத்துவம் கொடுக்கவில்லை. இப்போது அம்மாவைப் பார்க்கிறேன். என் மூட்டைக்கு அருகில் சென்று, அவர் எனக்குக் கொடுத்த கறுப்பு நிகாப் ஒன்றை உள்ளிருந்து எடுக்கிறார். இப்போது போல, இதற்கு முன் ஒருமுறைகூட, மொத்தமாக என்னை மறைத்துக்கொள்ள யாரும் என்னை வற்புறுத்தியதில்லை.

"இந்நாள் முதல், எப்போதெல்லாம் வீதிக்குப் போகிறாயோ அப்போதெல்லாம் நீ உன்னையே மறைத்துக்கொள்ள வேண்டும். இப்போது நீ திருமணமான பெண். உன் கணவரைத் தவிர வேறு யாரும் உன் முகத்தைப் பார்க்கக் கூடாது. ஏனென்றால் இது அவரது ஷராஃப்... அதாவது நன் மதிப்பு ஆபத்தில் உள்ளது என்று பொருள். நீ அதை இழிவுபடுத்தக் கூடாது!"

துயரத்தோடு தலையை ஆட்டி அவருக்குப் பிரியாவிடை கூறினேன். என்னைக் கைவிட்டு விட்டதற்காக அம்மா மீது கோபமாக இருந்தேன். ஆனால், என் வலியைச் சொல்வதற்கான வார்த்தைகளை என்னால் கண்டுபிடிக்க முடியவில்லை.

* * *

எங்கள் வீட்டின் முன்னால் நின்ற கறுப்பு நிற மகிழுந்துக்குப் பின்னால் நின்றுகொண்டிருந்த குட்டையான ஒருவர் என்னை உற்றுப் பார்த்துக் கொண்டிருந்தார். என் அப்பாபோலவே நீளமான ஷன்னா அணிந்திருந்தார். மீசை வைத்திருந்தார். குட்டையாக ஓர் ஒழுங்கில்லாமல் அவரது முடி அலைந்துகொண்டிருந்தது.

அவரது கண் பழுப்பு நிறத்தில் இருந்தது. அவரின் முகம் சரியாக மழிக்கப்படாமல் இருந்தது. அவரது கை கறுப்பு களிம்பினால் கறையாக இருந்தது. பார்க்க நன்றாகவே இல்லை. அவர் பெயர் ஃபேய்ஷ் அலி தாமர்! என்னைக் கேட்டவர் இவர்தான். என் கை ஒப்படைக்கப்பட்டதும் இவரிடம்தான். எனக்கு அவர் அந்நியராகத் தெரிந்தார். கடந்த சில ஆண்டுகளாக கார்ட்ஜிக்கு நாங்கள் அவ்வப்போது சென்ற போது இவரைப் பார்த்திருக்கலாம். ஆனால், ஞாபகம் இல்லை.

வாகனத்தின் நடு இருக்கையில் என்னை அமரச் சொன்னார்கள். ஓட்டுநருக்குப் பின்னால் நான் இருக்க, இன்னும் நான்கு பெண்களும் என்னுடன் அமர்ந்தார்கள். அவர்களுள் ஒருவர் என் வருங்கால கணவரின் தம்பி மனைவி. அவர்கள் கஷ்டப்பட்டு சிரித்தார்கள். கலகலப்பாக பேசுகிறவர்கள்போலவும் தெரியவில்லை. அந்நியரான அந்த நபர் எல்லாருக்கும் கடைசியில், தன் சகோதரருக்கு அருகில் அமர்ந்தார். இந்த நீண்ட பயணத்தின் போது அவரின் முகத்தைப் பார்க்கத் தேவை இல்லை என்பதே எனக்குக் கொஞ்சம் நிம்மதியாக இருந்தது. ஆனாலும் அவர் என்னையே பார்த்துக் கொண்டிருக்கிறார் என்பதை என்னால் உணர முடிந்தது. அது நடுக்கத்தைக் கொடுத்தது. உண்மையில் யார் இவர்? எதற்கு என்னைத் திருமணம் முடிக்க விரும்பினார்? என்னிடம் இவர் என்ன எதிர்பார்க்கிறார்? திருமணம் – உண்மையில் திருமணம் என்றால் என்ன? இந்தக் கேள்விகளுக்கு என்னிடம் எந்தப் பதிலும் இல்லை.

வாகனம் உயிருக்காக உறுமிய போது, ஓட்டுநர் வண்டியை நகர்த்திய போது, என் இதயம் படுவேகமாகத் துடித்தது. என்னால் ஒன்றும் செய்ய இயலவில்லை. அமைதியாக அழத் தொடங்கினேன். என் கன்னத்தை கண்ணாடியுடன் பசைபோல ஒட்டி, அம்மாவைப் பார்த்தேன். அவர் சிறியதாகி, சிறியதாகி, மிகச் சிறிய புள்ளியாகி மறையும் வரை பார்த்தேன்.

* * *

பயணம் முழுவதும் நான் ஒரு வார்த்தை கூட பேசவில்லை. என் சிந்தனையில் தொலைந்து, ஒன்றே ஒன்று விரும்பினேன்: தப்பித்து வீட்டுக்குத் திரும்பிச் செல்லும் வழி.

சனா நகரை விட்டு வெகு தூரம் வடக்கு நோக்கி வாகனம் பயணித்தது. எனினும், எனக்கு அதிகம் புரிந்ததெல்லாம் எப்படியோ நான் இந்த வலையில் சிக்கிக்கொண்டேன் என்பது தான். மூச்சுத் திணறச் செய்யும் இந்தக் கறுப்பு நிகாப்பை கிழித்து எறிய எத்தனை முறை நான் நினைத்திருப்பேன்?

நான் சிறியவளாக உணர்ந்தேன். நீளமான நிகாப் உடை, என் பெற்றோரை விட்டு வெகுதூரத்திற்கு பயணம், அருவருப்பான, எனக்கு யாரென்றே தெரியாத இந்த மனிதருடனான புதிய வாழ்க்கை எல்லாவற்றின் முன்பாக நான் மிகவும் சிறியவளாக உணர்ந்தேன். திடீரென்று வாகனம் நின்றது.

"பின்னாடி உள்ள கதவைத் திறங்கள்!"

காவலரின் குரல் என்னைத் திடுக்கிட வைத்தது. அதிகமாக அழுததில் களைப்பாகி கடைசியில் தூங்கிவிட்டேன். பிறகு, வடக்கே உள்ள சாலை முழுவதும் நிறைய சோதனைச் சாவடிகள் இருக்கிற ஞாபகம் வந்தது. வடக்கே கௌதி கிளர்ச்சியாளர்களுக்கும் இராணுவத்திற்கும் சண்டை நடப்பதே இதற்குக் காரணம் என மக்கள் சொல்வதுண்டு. கௌதிகள் அனைவரும் ஷியா பிரிவைச் சேர்ந்தவர்கள், ஆனால் பெரும்பாலான ஏமன் மக்கள் சன்னி பிரிவைச் சேர்ந்தவர்கள். ஏதாவது வேறுபாடுகள் இருக்கின்றனவா? எனக்கு எதுவும் தெரியாது. எனக்குத் தெரிந்ததெல்லாம், நான் ஒரு முஸ்லீம், நான் தினமும் ஐந்து முறை தொழுகிறேன்.

வாகனத்தினுள் ஒரு பார்வை பார்த்துவிட்டு, எங்கள் வழியில் செல்ல காவலர்கள் அனுமதித்தார்கள். உதவி கேட்பதற்கும் என்னைக் காப்பாற்றச் சொல்வதற்கும் அந்த வாய்ப்பை மட்டும் நான் பயன்படுத்தியிருந்தால்..! பச்சைச் சீருடையுடன், தோளில் துப்பாக்கியுடன் நிற்கும் அவருக்கு, ஒழுங்கை உறுதிப்படுத்துவதும், பொதுமக்களைப் பாதுகாப்பதும் கடமை இல்லையா? அப்படியென்றால், சனாவை விட்டுச் செல்ல எனக்கு உடன்பாடு இல்லை என்றும், அந்தக் கிராமத்தில் தனியாக இருப்பது சலிப்பாக இருக்கும், அங்கே இருக்கும் யாரையும் எனக்குத் தெரியாது, பயமாக உள்ளது எனவும் நான் அவரிடம் சொல்லியிருக்கலாம்.

நாட்கள் ஆக ஆக எனக்கு சனா நகரம் பழகிப்போனது. தலைநகரில் கட்டப்பட்டுக்கொண்டிருக்கும் அனைத்துக் கட்டடங்கள், அகலமான சாலைகள், விளம்பரத் தட்டிகளில் இருந்த அலைபேசி விளம்பரங்கள், என் வாயின் மேற்புறத்தைக்

தமிழில்: சூ.ம.ஜெயசீலன் | 65

கூசச் செய்யும் ஆரஞ்சு சோடாக்கள் அனைத்தையும் நான் நேசித்தேன். வாகன நெருக்கடியும், சுற்றுப்புறச் சீர்கேடும் என் வாழ்வின் ஓர் அங்கமானது.

ஆனால், பழைய நகரமான பாப் அல்ஏமனை, அதாவது ஏமன் நுழைவாயிலை விட்டுப் பிரிந்து வருவதை நினைத்து நான் மிகவும் வருந்துகிறேன். பாப் அல்ஏமன் என்பது உண்மையிலேயே நகருக்குள் ஒரு நகரம் போன்றது. மாயாஜால இடம். எதையோ கண்டுபிடிக்க வந்த கண்டுபிடிப்பாளர் மாதிரி, மோனா அல்லது ஜமிலாவின் கையைப் பிடித்துக்கொண்டு அங்கே ஊர் சுற்றுவது எனக்கு மிகவும் பிடிக்கும். செங்கல் கற்களால் ஆன வீடுகள், மிகவும் மென்மையான ட்ரேசரி கலை முறையில் அழகான வெள்ளை எல்லைக் கோடுகளால் ஆன சன்னல்கள் என முற்றிலும் புதிய உலகம் அது. ட்ரேசரி என்பது, கிளைக் கோடுகளுடன் கூடிய கட்டடக் கலை அலங்கார வேலை. குறிப்பாக, கோதிக் கலை வடிவம் உடைய சன்னலில் கண்ணாடிகளைத் தாங்கிப் பிடிக்கும் கல் வேலைப்பாடுகள் இத்தகையதே.

வெகு காலத்திற்கு முன்பாக, இந்திய கட்டிடக் கலை நிபுணர்கள் இங்கு வந்து சென்றிருக்க வேண்டும். பாப் அல்ஏமன் நகரம் மிக நேர்த்தியாக நாகரிக வளர்ச்சியடைந்த நகரமாகும். எனவே, பழங்காலத்தைய அரசன், அரசி பற்றி நான் புதிய கதை ஒன்றை உருவாக்கினேன். அவர்கள் இந்நகரில் மகிழ்ச்சியாக வாழ்ந்திருக்க வேண்டும். ஒருவேளை, இந்தப் பழைய நகர் முழுவதுமே அவர்களுடையதாக இருந்திருக்குமோ?

எவரொருவர் பாப் அல்ஏமன் நகருக்குள் நுழைகிறாரோ அவரைப் பல வகையான சத்தங்கள் உடனடியாகச் சூழ்ந்து கொள்ளும். இரைச்சலாக இருக்கும் பழைய ஒலிப்பேழையுடன் கலந்து வரும் வியாபாரிகளின் கூக்குரல், வெறுங்காலுடன் அலையும் பிச்சைக்காரர்களின் புலம்பல் உங்கள் காதில் விழும். அதேவேளையில், சாலைகளின் சந்திப்பில், உங்கள் காலணிகளைச் சுத்தம் செய்து வண்ண மெருகிட தொழிலாளி உங்கள் காலைப் பற்றி இழுப்பார். இந்த இசைக் கச்சேரியின் சத்தத்திற்கு மேலாக தொழுகைக்கு அழைக்கும் குரல் ஒலிக்கும்.

சாலையோரக் கடைகளில் இருந்து மணம் வீசும், சீரகம், இலவங்கப் பட்டை, கிராம்பு, கொட்டைகள், திராட்சை இவைகளின் வாசத்தை எப்போதும் வேகமாக உள் இழுக்க முயற்சித்து நான்

மகிழ்வேன். கடைகளில் என்னைவிட உயரமான இடத்தில், வைக்கப்பட்டுள்ள பொருட்களைப் பார்த்து ரசிப்பதற்காக சில நேரங்களில் கால் விரல் நுனியில் நின்றிருக்கிறேன். கண்ணுக்கு எட்டும் தூரத்தில் வெள்ளி குத்துவாள், சித்திர வேலைப்பாடு மிக்க சால்வை, தரை விரிப்பு, இனிப்பு மிக்க டோனட், மருதாணி, என் வயதுடைய சிறுமிகளுக்கான ஆடைகள் எல்லாம் இருக்கும்.

சிலசமயங்களில், பாப் அல்ஏமன் நகரில் வண்ணமயமான, அழகான கலை நுட்பம் மிகுந்த சிராரஸை (திரைச் சீலை) தங்கள் ஆடைகளின் மேல் பெண்கள் போர்த்தியிருப்பார்கள். “பழைய நகரின் பெண்மணிகளே!” என அவர்களை வழக்கமாக அழைப்பேன். ஏனென்றால், வீதிகளில் மற்றவர்கள் கறுப்பு நிற முக்காடு அணிந்திருக்கும்போது, இவர்கள் அடர் வண்ணத்தில் பளிச்சென அணிந்திருக்கும் ஆடைகள் முற்றிலும் வித்தியாசமாக, வேறொரு காலத்தைச் சேர்ந்தவர்கள்போல் தெரியும்.

ஒரு மதியநேரம், பொருட்கள் வாங்கச் சென்ற என் அத்தையுடன் நானும் சேர்ந்து சென்றேன். மிகவும் அற்புதமான செயற்கை உலகத்தில் என்னை நான் மறந்தேன். அப்படியே நடந்து மக்கள் திரளுக்குள் சென்றுவிட்டேன். அத்தையுடன் சேர்ந்து கொள்வதற்காக திரும்பி பாதையைத் தேடியபோதுதான் கவனித்தேன் எல்லா பாதைகளும் ஒரே மாதிரியே இருந்தன. அடுத்து நான் வலது புறம் போக வேண்டுமா? அல்லது இடது புறம் போக வேண்டுமா? குழம்பிப் போனேன். கண்ணீரில் மூழ்கினேன். உண்மையிலேயே தொலைந்து போனேன். ஏறக்குறைய இரண்டு மணி நேரத்திற்குப் பிறகுதான், என் அத்தையை அறிந்திருந்த சாலையோர வியாபாரி ஒருவர் என்னைக் கண்டு காப்பாற்றினார்.

“நுஜூத், வேடிக்கை பார்க்கிறதை எப்போதுதான் நிறுத்தப் போகிறாய்?” – என் கையை இறுகப் பிடித்துக்கொண்டு அத்தை என்னைத் திட்டினார்.

தற்போது இங்கே, என் திருமணத்திற்குப் பிறகான இந்தத் துயரமான நாளில், விரும்பத் தகாத வாகனத்தில் அமர்ந்துகொண்டு, மீண்டும் நான் தொலைந்து போனேன். இப்போது மட்டும்தான் என்னைச் சுற்றி இருப்பவர்கள் கடுகடுப்பாகவும், நட்பில்லாமலும் இருக்கிறார்கள். மசாலா நறுமணங்களின் மாயாஜாலம், இன்னும் சூடாக இருக்கும் டோனட்டை சிறுவர்களுக்கு சுவைக்கக் கொடுக்கும் வியாபாரிகளின் கனிவான பார்வை எல்லாம்

போய்விட்டன. என் வாழ்க்கை பெரியவர்களின் உலகில் புதிய திசையில் பயணிக்கத் தொடங்கியுள்ளது. அங்கே கனவுகளுக்கு ஒருபோதும் இடமில்லை, முகங்கள் முகமூடிகளாகிவிட்டன, என்னைப் பற்றி யாரும் கவலைப்படுவதாகவும் தெரியவில்லை.

* * *

தலைநகரை விட்டு வெகுதூரம் வந்த பிறகு, பள்ளத்தாக்குகளுக்கும் மலைகளுக்கும் நடுவில் கறுப்பு நாடா போலவும், பாம்பு போலவும் நெடுஞ்சாலை இருந்தது. ஒவ்வொரு திருப்பத்திலும் என் இருக்கையின் கைப்பிடியை இறுக்கிப் பிடித்துக் கொண்டேன். வயிறு மேலும் கீழும் போய் வந்தது. வாந்தி எடுக்காமல் இருப்பதற்காக பல முறை என்னையே கிள்ளினேன். வாகனத்தை சாலையோரத்தில் நிறுத்துங்கள் கொஞ்சம் சுத்தமான காற்றைச் சுவாசித்துக் கொள்கிறேன் என அவரிடம் கேட்பதைவிட இறப்பதே மேலானது என நினைத்தேன். நோய்வாய்ப்பட்டு விடாமல் இருப்பதற்காக தொடர்ந்து, முடிந்தவரை சத்தமில்லாமல் மெல்ல என் எச்சிலை முழுங்கிக்கொண்டே இருந்தேன்.

என் உடன் இருப்பவர்களை மறப்பதற்காக இயற்கையின் சின்னச் சின்ன விசயங்களையும் கவனிப்பது என முடிவெடுத்தேன். கடலை நோக்கி நீண்டு கிடக்கும் உயரமான பாறைகளில் பழைய கோட்டைகளின் இடிபாடுகள்; பாப் அல்ஏமன் நகரை எனக்கு நினைவுபடுத்தும் வெள்ளை நிறம் கலந்த சிறிய பழுப்பு நிற வீடுகள்; சாலை ஓரத்தில் இருந்த கற்றாழை; வறண்ட மலைகளுக்கு அடுத்து விவசாய நிலங்கள்; புல் மேயும் ஆடுகள், மாடுகள் எல்லாவற்றையும் பார்த்தேன். அங்கே பெண்களும் இருந்தார்கள். கழுத்துத் துண்டை வாய் வரை இழுத்துவிட்டு ஓரளவு முகத்தை மறைத்திருந்தார்கள்.

இரண்டு பூனைகள் மீது வாகனம் ஏறியதாக நினைக்கிறேன். ஆனால், அந்தக் காட்சியை நினைவில் சேகரிக்கக் கூடாது என்பதற்காக என் கண்களை மூடிக்கொண்டேன். எப்போது என் கண்களைத் திறந்தேனோ அப்போது பெருங்கடல் போல காட் புகையிலை விளைந்திருக்கும் இடத்தில் வாகனம் சென்றுகொண்டிருந்தது. வலதுபுறமும், இடதுபுறமும் கண் பார்க்கும் தூரம் வரை என்னால் பார்க்க முடிந்தது. பிரமாண்டமாக, பசுமையாக, சாந்தமாக இருந்தது.

“காட், எங்கள் தேசிய துயரம்!” – ஓட்டுநர் சத்தமாகக் குறிப்பிட்டார்; “இது அதிகமான தண்ணீரை உறிஞ்சுவதால் நாங்கள் அனைவரும் தாகத்தால் மடிகிறோம்!” எனத் தொடர்ந்தார்.

வாழ்க்கை மிகவும் விசித்திரமானது என நினைத்தேன். மோசமான மனிதர்கள் மட்டும் துயரத்தைப் பரப்புவதில்லை, பார்ப்பதற்கு இனிமையான பொருட்கள்கூட காயப்படுத்தலாம். புரிந்துகொள்வதற்குச் சிரமமாக இருந்தது!

இன்னும் சிறிது தூரம் சென்ற பிறகு, வலதுபுறம், மலை மேல் ஒரு பாறையில் இருந்த சிறு கிராமத்தை காக்கபேன் என அடையாளம் கண்டுகொண்டேன். சிறு வயதில், ரம்ஜான் பண்டிகை கொண்டாட என் கிராமத்தில் இருந்து மற்றொரு கிராமத்திற்கு பெற்றோருடன் சென்றது நினைவுக்கு வந்தது. அங்கே, மக்கள் இப்படிப் பேசிக்கொள்வார்கள்; “காக்கபேன் கிராமத்தில் உள்ள பெண்கள் ஒல்லியாக அழகாக இருப்பார்கள். ஏனென்றால் தினமும் காலையில் ஒரு மணி நேரம் நடந்து வயலில் வேலை செய்யச் செல்வார்கள். மாலையில் மீண்டும் ஒரு மணி நேரம் நடந்து வீட்டிற்குத் திரும்புவார்கள். உண்மையான உடற்பயிற்சி அது!” என்னே தைரியம்! கீழே இறங்க ஒரு மணி நேரம்.... மேலே ஏற ஒரு மணி நேரம்... மீண்டும் கீழே இறங்க ஒரு மணி நேரம்...

* * *

உறுமிய என்ஜின் சத்தம்தான் என்னை எழுப்பியது. எவ்வளவு நேரம் தூங்கினேன்? எத்தனை கிலோ மீட்டர் தூரம் பயணம் செய்திருக்கிறோம்? எனக்கு ஒன்றும் தெரியவில்லை.

ஒன்று, இரண்டு, மூன்று!

வாகனத்திற்குப் பின்னால் ஏறக்குறைய ஆறு ஆண்கள் சேர்ந்து, தங்கள் முழு சக்தியையும் கொடுத்து மண்குழியில் புதைந்த வாகனத்தை மீட்கத் தள்ளிக்கொண்டிருந்தார்கள். மேகம்போல பறந்த தூசிக்கு நடுவில் எந்த ஊரில் நாம் இருக்கிறோம் என அறிந்துகொள்ள, காய்ந்து கிடக்கும் கிராமத்தின் பெயரை, பெயர் பலகையில் வாசித்தேன். ஊரின் பெயர் ‘அர்ஜோம்’.

நெடுஞ்சாலையைக் கடந்து, பள்ளங்களும் பாறைகளும் நிறைந்த, வாகனங்கள் சென்ற தடத்தின் மேலேயே பயணிக்க வேண்டிய பகுதிக்கு வந்திருக்கிறோம் என்பதும், பெரிய பள்ளத்தில் சக்கரம் சிக்கிக்கொண்டது என்பதும் புரிந்தது. வாகனம் அப்படியே அசையாமல் நின்றது.

"வண்டியை கவிழ்த்துத்தான் எடுக்க முடியும்" கிராமத்தைச் சேர்ந்த ஒருவர் பரிந்துரைத்தார். அவர், சிவப்பு மற்றும் வெள்ளை தலைப்பாகையை முகத்தைச் சுற்றி அணிந்திருந்தார். "இதற்கு மேல் உங்களால் போக முடியாது; வாகனம் இன்னும் மோசமாகிக் கொண்டே இருக்கிறது".

"ஆனால், நாங்கள் கார்ட்ஜி போக வேண்டுமே!" என்று ஓட்டுநர் வலியுறுத்திக் கூறினார்.

"என்னது... உங்கள் வாகனத்திலா? நகைச்சுவை சொல்கிறீர்களா?"

"அப்படி என்றால் வேறு என்ன வழி?"

"கழுதையில் போவதுதான் சிறந்த வழி."

"கழுதையில் பயணமா? ஆனால், எங்களுடன் பெண்கள் இருக்கிறார்களே. சிரமமாக இருக்கும்!"

"கவனியுங்கள். எங்கள் ஆட்களிடம் இருக்கும் ஒரு வாகனத்தை ஏன் நீங்கள் வாடகைக்கு எடுக்கக் கூடாது? அவர் வழக்கமாக பயணிகளை கூட்டிக்கொண்டு போய், கூட்டிக்கொண்டு வருகிறார். சாலைகள் மிகவும் மோசமாக இருப்பதால் இரண்டு மாதத்திற்கு ஒருமுறை சக்கரத்தை மாற்றுகிறார். இப்போதும் சக்கரங்கள் நல்ல நிலையில்தான் இருக்கின்றன."

நாங்கள் வாகனம் மாறினோம். பெரியவர்கள் எங்கள் வாகனத்தில் இருந்து மூட்டைகளை மாற்றி வைத்துக்கொண்டிருந்த அந்த சிறிய இடைவெளியில் என் கால்களை நீட்டினேன். முடிந்தவரை சுத்தமான மலைக் காற்றை ஆழமாக உள்ளிழுத்தேன். என் கறுப்பு முக்காடுக்கு உள்ளே பழுப்பு நிற ஆடை சதையுடன் ஒட்டிக் கொண்டு வியர்த்துக் கொட்டியது. ஆடையின் மடிப்பு பள்ளத்தின் ஓரத்தில் பட்டுவிடாதபடி கவனமாக உயர்த்திப் பிடித்தேன். கீழே வலது புறம், வெகுதூரத்தில், என் கிராமத்தின் பள்ளத்தாக்கான வாடிலா'ஆ இருப்பதை அடையாளம் கண்டேன். அது இன்னும் மாறவில்லை. வாடிலா'ஆவை விட்டுச் சென்றபோது நான் மிகவும் சிறுமியாக இருந்தேன்.

என் குழந்தைப் பருவ நினைவுகள் மீண்டும் வருவதும், இன்னும் உயிர்ப்புடன் அவை இருப்பதும், அண்மையில் சில முறை என் பெற்றோருடன் இங்கு வந்து சென்றதனாலா? அல்லது கண்ணில் கண்ணீருடன் அப்பா அவ்வப்போது பார்க்கும் பழைய ஆல்பத்தில்

உள்ள மங்கிப்போன நிழற்படத்திலிருந்து நான் மீண்டும் நினைத்துப் பார்க்கிறேனா?

என் தாத்தாவை மீண்டும் என் மனக் கண்ணில் பார்த்தேன். அவர் பெயர் ஜாட். என்னுடைய ஜாட். அவரை அதிகம் நேசித்தேன். அவர் இறந்து, ஓராண்டு முழுவதும் அழுதுகொண்டே இருந்தேன். அவர் எப்போதும் வெள்ளைத் தலைப்பாகை அணிந்திருப்பார். அவரின் தாடி மெல்லியதாக, நரைத்தும் இருக்கும். ஆனாலும், அவரின் புருவம் புதர் போலவும் அடர் பழுப்பு நிறத்திலும் இருக்கும். சிலநேரங்களில் அவரின் முழங்கால் மீது என்னை அமர வைத்து, விளையாட்டாக பின்னால் அப்படியே சாய்வார், கடைசி விநாடியில் என்னைத் தாங்கிப் பிடிப்பார். என்னைச் சுற்றி உள்ள இந்த உலகமே அழிந்தாலும் என்னுடைய ஜாட் என்னைக் காப்பாற்ற எப்போதும் என்னுடன் இருப்பார் என்கின்ற எண்ணத்துடனேயே வளர்ந்தேன். வெகு விரைவிலேயே அவர் இறந்துவிட்டார்!

* * *

"**நுஜூத்..!** நுஜூத்..!"

இத்தகைய, அறிமுகம் இல்லாத மற்றும் என் காதுக்கு விசித்திரமான குரலுடன் யார் நம்மை அழைக்கக்கூடும் என்னும் வியப்புடன் திரும்பினேன். நான் கண்களை மூடியிருந்தாலும் எப்போதும் அடையாளம் கண்டுகொள்ள முடிந்த, தாத்தா ஜாட்னுடைய குரல்போல் இல்லை. நிமிர்ந்து பார்த்தேன். அது அவருடைய குரல் எனக் கண்டேன். நான் அறியாத என் கணவருடைய குரல்! சனாவை விட்டுக் கிளம்பிய பிறகு முதல் முறையாகப் பேசினார். என்னைச் சரியாகக்கூட பார்க்காமல், மீண்டும் கிளம்புவதற்கு நேரம் ஆகிவிட்டது என்று சொன்னார். தலையை ஆட்டிவிட்டு எங்களது புதிய 'சரக்கு வாகனத்தை' நோக்கிச் சென்றேன்: துருப்பிடித்த சிவப்பு மற்றும் வெள்ளை நிற டொயோட்டோ வாகனம் அது. முன் வரிசையில், புதிய ஓட்டுநரின் வலதுபுறம் அமர்ந்த, முகம் மறைத்திருந்த மச்சினிச்சியின் அருகில் அமர்ந்தேன். வாகனத்தின் பின்புறம் மூடப்படாத வண்டியில் மற்ற பயணிகளுடன், ஆண்கள் அமர்ந்துகொண்டார்கள்.

"இறுகப் பிடித்துக்கொள்ளுங்கள், போகும்போது முன்னும் பின்னும் அடிக்கும்!" – ஓட்டுநர் எச்சரிக்கை செய்தார். வண்டி

தமிழில்: சூ.ம.ஜெயசீலன் | 71

புறப்படுவதற்கு முன்பாக, ஒலி நாடாவை இயக்கி உச்சபட்ச சத்தத்தில் வைத்தார். வாகனத்தைப் போலவே ஒலி பெருக்கியில் இருந்து நாட்டுப்புறப் பாடல் சடசட என்ற ஓசையுடன் தொடங்கியது.

அரபு நாடுகளில் இசைக்கப்படும் உத் எனப்படும் ஒரு வகையான வீணை இசையின் அதிர்வு, அதனுடன் மிகவும் அறிமுகமான உள்ளூர் பாடகர் ஹூசைன் மஹப் பாடினார். சாலையில் கிடக்கும் பெரிய கற்களுடன் சண்டை போட்டு குலுங்கிக் குலுங்கிச் செல்லும் வண்டியும் விரைவில் சேர்ந்து பாடியது.

நாங்கள் முன்னும் பின்னும் ஆடவில்லை! இருந்தாலும்; நாங்கள் எல்லா திசையிலும் பறந்து கொண்டிருந்தோம்! பல நேரம் கற்கள் சன்னல் கண்ணாடியைத் தாக்கின. செல்ல வேண்டிய இடத்திற்குச் சிதைவில்லாமல் ஒரே உடலாகச் சென்று சேர நான் உயிரைக் கையில் பிடித்துக்கொண்டு மன்றாடினேன்.

“இசையைக் கேட்டுக்கிட்டே வாங்க, உங்கள் பயத்தை அது மறக்கச் செய்யும்!” என்று ஓட்டுநர் கத்தினார்.

என்ன வகையான மற்ற பயங்கள் என்னை வேதனைப் படுத்துகின்றன என்பதை மட்டும் அவர் அறிந்திருந்தால்...

ஒவ்வொரு மணி நேரமும் ஹூசைன் மஹெப்பின் புலம்பல் சத்தத்துடன் நாங்கள் பயணித்தோம். எத்தனை முறை ஓட்டுநர் இந்த ஒலி நாடாவைத் திருப்பித் திருப்பிப் போட்டார் என நான் கணக்கிட்டிருக்க வேண்டும். அந்த இசையினால் வேறு எதுவும் தோன்றாது மயக்க நிலைக்கு ஆளானவர்போல் ஓட்டுநர் இருந்தார். நிச்சயமாக முன்னேறிச் செல்ல அதுதான் அவருக்கு அசட்டுத் தைரியத்தைக் கொடுத்திருக்க வேண்டும். சவாரி செய்கிறவர் தன் குதிரையின் மீது தொங்கிக்கொண்டிருப்பதுபோல, ஸ்டியரிங் வளையத்தின் மீது தொங்கினார். வளைந்து வளைந்து செல்லும் பள்ளங்கள் நிறைந்த சாலையில், அனைத்துப் பள்ளங்களையும், மிகச் சிறிய திருப்பங்களையும்கூட மனப்பாடமாக அறிந்திருந்தது போல, கவனமாகக் கையாண்டார்.

“கடவுள் இயற்கையை உறுதியானதாகப் படைத்தார், அதிர்ஷ்டவசமாக, மனிதனை இன்னும் உறுதியானவராகப் படைத்தார்!” என்றார் ஓட்டுநர்.

உண்மைதான், இந்த ஓட்டுநர் சொல்வது உண்மையென்றால், கடவுள் என்னை மட்டும் சேர்த்துக்கொள்ள மறந்துவிட்டார் என நினைத்தேன்.

பள்ளத்தாக்கின் ஆழத்தில் செல்லச் செல்ல நான் மோசமாக உணர்ந்தேன். சோர்ந்து போனேன். என் வயிறு வலித்தது. பசியுற்றேன். தாகமுற்றேன். அனைத்திற்கும் மேலாக, பயந்தேன். வாடிலா'ஆக்கு நெருக்கமாகச் செல்லச் செல்ல, நிச்சயமற்ற என் வாழ்வின் விதி பெரிதாகத் தெரிந்தது. தப்பிப்பதற்கான என் நம்பிக்கை... உடைந்தது.

* * *

கார்ட்ஜி மாறவே இல்லை; இப்போதும் பூமியின் கடை எல்லை போலத்தான் இருந்தது. நாங்கள் வந்து சேர்ந்ததும், குதித்துக் குதித்து வந்ததன் வலியுடன், கற்களால் ஆன ஐந்து வீடுகள், கிராமத்தின் ஊடாக ஓடும் அளவான ஆறு, ஒரு பூவிலிருந்து மற்றொரு பூவிற்கு ரீங்கரித்துப் பறக்கும் தேனீ, முடிவில்லாத மரங்கள், தங்கள் ஜெர்ரி கேன்களில் தண்ணீர் எடுக்கச் செல்லும் கிராமத்துச் சிறுவர்கள் அனைவரையும் கண்டேன்.

ஒரு வீட்டு வாசலில் ஒரு பெண் எங்களுக்காகக் காத்துக் கொண்டிருந்தார். அவருக்கு என்னைப் பிடிக்கவில்லை என்பதை உடனேயே உணர்ந்தேன். அவர் என்னைக் கட்டித் தழுவவில்லை; சிறிய முத்தம்கூட இல்லை; மென்மையாகத் தட்டக்கூட இல்லை. அவருடைய அம்மா. என் மாமியார். வயதானவராக, பல்லி போன்ற சுருக்கம் உடைய தோலுடன் அருவருப்பான தோற்றம் உடையவராக இருந்தார். அவருக்கு முன் பற்கள் இரண்டு இல்லை. மற்ற பற்களும் ஓட்டைவிழுந்து பூச்சிப்பற்களாகவும், புகையிலையால் கறுத்துப்போயும் இருந்தன. கறுப்பு மற்றும் சாம்பல் நிறத்திலான கழுத்துத்துண்டு அணிந்திருந்தார். உள்ளே நுழையுமாறு எனக்கு அவர் சைகை செய்தார்.

வீட்டை அழகாய் காட்டுவது போன்ற வேலைப்பாடு எதுவும் வீட்டுக்குள் இல்லை. நான்கு படுக்கை அறைகள், ஒரு மைய அறை, மிகச் சிறிய சமையல்கூடம் இருந்தன. படிக்கட்டுக்குக் கீழே கழிப்பறை இருந்தது.

சனாவைவிட்டுப் புறப்பட்டதில் இருந்து நான் எதுவும் சாப்பிடவில்லை. களைத்துப் போய், அவரின் சகோதரி பரிமாறிய

சோறு மற்றும் கறியை கொஞ்சம் சாப்பிட்டேன். வந்திருந்த விருந்தினர்கள் சாப்பிட்ட பிறகு, பெரியவர்கள் காட் புகையிலை மெல்லுவதற்காகக் குழுமினார்கள். மீண்டும், மூலையில் ஒடுங்கிப் போய் அவர்களை அமைதியாகப் பார்த்தேன். எனக்கு மலைப்பு என்னவென்றால், அவர்களில் ஒருவருக்குக்கூட நான் வயதில் மிகவும் சிறியவள் என்பது குறித்த வியப்பே இல்லை. பிறகுதான் தெரிந்துகொண்டேன், சிறு குழந்தைகளைத் திருமணம் செய்வது என்பது கிராமப்புறங்களில் வழக்கத்திற்கு மாறானது அல்ல என்று. இவர்களுக்கு நானொன்றும் விதிவிலக்கல்ல. 'மகிழ்ச்சியான திருமண வாழ்க்கையை உறுதி செய்ய, ஒன்பது வயது பெண் குழந்தையைத் திருமணம் செய்' என பழங்குடி இன பழமொழிகூட இருக்கிறது.

பெரியவர்கள் நிறைய பேசிக்கொண்டிருந்தார்கள்.

"சனாவில் வாழ்க்கை என்பது, அதிக செலவு பிடித்ததாக மாறி விட்டது" என்று என் மச்சினிச்சி புகார் சொன்னார்.

"நாளையிலிருந்து, நம் எல்லாரையும்போல எப்படி வேலை செய்வது என குழந்தைக்குக் கற்றுக்கொடுக்கப்போகிறேன். வரும்போது கொஞ்சம் பணம் கொண்டு வந்திருப்பாள் என நினைக்கிறேன்..." என்று என் பெயரைச் சொல்லாமல் என் மாமியார் குறிப்பிட்டார்.

"சிறுமிகளுக்கான கற்பனைக்கெல்லாம் இனி நேரம் இல்லை. ஒரு பெண்ணாக, உண்மையான பெண்ணாக, எப்படி இருக்க வேண்டும் என அவளுக்கு நாம் காட்ட வேண்டும்".

சூரியன் மறைந்து, விருந்தினர்கள் சென்ற பிறகு, என் அறைக்குச் செல்ல அவர்கள் என்னை அனுமதித்தபோது நான் எப்படி நிம்மதியாக உணர்ந்தேன் என்பதை இப்போதும் நினைத்துப் பார்க்கிறேன். ஒரு நாளுக்கு முன்பிருந்து நான் அணிந்திருந்த பழுப்பு நிற ஆடை உண்மையிலேயே நாற்றம் அடிக்கத் தொடங்கியது. கடைசியில் இப்போதுதான் அதைக் கழற்ற முடிந்தது.

கதவைச் சாத்தியதும், இழுத்து பெருமூச்சு விட்டு, உடனடியாக சனாவில் இருந்து கொண்டு வந்திருந்த சிறிய சிவப்புச் சட்டைக்கு மாறினேன். பிசின் வாசனையுடன், ஈரப்பத வாசனை கலந்ததுபோல பழக்கமான மற்றும் ஆறுதலான வாசனை அடித்ததில் வீட்டின் வாசத்தை உணர்ந்தேன்.

நெய்யப்பட்ட நீளமான பாய் தரையில் விரிக்கப்பட்டிருந்தது: என் படுக்கை அதுதான். அதன் அருகில் பழைய எண்ணெய் விளக்கு தன் ஒளியின் நிழலை சுவரில் படரவைத்தது. தூங்குவதற்காக விளக்கை அணைக்கவேண்டிய தேவையே இல்லை. நன்றாகத் தூங்கிவிட்டேன்.

* * *

கதவு திறக்கும் சத்தம் கேட்டது; திடுக்குற்று விழித்தேன்! வழக்கத்திற்கு மாறாக காற்று பலமாக அடித்திருக்கும் என நினைத்தேன். ஈரமான, முடிகள் நிறைந்த ஓர் உடல் என்மேல் விழுந்து அமுக்கியபோது சிரமப்பட்டு கண்களைத் திறந்தேன். யாரோ விளக்கை அணைத்துவிட்டு அறையை முற்றிலும் இருட்டாக்கி இருந்தனர். நடுங்கினேன். அது கணவர்தான்! அதிகப்படியான சிகரெட் மற்றும் காட் புகையிலை வாசத்தால் அவர்தான் என்பதை உடனடியாகக் கண்டுகொண்டேன். விலங்கு போல நாற்றம் அடித்தார். ஒரு வார்த்தைகூட இல்லாமல், என் மேல் விழுந்து தடவத் தொடங்கினார்.

“தயவுசெய்து, கெஞ்சிக் கேட்கிறேன். என்னைத் தனியாக விட்டு விடுங்கள்!” – எனக்கு மூச்சுத் திணறியது. நான் குலுங்கினேன்.

“நீ என் மனைவி! இப்போதிருந்து அனைத்தையும் நான்தான் முடிவு செய்வேன். நாம் கண்டிப்பாக ஒரே கட்டிலில் படுக்க வேண்டும்!”

நான் விசும்பி எழுந்து, ஓடுவதற்குப் பாய்ந்தேன். எங்கே? அப்படி என்றால் என்ன அர்த்தம்? இந்த கண்ணியில் இருந்து தப்பிக்க வேண்டும். பிறகு அவரும் எழுந்தார். கதவு முழுவதுமாக அடைக்கப்படவில்லை. நிலவில் இருந்தும் நட்சத்திரங்களில் இருந்தும் மங்கிய ஒளி ஊடுருவிப் பார்த்தது. உடனே முற்றத்தை நோக்கி ஓடினேன்.

அவர் எனக்குப் பின்னே ஓடி வந்தார்.

“உதவி..! உதவி..!” என்று தேம்பியவாறே கத்தினேன்.

என் குரல் இரவில் ஒலித்தது, ஆனால், பயனில்லாத இடத்தில் கத்துவதுபோல இருந்தது. எங்கும், எல்லாப் பக்கமும் மூச்சு வாங்க ஓடினேன். ஓர் அறைக்குள் சென்றேன். ஆனால், அவர் என்னைப் பின்பற்றி அங்கே வரவும், குனிந்து மீண்டும் வெளியில்

ஓடினேன்; திரும்பிப் பார்க்காமல் ஓடினேன். எதன் மீதோ மிதித்து, தடுமாறி விழுந்தேன். கண்ணாடித்துண்டாக இருக்கலாம். எழுந்து மீண்டும் ஓட முயன்றேன். ஆனால், அவரது கைகள் என்னைப் பிடித்தன; இறுகப் பற்றின; வலுக்கட்டாயமாக படுக்கை அறைக்கு என்னை மீண்டும் கொண்டு சென்றன; பாயில் தள்ளின. கீழே என்னைக் கட்டிப்போட்டதுபோல முடங்கிப் போனேன்.

பெண்கள் யாராவது உதவிக்கு வருவார்கள் என நம்பி, என் அத்தையை உரக்க அழைத்தேன்.

"அம்மா..! அத்தை..!"

எந்தப் பதிலும் இல்லை. மீண்டும் அலறினேன்...

"யாராவது உதவிக்கு வாருங்களேன்!"

அவர் தன் வெள்ளை உடையைக் களைந்தபோது என்னைப் பாதுகாத்துக்கொள்ள பந்துபோல் உருண்டேன். ஆனால், என்னை நிர்வாணமாக்க அவர் என் இரவு உடையை இழுக்கத் தொடங்கினார். அவர் தன் வலிமையான கைகளை என் மேல் செலுத்தி, என் உடலை அழுத்தி, அவரின் உதட்டை என் உதட்டுடன் வைத்து அழுத்தினார். புகையிலையும் வெங்காயமும் கலந்த மோசமான நாற்றம் அடித்தது.

தப்பிப்பதற்கு மீண்டும் முயன்றேன், முனகினேன்; "என்னை விட்டுப் போங்கள்! என் அப்பாவிடம் சொல்லிவிடுவேன்!"

"நீ சொல்ல விரும்பும் எதையும் உன் அப்பாவிடம் நீ சொல்லலாம். அவர் திருமண ஒப்பந்தத்தில் கையெழுத்து போட்டிருக்கிறார். உன்னைத் திருமணம் செய்துகொள்ள அவர் எனக்கு அனுமதி தந்திருக்கிறார்".

"உங்களுக்கு எந்த உரிமையும் இல்லை. கட்டாயப்படுத்தாதீர்கள்!"

"நுஜூத், நீ என்னுடைய மனைவி."

"உதவி..! உதவி..!"

அசிங்கமாக அவர் சிரிக்கத் தொடங்கினார்;

"நான் மீண்டும் சொல்கிறேன், நீ என்னுடைய மனைவி. எனக்கு என்ன தேவையோ அதை நீ இப்போது செய்ய வேண்டும். புரிந்ததா?"

நான் ஒரு சூறாவளியால் பறிக்கப்பட்டதுபோல, சுற்றிப் பறந்தது போல, மின்னலால் தாக்கப்பட்டதுபோல எல்லாம் திடீரென்று நடந்தது. திருப்பி சண்டை போட இதற்கு மேல் என்னிடம் சக்தி இல்லை. இடியின் பெரு முழக்கம் கேட்டது. மற்றொன்று மேலும் மற்றொன்று... வானமே இடிந்து என் மீது விழுந்தது!

அதன் பிறகு ஏதோ எரிந்தது, எரிந்தது. இதை இதற்கு முன்பு ஒருபோதும் அனுபவித்ததில்லை. என் உள் உறுப்புகளுக்குள் நுழைந்து எரிந்தன. நான் எவ்வளவு அலறியும் யாரும் உதவிக்கு வரவில்லை. அது வலித்தது. நான் தனியாக அந்த வலியை அனுபவித்தேன்.

என் கடைசி மூச்சு எப்படி இருந்தது என்றால், நான் மீண்டும் ஒருமுறை உரக்கக் கத்தினேன். அதன் பிறகு சுய நினைவை இழந்து விட்டேன் என நினைக்கிறேன்!

தமிழில்: சூ.ம.ஜெயசீலன்

5

ஷடா

ஏப்ரல் 9, 2008.

காதுடன் தன் அலைபேசியை ஒட்டி வைத்துக்கொண்டு, நீதிமன்ற வளாகத்தில் முன்னும் பின்னும் ஷடா நடந்து கொண்டிருக்கிறார்.

“நுஜூத்தை அவரது கணவரின் பிடியிலிருந்து விடுவிக்க நம்மால் இயன்ற அனைத்தையும் நாம் செய்ய வேண்டும். பத்திரிகை மற்றும் பெண்கள் அமைப்பிற்கு நாம் தகவல் சொல்ல வேண்டும்..!”

பேசி முடித்த பிறகு, என் உயரத்திற்கு வருவதற்காக என்னை நோக்கி வளைந்து அவர் குனிகிறார்.

“பயப்படாதே நுஜூத், உனக்கு விவாகரத்து கிடைக்க நான் உனக்கு உதவி செய்கிறேன்!”

இதற்கு முன் யாருமே இந்த அளவுக்கு என் மீது அக்கறை காட்டியதில்லை.

ஷடா மிகவும் முக்கியமான வழக்குரைஞர்; ஏமன் நாட்டில் உள்ள மிகச் சிறந்த வழக்குரைஞர்களுள் ஒருவர். பெண்களின் உரிமைக்காகப் போராடுகிறவர் என இவரைக் குறித்து மக்கள் பேசிக்கொள்கிறார்கள்.

நான் அவரைப் பார்க்கிறேன், என் கண்கள் வியப்பில் விரிகின்றன. அவர் அழகாக, மிகவும் இனிமையாக இருக்கிறார். அவருக்குக் கீச்சிடும் குரல், விரைவாகப் பேசுகிறார் என்றால் அவருக்கு

அவசரமாக வேலை இருக்கிறது என்று அர்த்தம். மல்லிகை வாசனைத் திரவியத்துடன் அவர் மேல் நல்ல வாசம் அடிக்கிறது. அவரைப் பார்த்தவுடனேயே எனக்குப் பிடித்துவிட்டது. என் குடும்பத்தில் இருக்கும் பெண்களைப்போல் இவர் தன் முகத்தை மறைக்கவில்லை; நிகாப் ஆடையும் அணியவில்லை. இது ஏமன் நாட்டில் அபூர்வம். நீளமான பளபளப்பான கறுப்பு மேலாடை அணிந்திருக்கிறார். தலையில், வண்ண முக்காடு மட்டும்தான். அவரின் சதை ஒளி வீசுகிறது, உதட்டுச் சாயம், திரைப்படத்தில் தோன்றும் பெண்மணிபோல் அவரை புதுப்பாணியில் காட்டுகிறது. வெயிலுக்காக அணியும் கண்ணாடி அணிந்து திரை நட்சத்திரம் போல் அவர் இருக்கிறார். முகத்தை மூடி வீதியில் நடமாடும் அனைத்துப் பெண்களுக்கும் இவருக்கும் என்னே வேறுபாடு!

“என்னுடன் இருப்பதால் நீ எதைக் குறித்தும் பயப்படத் தேவையில்லை நுஜூத்!” – மீண்டும் உறுதி அளிக்கும் விதமாக, என் முகத்தைத் தட்டிக்கொடுத்தபடி சொல்கிறார்.

இன்று காலையில் என்னைப் பார்த்தவுடனேயே ஷடா என்னை அணுகினார். வார இறுதி நாட்களின் விடுமுறை முடிந்து எல்லாரும் வேலைக்கு வந்த பிறகு, இவர் என்னைப் பற்றி கேள்விப்பட்டிருக்கிறார். என் கதையை அறிந்து மிகவும் வருத்தப் பட்டுள்ளார். நிச்சயமாக என்னைச் சந்தித்தே தீர வேண்டும் என முடிவெடுத்திருக்கிறார். அவர் என்னை அழைத்தபோது நான் நீதிமன்ற முற்றத்தில் இருந்தேன்.

“தொந்தரவுக்கு மன்னிக்கவும்... விவாகரத்து கேட்டு வந்துள்ள சிறுமி நீங்களா?”

“ஆமாம், நான்தான்!”

“கடவுளே! என் பின்னே வாருங்கள்; கொஞ்சம் பேச வேண்டும்!” என்று என்னை அழைத்தார்.

* * *

கடந்த சில நாட்களில் நிறைய நடந்துவிட்டன எனவே இன்னும் என் தலை சுற்றுகிறது. வார இறுதி நாட்கள் முழுவதும் (ஏமன் நாட்டில் வியாழன், வெள்ளி) அப்டல் வஹீத் மற்றும் அவர் மனைவி என்னை நன்றாகக் கவனித்துக்கொண்டார்கள். பொம்மைகள், சுவையான உணவு, சுடுநீர் குளியல், இரவு தூங்கப்

போவதற்கு முன்பாக முத்தம் எல்லாம் கொடுத்து சொந்தக் குழந்தைபோல என்னை நடத்தினார்கள். திருமணமான பெண்கள் அணிகின்ற முக்காடு சிறிது விலகினாலும் உடனே அதைச் சரி செய்யுமாறு என் மாமியார் வற்புறுத்துவார். ஆனால் இங்கே, வீட்டுக்குள் இருக்கும்போது அதை அணியாமல் இருக்கவும் இவர்கள் என்னை அனுமதித்தார்கள்.

'கம்புகொண்டு அடிப்பார்களோ!' என நினைத்து பயப்படாமல், படுக்கப்போவதை நினைத்து நடுங்காமல், கதவு மூடப்படும் சிறிய சத்தத்தைக் கேட்டுப் பதற்றமடையாமல் இந்த நீதிபதியின் வீட்டில் இருப்பதில் என்னே ஓர் ஆனந்தம்!

இத்தகு சிறப்பான கவனிப்புக்கு மத்தியிலும் என் இரவுப் பொழுது அமைதி இல்லாததாகவே இருந்தது. ஏனென்றால், நான் தூங்குவதற்காகப் படுத்தவுடனேயே, புயல் எனக்காகக் காத்திருப்பதாகவும், அதிக நேரம் என் கண்களை மூடியிருந்தால் கதவு மீண்டும் திடீரென்று திறக்கும், அசுரன் மீண்டும் திரும்பி வந்து விடுவான் எனவும் நினைத்தேன். என்னே பேரச்சம்! என்னே வேதனை!!

"இது எதார்த்தமானது. உன் அனைத்து வலியையும் மறப்பதற்கு இன்னும் உனக்கு நாட்கள் தேவை?" என நீதிபதி அப்டல் வஹீத் குறிப்பிட்டார்.

சனிக்கிழமை காலை அவர் மீண்டும் என்னை நீதிமன்றத்துக்கு அழைத்து வந்தபோது, எதார்த்த நிலைக்கு வருவதற்கு எனக்குக் கஷ்டமாக இருந்தது. ஒன்பது மணிக்கு நாங்கள் ஏற்கெனவே அவரின் அலுவலகத்தில் அமர்ந்திருந்தோம். அலுவலகத்துக்குள் நான் நுழைந்தபோது அங்கே இருந்த அப்டோ மற்றும் முகமத் அல்கஷி எனும் மற்ற இரண்டு நீதிபதிகளும் என்னை நோக்கி கனிவுடன் புன்னகைத்தார்கள். ஆனால், விஷயம் என்னவென்றால், முகமத் அல்கஷி மிகவும் கவலைப்பட்டார்.

"ஏமன் நாட்டுச் சட்டப்படி, உன் கணவருக்கும், உன் தந்தைக்கும் எதிராக நீ புகார் கொடுப்பது அவ்வளவு எளிதானது அல்ல!" என்று அவர் சொன்னார்.

"ஏன் அப்படி?"

"உன் வயதுடைய குழந்தைகளுக்கு இது கொஞ்சம் சிக்கல் நிறைந்தது, விளக்கம் சொல்வது கடினம்!" அவர் பதிலளித்தார்.

பிறகு பல்வேறு தடைகள் குறித்துப் பேசினார். ஏமன் கிராமத்தில் பிறந்த குழந்தைகள் பலரைப்போலவே எனக்கு அடையாள ஆவணங்கள் இல்லை. மற்றவர்களுக்கு எதிராக வழக்குத் தொடுக்க நான் மிகவும் ரொம்ப சின்னப் பிள்ளை. இத்தகைய காரணங்களைப் புரிந்து கொள்வது முகமத் அல்கஷி போன்ற படித்தவர்களுக்கு எளிதாக இருக்கும், ஆனால் எனக்கு அல்ல. இருப்பினும், நேர்மறையான எண்ணத்துடன் இருக்கவேண்டும் என நினைத்தேன்; எனக்கு உதவி செய்யவேண்டும் என்கிற கனிவான நீதிபதிகளையாவது குறைந்தபட்சம் நான் கண்டுகொண்டேன்.

எப்படியிருந்தாலும் என் வழக்கை எடுக்க வேண்டிய கட்டாயம் அவர்களுக்கு இல்லை. "வீட்டுக்குத் திரும்பிச் சென்று மனைவிக்குரிய உன் கடமைகளைச் செய்!" என்று அறிவுரை சொன்ன மற்றவர்களைப்போல, என் அவல நிலையை இவர்களும் புறக்கணித்திருக்க முடியும். ஒப்பந்தம் ஏற்கெனவே கையெழுத்தாகிவிட்டது, ஒருமனதாக என் குடும்பத்து ஆண்கள் சம்மதம் சொல்லிவிட்டார்கள். எனவே, ஏமன் நாட்டுச் சட்டப்படி, அது சரியானது.

"இப்போதைக்கு நாம் விரைந்து செயல்பட வேண்டும். எனவே, நுஜூத்தின் கணவரையும் அப்பாவையும் தற்காலிகமாகக் கைது செய்வோம். இவளைப் பாதுகாக்க வேண்டும் என்றால், அவர்கள் இருவரையும் சுதந்திரமாக விட்டுவைத்திருப்பதைவிட, சிறையில் வைப்பதே சிறந்தது" என்று தன்னுடன் இருப்பவர்களிடம் முகமத் அல்கஷி கூறினார்.

சிறை! அது தீவிரமான தண்டனை. எதிர்காலத்தில் அப்பா என்னை மன்னிப்பாரா? நான் உடனடியாக அவமானத்தாலும் குற்ற உணர்ச்சியினாலும் தாக்கப்பட்டேன். காவலர்கள் சரியான முகவரிக்குச் சென்று அவர்களைக் கைது செய்வதற்காக, காவலர்களுடன் என்னை அவர்கள் போகச் சொன்னபோது பயந்தேன்.

வார இறுதி நாட்களில் என் குடும்பத்தினர் என்னைக் காணாததால் நிச்சயமாக நானும் ஃபேர்ஸ்போல நிரந்தரமாக ஓடிவிட்டதாக நினைத்திருப்பார்கள். என் சகோதர சகோதரிகள் காலை உணவுக்காக ஆர்வமாகக் கூக்குரலிடும்போது, ரொட்டி வாங்க என்னை அனுப்பிய அம்மா என்ன நினைத்திருப்பார் என்பதைக் கற்பனைகூட செய்து பார்க்க நான் விரும்பவில்லை.

அதோடு கூட, என் அப்பா அண்மையில் நோயுற்றார், அவர் இருமும் போது இரத்தமாக வந்தது, அவர் சிறைத் தண்டனையில் உயிர் தப்புவாரா? ஒருவேளை அவர் இறக்க நேர்ந்தால் ஒருக்காலும் என்னை நான் மன்னிக்கவே மாட்டேன்.

ஆனால், எனக்கு வேறு வழியில்லை. மக்கள் துன்பப்படும்போது, தவறு செய்கிறவர்கள் தண்டிக்கப்பட வேண்டும் என அப்டோ எனக்கு அறிவுரை வழங்கினார். எனவே, நான் காவலருடன் வாகனத்தில் ஏறினேன். என் பெற்றோரின் வீட்டுக்கு வந்தபோது வீடு பூட்டப்பட்டிருந்தது. வித்தியாசமாக, நிம்மதியாக உணர்ந்தேன். ஆனால், சில மணி நேரங்கள் கழித்து மீண்டும் காவலர் சென்றபோது அவருக்கு நான் வழிகாட்ட வேண்டிய தேவை ஏற்படவில்லை.

அதே நாளில், நான் பாதுகாப்பாகத் தங்க எனக்கோர் இடம் பார்க்க நீதிபதிகள் முடிவெடுத்தார்கள். என்னைப் போன்ற பெண் குழந்தைகளைப் பராமரிப்பதற்கான இல்லங்கள் ஏமனில் இல்லை. இருப்பினும், இதற்கு மேலும் அப்டல் வஹீத் மற்றும் அவர் குடும்பத்தினருடன் நான் தங்குவது அவ்வளவு நன்றாக இருக்காது. ஏனென்றால், ஏற்கெனவே அவர்கள் எனக்கு நிறைய செய்துவிட்டார்கள்.

"உனக்குப் பிரியமான மாமா யார்?" – நீதிபதிகளுள் ஒருவர் கேட்டார்.

எனக்குப் பிடித்தமான மாமா? என் சிறப்பான தேர்வு யாரென்றால், என் அம்மாவின் சகோதரர் ஷோயி. ஏமன் இராணுவத்தில் வீரராகப் பணியாற்றி ஓய்வு பெற்றவர். பெரிய, வலுவான மனிதர், என் குடும்பத்தினரால் ஓரளவுக்கு மதிக்கப்படக்கூடியவர். தன் இரண்டு மனைவியுடனும் ஏழு குழந்தைகளுடனும் எங்கள் வீட்டில் இருந்து வெகு தொலைவில் உள்ள பெய்ட் போஸ் என்னும் இடத்தில் வசிக்கிறார். அவர் என் திருமணத்தை எதிர்க்கவில்லை என்பது உண்மைதான். ஆனால் சட்ட முறைகளை அவர் பிரதிநிதித்துவப்படுத்தினார். மேலும், குறைந்தபட்சம் அவர் தம் பெண் குழந்தைகளை அடிப்பதில்லை.

ஷோயி நிறைய பேசமாட்டார். எனவே, எனக்குச் சரியென்று பட்டது. என்னை நிறைய கேள்விகள் கேட்கமாட்டார். அவரின் பிள்ளைகளான என் மச்சான், மச்சினிகளுடன் விளையாட என்னை அனுமதிப்பார். ஷோயி, என் தைரியத்தைக் கடிந்து

கொள்ளாததாலும், நான் ஓடிப் போய்விட்டேன் எனச் சொல்லாததாலும் அன்றைய நாள் மாலையில் அவருக்காக நான் கடவுளுக்கு நன்றி சொன்னேன். அடிப்படையில், நடந்த அனைத்தினாலும் என் மாமாவும் என்னைப்போலவே சங்கடப்பட்டார் என நினைக்கிறேன்.

மனச்சோர்வு ஏற்படுத்தும் அதே வேலையினால் அடுத்த மூன்று நாட்களும் ஏதோ வெகுநாட்கள் ஆனதுபோல எனக்குத் தோன்றியது. எதிர்பார்க்காத ஏதாவது புதுமை நடக்காதா என நம்பிக்கையுடன் எதிர்பார்த்து பெரும்பாலான நேரத்தை நீதிமன்றத்தில் செலவிட்டேன். துரதிருஷ்டவசமாக எதிர்காலம் தெளிவாகத் தெரியவில்லை.

விவாகரத்து கொடுப்பதற்காக தங்களால் இயன்ற அனைத்தையும் செய்வதாக நீதிபதிகள் உறுதி அளித்தார்கள், ஆனால் அவர்களுக்கு நாட்கள் தேவைப்படுகிறது. வேடிக்கையாக இருந்தாலும், பெரிய பரபரப்பான இந்த நீதிமன்றத்திற்குச் செல்வதன் வழியாக, முதல் நாளில் என் கவனத்தை ஈர்த்த பெரும் மக்கள் திரள், இப்போது எனக்குப் பழகிப்போய்விட்டது.

தொலைவில் இருந்தாலும், தேநீரும் பழச்சாறும் விற்கும் சிறுவர்களை என்னால் அடையாளம் காண முடிந்தது. எடை அளவிடும் இயந்திரத்துடன் இருக்கும் சிறுவன் எப்போதும் பரபரப்பாக இருந்தான். பார்வையாளர்கள் தங்கள் எடை அளவை தெரிந்துகொள்வதன் வழியாக தங்கள் நேரத்தைப் போக்கினார்கள். அந்தச் சிறுவனை ஊக்கப்படுத்தும் விதமாக நான் அவ்வப்போது அவனைப் பார்த்து புன்னகை செய்தேன்.

என்னைப் பொறுத்தவரை எப்போதெல்லாம் நீதிமன்றத்துக்கு வந்தேனோ அப்போதெல்லாம், நம்பிக்கையற்று வேதனை அடைந்தேன். சராசரி சிறுமியாக மாறுவதற்கு முன் இன்னும் எத்தனை தடவை நான் அங்கே செல்ல வேண்டும்? என் வழக்கு மிகவும் விசித்திரமானது என அப்டோ என்னை எச்சரிக்கைச் செய்தார். ஆனால், ஒருவர் இத்தகைய ஒரு சூழலில் சிக்கும்போது நீதிபதிகள் என்ன செய்வார்கள்? எனக்கு ஒன்றும் தோன்றவில்லை.

வெயிலுக்கு அணியும் கண்ணாடி அணிந்துள்ள, அழகான வழக்குரைஞர் ஷடா வழியாக நான் பதிலைக் கற்றுக் கொண்டிருக்கிறேன் என நம்புகிறேன். அவர் என்னிடம் முதல் முறையாக வந்தபோது, "கடவுளே!" என உரக்கச் சொல்வதற்கு

முன்பாக, எவ்வளவு உணர்வுபூர்வமாக என்னை நோக்கினார் என்பதை அறிந்தேன்.

பிறகு, அவரது கடிகாரத்தைப் பார்த்தார். ஏற்கெனவே திட்டமிட்ட வேலைகள் குறிக்கப்பட்டிருந்த புத்தகத்தைப் பார்த்தார். அவற்றை மாற்றி எழுதினார். தன் குடும்பத்தினர், நண்பர்கள், உடன் பணியாற்றுகிறவர்கள் அனைவரிடமும் தொலைபேசியில் பேசத்தொடங்கினார், "மிக முக்கியமான ஒரு வழக்கை நான் எடுக்க வேண்டும்... இது மிக முக்கியமான ஒரு வழக்கு..!" என அவர் சொன்னதை பலமுறை கேட்டேன்.

இந்தப் பெண்மணி தளராத உறுதியுடன் இருப்பதுபோல் தெரிகிறது. இவர் ஈர்க்கக்கூடிய வழக்குரைஞர் என அப்டல் வஹீத் சொன்னது சரிதான். ஷடாவுக்கு நிச்சயம் நிறைய ஆற்றல் இருக்க வேண்டும்; அவருடைய அலைபேசி மணி அடிப்பது ஒருபோதும் நிற்கவே இல்லை, மேலும் தான் சந்திக்கும் ஒவ்வொருவரையும் மிகவும் பண்புடன் வாழ்த்துகிறார்.

"நுஜூத்... நீ எனக்கு மகள்போல. நான் உன்னைக் கைவிட மாட்டேன்!" என்று அவர் என்னிடம் மெதுவாகச் சொல்கிறார்.

நான் அதை நம்பத் தொடங்கினேன். என்னிடம் பொய் சொல்வதற்கு அவருக்கு எந்தக் காரணமும் இல்லை. ஷடாவுடன் சுதந்திரமாக இருக்கிறேன், அவரிடம் பாதுகாப்பாக உணர்கிறேன். மிகச் சரியாக எந்த வார்த்தையைத் தேர்ந்தெடுக்க வேண்டும் என்பது அவருக்குத் தெரிந்திருக்கிறது, ஏற்ற இறக்கம் நிறைந்த சந்தப் பாடல் போன்ற அவரின் குரல் எனக்கு ஆறுதல் அளிக்கிறது. இந்த உலகம் திடீரென்று உருண்டு கீழே விழுந்தாலும் அவர் என் பக்கம் நிற்பார் என்பது எனக்குத் தெரியும். இவரிடம், தாய்க்குரிய இன்கனிவை முதல் முறையாக உணர்கிறேன். என் அம்மாவைப் பொறுத்தவரை, அதைக் கொடுப்பது எப்படி என்று தெரியாமலோ, ஒருவேளை நேரம் இல்லாமலோ இருந்தார். அல்லது குடும்பத்தின் எல்லாக் கவலைகளிலும் அதிகம் தன்னை மறந்திருந்ததும் காரணமாக இருக்கலாம்.

ஆனால், தொல்லை கொடுக்கும் இன்னுமொரு கேள்வி இருக்கிறது.

"ஷடா..!" – நான் தயக்கத்துடன் அழைக்கிறேன்.

"நான் உங்களிடம் ஒன்று கேட்கலாமா?"

"நிச்சயமாக."

"என் கணவர் வீட்டுக்கு நான் உறுதியாக எப்போதுமே திரும்பிப் போகமாட்டேன் என எனக்கு உறுதி கொடுக்க முடியுமா?"

"இன்ஷா அல்லா! உன்னை மீண்டும் காயப்படுத்துவதில் இருந்து அவரை விலக்கி வைக்க, என்னால் முடிந்த அனைத்தையும் செய்வேன். அனைத்தும் நல்லபடியாக நடக்கும். அனைத்தும் நல்லபடியாக நடக்கும். ஆனால்..."

"என்ன ஆனால்?"

"நீ உறுதியாக இருக்க வேண்டும், ஏனென்றால் இதற்கு கொஞ்சம் நாட்கள் ஆகலாம்."

"எவ்வளவு நாட்கள்?"

"இப்போது அதைப் பற்றி யோசிக்காதே. மிகவும் கடினமான பகுதி முடிந்துவிட்டது என உனக்குள் சொல்லிக்கொள். கடினமான பகுதி என்பது, தப்பித்து வருவதற்கான துணிச்சல்! அதை மிக அற்புதமாக நீ செய்திருக்கிறாய்."

நான் வெட்கப்பட்ட போது, ஷடா புன்னகையுடன் என் தலையில் தட்டிக் கொடுக்கிறார். அவர் நல்ல உயரம் மற்றும் ஒல்லி. அவர் என்னை மிகவே ஈர்க்கிறார்.

"இப்போது நான் உன்னை ஒரு கேள்வி கேட்கலாமா?" அவர் கேட்கிறார்.

"ம்... கேளுங்கள்..."

"இவ்வளவு தூரத்திலிருந்து, நேரடியாக நீதிமன்றத்துக்கு வரும் துணிச்சல் உனக்கு எப்படி வந்தது?"

"தப்பி ஓடுவதற்கான துணிச்சல்தானே..? என்னால் அவரின் அற்பத்தனத்தை இதற்கு மேலும் பொறுத்துக்கொள்ள முடியவில்லை. என்னால் சகிக்க முடியவில்லை!"

6
தப்பி ஓடுதல்

இனியும் கார்ட்ஜியில் வாழமுடியாத நிலை உருவானது. அவமானத்தாலும் வலியாலும் துன்புறுத்தப்பட்டு அமைதியாகத் துயருற்றேன். நாளுக்கு நாள், இரவு மாற்றி இரவு என் மீது அவர் செலுத்திய எல்லா வகையான கொடுமைகளையும் தாங்கிக் கொண்டேன். அவை பற்றி நான் யாரிடம் சொல்ல முடியும்? உண்மையில், அந்த முதல் மாலைப் பொழுதில், முன்புபோல் இனி எதுவும் ஒருபோதும் இருக்காது என உணர்ந்தேன்.

* * *

"வாழ்த்துகள்!"

அதிகாலையில் படுக்கைஅறையில் விளக்கு ஒளிர்கிறது. தூரத்தில் சேவல் கூவுகிறது. நிர்வாணமான என் சிறிய உடலை உற்றுப் பார்த்தபடி என் மாமியார் என் கன்னத்தில் தட்டி என்னை எழுப்புகிறார். இது ஏதோ நேற்று நடந்ததுபோல அவர் முகத்தை இப்போதும் என்னால் ஞாபகப்படுத்த முடியும். அவரின் முதுகுக்குப் பின்னால், எங்களுடன் வாகனத்தில் பயணித்த என் மச்சினிச்சியை நான் அடையாளம் காண்கிறேன்.

நான் இன்னும் வியர்வையில் நனைந்து கிடக்கிறேன். கண்களை அகல விரித்து, அலங்கோலமாகக் கிடக்கும் அந்த அறையைப் பார்க்கிறேன். எண்ணெய் விளக்கு உருண்டு தரையில் கிடக்கிறது; பழுப்பு நிற ஆடை, பாத்திரம் துடைக்கும் பழைய துணிபோல் தரையில் குவியலாக இருக்கிறது. பாயில் அவர் ஆழ்ந்த நித்திரையில்

இருக்கிறார். என்னே ஓர் அரக்கன்! சுருண்டு கிடந்த விரிப்பின் மேல் கொஞ்சம் இரத்தக் கறைகளை நான் பார்க்கிறேன்.

“வாழ்த்துகள்!” என் மச்சினிச்சியின் குரல் எதிரொலிக்கிறது.

ரகசியமாகச் சிரித்தபடி இரத்தத் துளிகளை அவள் ஆராய்கிறாள். என்னால் ஒரு வார்த்தைகூட சொல்ல முடியவில்லை. நான் முடக்குவாதமுற்றவள்போல் உணர்கிறேன். பிறகு, என் மாமியார் குனிந்து பொதிமூட்டைபோல் என்னைத் தூக்கிவிடுகிறார். எனக்கு உதவி தேவைப்பட்டபோது ஏன் இவர் வரவில்லை? எப்படி இருந்தாலும், அவரின் குற்றச் செயலில் இவருக்கும் பங்கு இருந்தாலன்றி, இப்போது இது ரொம்பவே தாமதம். எனது விலா எலும்பில் கையைச் சுற்றி, தன் காலினால் கதவைத் தள்ளிவிட்டு, குறுகிய, சிறிய குளியலறைக்கு என்னைத் தூக்கிச் செல்கிறார். அங்கே தொட்டியும் வாளியும் இருக்கிறது. என் மீது அவர் தண்ணீரை வாரியடிக்கத் தொடங்குகிறார். ஓ... அது குளிர்ந்த நீர்.

“வாழ்த்துகள்!” இரண்டு பெண்களும் சேர்ந்து சொல்கிறார்கள்.

அவர்களின் குரல்கள், களைத்துப்போன என் காதுகளில் ரீங்கரிக்கிறது. சிறியவளாக, மிகவும் சிறியவளாக உணர்கிறேன். என்னால் என் உடலை ஒன்றுமே செய்ய முடியவில்லை, அசையக்கூட முடியவில்லை. வெளியே எனக்குக் குளிர்கிறது, ஆனால் உள்ளுக்குள் எரிந்து கொண்டிருக்கிறேன். ஏதோ எனக்குள் அசிங்கம் இருப்பது போன்ற உணர்வு. கோபமாக இருக்கிறேன், ஆனால், என் கோபத்தை வார்த்தைகளினால் வெளிப்படுத்த முடியவில்லை.

அம்மா! உன்னை உதவிக்கு அழைக்க நீ வெகு தொலைவில் இருக்கிறாய். அப்பா! ஏன் எனக்குத் திருமணம் செய்துவைத்தீர்கள்? ஏன் எனக்கு மட்டும் இப்படி...? எனக்கு என்ன நடக்கப்போகிறது..? ஏன் யாரும் என்னை எச்சரிக்கவில்லை..? இந்தத் துயரத்தை அனுபவிக்க நான் என்ன தீங்கு செய்தேன்..?

நான் வீட்டுக்குப் போகவேண்டும்!

சில மணி நேரங்கள் கழித்து கடைசியில் அவர் எழுகின்றபோது, அவரின் கண்களைப் பார்ப்பதைத் தவிர்ப்பதற்காக வேறு பக்கம் என் தலையைத் திருப்புகிறேன். அவர் நீண்ட பெருமூச்சு விடுகிறார், காலை உணவை உண்கிறார், பிறகு நாள் முழுவதும் ஆளைக் காணவில்லை. மூலையில் ஒடுங்கியபடி என்னைக் காப்பாற்ற

வருமாறு எல்லாம் வல்ல இறைவனிடம் மன்றாடுகிறேன். எல்லாப் பக்கமும் வலிக்கிறது. இத்தகைய மிருகத்துடன் என் வாழ்நாள் முழுவதும் செலவழிக்க வேண்டும் என்கிற எண்ணமே என்னைப் பயமுறுத்துகிறது. நான் கண்ணியில் சிக்கிக்கொண்டேன், என்னால் வெளியேற முடியாது.

* * *

புதிய வாழ்க்கைக்கு நான் விரைவில் பழகிக்கொள்ள வேண்டும்: வீட்டைவிட்டு வெளியேற எனக்கு உரிமை இல்லை, ஓடையில் இருந்து நீர் எடுத்து வர உரிமை இல்லை, குறை சொல்ல உரிமை இல்லை, மறுப்புச் சொல்ல உரிமை இல்லை. பள்ளிக்கூடம்? கேள்விக்கு அப்பாற்பட்டது. என்னதான், என் பெயரை வெள்ளைச் சாக்பீசால் கரும்பலகையில் எழுதவும், ஆசிரியர் சொல்லும் புதிய கதைகளை இருக்கையில் அமர்ந்து கேட்கவும் ஆசையில் நான் மடிந்தாலும், பள்ளிக்கூடம் என்பது கேள்விக்கு அப்பாற்பட்டது.

என் சொந்த ஊரான கார்ட்ஜி, எனக்கு வெளிநாடு போலானது. வீட்டில், பகல் நேரத்தில் என் மாமியாரின் கட்டளைகளுக்குக் கீழ்ப்படிய வேண்டும். காய்கறி வெட்டுதல், கோழிகளுக்கு இரை வைத்தல், எந்த விருந்தினர் வீட்டிற்கு வந்து சென்றாலும் அவர்களுக்கு தேநீர் தயாரித்தல், தரையைக் கழுவுவது, காய்கறிகள் சமைப்பது...

நான் எவ்வளவு கஷ்டப்பட்டுத் தேய்த்துக் கழுவினாலும் அடி பிடித்தக் கறுப்பான குடங்கள் ஒருபோதும் பழைய நிலைக்கு வரவில்லை. சாம்பல் நிறத்தில் இருந்தது துண்டு, அது கொடுமையாக நாற்றம் அடித்தது. ஈக்கள் என்னைச் சுற்றிப் பறந்தன. எப்போதெல்லாம் சற்றுச் சோர்ந்து நிற்கிறேனோ அப்போதெல்லாம் என் மாமியார் தன் அருவருப்பான கைகளால் என் தலை முடியைப் பற்றி இழுத்தார். பசைபோல சமையல்கூடத்திலேயே ஒட்டிக் கிடந்தேன். என் விரல் நகங்கள் முழுவதுமாக கறுப்பாகிவிட்டன.

ஒருநாள் காலையில், என் வயதுடைய குழந்தைகளுடன் சென்று விளையாட அனுமதி கேட்டேன்.

“நீ இங்கே விடுமுறைக்காக வரவில்லை...” என்று மாமியார் முணுமுணுத்தார்.

"தயவுசெய்து, கொஞ்சநேரம் மட்டுமாவது..?"

"வாய்ப்பே இல்லை! திருமணமான ஒரு பெண், தன்னை யார் வேண்டுமானாலும் பார்க்கலாம் என தலை காட்டக்கூடாது அதுதான் எங்களுக்கு வேண்டும். நீ சென்றால் எங்கள் குடும்பக் கௌரவம் போய்விடும். இங்கே நாம் தலைநகரில் வாழவில்லை! கார்ட்ஜியில் மக்கள் எல்லாவற்றையும் கவனிப்பார்கள், எல்லாவற்றையும் கேட்பார்கள், அவர்களுக்கு எல்லாம் தெரியும். எனவே, நீ கவனமாக இருப்பது நல்லது. நான் சொன்னதை ஒருபோதும் மறந்துவிடக் கூடாது... புரிந்ததா? இல்லை என்றால் உன் கணவரிடம் சொல்லிவிடுவேன்!" என்று மிரட்டினார்.

அவர் தினமும் காலையில் போய்விட்டு, சூரியன் மறையும் சிறிது நேரத்திற்கு முன்புதான் திரும்பி வருவார். அவர் எப்போது வீட்டுக்கு வருகிறாரோ அப்போது மேசையில் உணவு தயாராக இருக்கும். மேசையைச் சுத்தம் செய்ய ஒருபோதும் அவர் உதவி செய்தது இல்லை. ஒவ்வொரு முறையும் அவர் வருகிற சத்தம் கேட்டதும் அதே பேரச்சம் என் இதயத்தை அபகரித்துக் கொள்ளும்.

இரவு வந்ததும், மீண்டும் என்ன தொடங்கும் என்பது எனக்குத் தெரியும். மீண்டும் மீண்டும்... அதே மூர்க்கத்தனம், அதே வலியும் வேதனையும். கதவு வேகமாக சாத்தப்படும், தரையில் எண்ணெய் விளக்கு உருளும், விரிப்பு சுருளும், "ஏய் பெண்ணே!" – என் மேல் விழுவதற்கு முன் இப்படித்தான் அவர் உரக்கக் கத்துவார். அவர் ஒருபோதும் என் பெயரைச் சொன்னதே இல்லை..

மூன்றாம் நாளில் இருந்து அவர் என்னை அடிக்கத் தொடங்கினார். நான் அவரைத் தடுப்பதை அவரால் ஏற்றுக்கொள்ள முடியவில்லை. அவர் விளக்கை அணைத்தவிட்டு, என் அருகில் படுக்கவருவதை நான் தடுக்க முயற்சிக்கும்போது அவர் என்னை அடிக்கத் தொடங்குவார். முதலில் கையினால் அடிப்பார், பிறகு கம்பு கொண்டு அடிப்பார். இடியும் மழையும் மீண்டும் மீண்டும்... ஆனால், அவ்வாறு செய்ய அவருடைய அம்மாவும் ஒரு காரணம்.

எப்போதெல்லாம் அவர் என்னைக் குறித்து புகார் சொன்னாரோ அப்போதெல்லாம் கம்மலான குரலில் அவரின் அம்மா சொன்னார், "இன்னும் நல்லா அடி. அவள் உன் மனைவி, நீ சொல்வதை அவள் கேட்டுத்தான் ஆகவேண்டும்!"

தமிழில்: சு.ம.ஜெயசீலன்

"ஏய் பெண்ணே!" – பெருங்குரல் எழுப்பியபடி, அவர் மீண்டும் என்னை அடிக்க விரட்டினார்.

"என்னை அடிக்க உங்களுக்கு எந்த உரிமையும் இல்லை..!" என்று சொல்லி தேம்பித்தேம்பி அழுதேன்.

"உன்னுடைய புலம்பலைக் கேட்டுக்கேட்டு நான் களைத்துப் போனேன். எல்லா நேரமும் உன் போலியான அழுகையைக் கேட்பதற்காக நான் உன்னைத் திருமணம் செய்யவில்லை" என்று தன்னுடைய பெரிய மஞ்சள் நிற பற்களைக் காட்டியபடி அவர் கத்தினார்.

என் மீது பழி சுமத்தி, மற்றவர்கள் முன்னால் அவர் பேசிச் சிரித்தது என்னை மிகவும் காயப்படுத்தியது. நிறைய அடிகளோடும் கன்னத்தில் அறைகளோடும் நிரந்தரமான பயத்தில் வாழ்ந்தேன். எப்போதாவது முழங்கையினால் என்னைத் தாக்கவும் செய்தார். ஒவ்வொரு நாளும் புதிய சிராய்ப்புகள் என் முதுகிலும், புதிய காயங்கள் என் கைகளிலும் இருந்தன. மேலும், என் வயிறு எரிந்தது. எல்லாப் பக்கமும் அழுக்காக உணர்ந்தேன். அண்டை வீட்டுப் பெண்கள் என் மாமியாரைப் பார்க்க வருகிறபோது அவர்கள் தங்களுக்குள் குசுகுசுவென பேசிக்கொள்வதைக் கவனித்தேன். சில சமயங்களில் என்னைச் சுட்டிக்காட்டி அவர்கள் பேசினார்கள். அவர்கள் என்ன பேசியிருப்பார்கள்..?

அப்போதெல்லாம் எதையோ இழந்தவள் போல, குழப்பத்துடன் நான் மூலையில் மறைந்து கொள்வேன். இரவு வரப்போகிறது என நினைக்கும் போதே பற்கள் வேகமாக அடித்துக்கொள்ளும். நான் தனியாக இருந்தேன், தனியாகவே இருந்தேன். நான் நம்புவதற்கு யாரும் இல்லை, பேசுவதற்கும் யாரும் இல்லை. அவரை வெறுத்தேன் – அவர்கள் அனைவரையும் வெறுத்தேன். அவர்கள் அருவருப்பானவர்கள்!

திருமணம் ஆன எல்லா பெண் குழந்தைகளும் இத்தகைய துயரத்தை கண்டிப்பாக அனுபவிக்க வேண்டுமா..? அல்லது நான் மட்டும்தான் இப்படித் துயரத்தை அனுபவிக்கிறேனா? எவையாயினும், இந்த அந்நியர் மீது எனக்கு எந்தப் பாசமும் இல்லை. எங்கள் இருவருக்கிடையே நடப்பது எதுவும் என் பெற்றோருக்குத் தெரியுமா? அவருடன் வாழும்போதுதான் 'கொடூரம்' என்கிற வார்த்தையின் உண்மையான அர்த்தத்தைப் புரிந்துகொண்டேன்.

பல நாட்கள் இரவும் பகலும் இவ்வாறு கடந்தது. பத்து, இருபது, முப்பது..? மிகச் சரியாக எனக்கு நினைவில்லை. இரவில் தூங்கச் செல்வதற்கு, நீண்ட நேரம் நான் எடுத்துக்கொண்டேன். இரவில், ஒவ்வொரு முறையும் இழிவான செயலைச் செய்ய அவர் வந்தபோது, இரவெல்லாம் தூங்காமல் விழித்திருந்தேன். பகல் பொழுதில் தூங்கி விழுந்தேன், கைவிடப்பட்டேன், கலக்கமடைந்தேன். நேரம், பொழுது எல்லாம் மறந்துபோனது.

சனாவையும் பள்ளிக்கூடத்தையும் இழந்தேன். என் சகோதர சகோதரிகளுடனான வாழ்வை இழந்து தவித்தேன்: எப்போதும் உயிர்ப்புடன் இருக்கும் அப்டோ; கோமாளித்தனம் செய்யும் மொராட்; மோனாவின் நகைச்சுவை (அவர் மகிழ்ச்சியாக இருந்த நாட்களில்); குட்டிப் பெண் ரவ்தாவின் மழலை பாடல்கள் அனைத்தையும் மிகவும் இழந்தேன். அனைத்துக்கும் மேலாக, என்னைப்போல ஹாய்ஃபாவுக்கும் திருமணம் நடந்துவிடக் கூடாது என நம்பிக்கையோடு அவளை நினைத்துப் பார்த்தேன். நாட்கள் ஆக ஆக, அவர்களின் முகங்கள் பற்றிய குறிப்புகளான சதையின் நிறம், மூக்கின் அமைப்பு, கன்னக்குழி அனைத்தும் எனக்கு மறக்கத் தொடங்கியது. அவர்களை நான் மீண்டும் பார்க்கவேண்டும்.

ஒவ்வொரு நாள் காலையிலும், "என்னை என் பெற்றோரிடம் அனுப்புங்கள்" என்று வீட்டினரிடம் கண்ணீரோடு இரந்து மன்றாடினேன். என் அப்பா, அம்மாவைத் தொடர்புகொள்ள எனக்கு வழி இல்லை. கார்ட்ஜி கிராமத்தில் மின்சாரமே இல்லை, இதில் தொலைபேசிக்கு எங்கே போவது? அதை மறந்துவிடுங்கள். எந்த வானூர்தியும் என் கிராமத்தைக் கடந்து செல்லவில்லை, பேருந்துகள் வரவில்லை, மகிழுந்துகள் இல்லை. என் குடும்பத்தினருக்கு நான் கடிதம் எழுதி அனுப்பி யிருக்கலாம். ஆனால், என் பெயரையும், கூடுதலாக சில சாதாரண வார்த்தைகளையும் தவிர எனக்கு வேறு எதுவும் எழுதத் தெரியாது. இருப்பினும், சனாவிற்குத் திரும்பிச் செல்ல நான் ஏதாவது வழியைத் தேட வேண்டும்.

தப்பிச் செல்வது? சில நேரங்கள் இதைப் பற்றி நினைத்திருக்கிறேன். ஆனால் எங்கே? இந்தக் கிராமத்தில் யாரையுமே எனக்குத் தெரியாததால், அண்டை வீட்டினரிடம் அடைக்கலம் தேடுவதோ அல்லது 'கழுதையில் வைத்து என்னைக் காப்பாற்றிக் கொண்டு

போங்கள்' என பயணிகளிடம் இரந்து வேண்டுவதோ எளிதானது அல்ல. என் சொந்த கிராமமான கார்ட்ஜி, எனக்கு சிறைச்சாலை ஆனது.

என் அழுகையை அதற்கு மேலும் பொறுத்துக்கொள்ள முடியாத அவர், ஒரு நாள் காலைப்பொழுதில் என்னிடம் வந்தார். ஒருவழியாக, என் பெற்றோரைப் பார்க்கச் செல்ல என்னை அனுமதிப்பதாகச் சொன்னார். அவரும் என்னுடன் வருவதாகவும், சனா நகரில் இருக்கும் அவரின் சகோதரர் வீட்டில் அவர் தங்கிக் கொள்வதாகவும் கூறினார். அதன் பிறகு, கார்ட்ஜிக்குத் திரும்பி வர வேண்டும் என்பதை வலியுறுத்திக் கூறினார். அவர் தன் எண்ணத்தை மாற்றிக்கொள்வதற்கு முன்பாக நான் விரைந்து சென்று என் பொருட்களை எடுத்துவைத்தேன்.

முந்தைய பயணம்போல் அல்லாமல், வீட்டுக்குத் திரும்பிச் செல்லும் இந்தப் பயணத்தில் வேகமாகச் செல்வதுபோல் இருந்தது. ஆனால், நான் தூங்கி விழும்போதெல்லாம், அதே பயங்கரமான உருவங்கள் என் தூக்கத்தைத் தொந்தரவு செய்தன. ரத்தம் தோய்ந்த விரிப்பு, பெரிதாகத் தெரியும் மாமியாரின் முகம், வாளியில் உள்ள ஐஸ்போல குளிர்ந்த நீர்... எல்லாம் காட்சியில் வந்தன. நான் பதறி விழிப்பேன். இல்லை! நான் ஒரு போதும் திரும்பிப் போக மாட்டேன், ஒரு போதும். பூமியின் கடை எல்லையான கார்ட்ஜியில் இனி ஒரு போதும் என் பாதத்தை வைக்க மாட்டேன்.

* * *

"உன் கணவரை விட்டுப் பிரியும் பேச்சுக்கே இடம் இல்லை!" – என் அப்பாவின் பொறுப்பற்ற பதிலை நான் எதிர்பார்க்கவே இல்லை. இது, சனாவுக்குத் திரும்பி வந்த என் மகிழ்ச்சிக்கு உடனே முற்றுப்புள்ளி வைத்தது. அம்மாவைப் பொறுத்த வரை, சும்மா, விண்ணகம் நோக்கி கைகளை உயர்த்தி, "வாழ்க்கை என்றால் இப்படித்தான் இருக்கும் நுஜூத். எல்லாப் பெண்களும் இதைப் பொறுத்துக்கொள்ள வேண்டும்; நாங்கள் அனைவரும் இதைக் கடந்துதான் வந்திருக்கிறோம்" என அமைதியாக முணுமுணுத்தார்.

ஆனால், அம்மா இதையெல்லாம் என்னிடம் ஏன் முன்னரே சொல்லவில்லை? ஏன் என்னை அவர் எச்சரிக்கவில்லை? இப்போது திருமண வாக்குறுதி கொடுத்தாயிற்று, நான் சிக்க வைக்கப்பட்டேன், பின் வாங்க முடியவில்லை. பேசுவதற்கு எனக்கு அவமானமாக இருந்தாலும், இரவில் நான் படும் துயரங்கள்,

நான் வாங்கிய அடி, எரிச்சல் மற்றும் அனைத்து பயங்கரமான தனிப்பட்ட நிகழ்வுகளையும் என் பெற்றோரிடம் சொன்னேன். அதன் பிறகும், அவருடன் சேர்ந்து வாழ்வது என் கடமை என அவர்கள் வலியுறுத்தினார்கள்.

"நான் அவரை அன்பு செய்ய முடியவில்லை! என் மீது அவர் கனிவாக இல்லை. என்னை அவர் காயப்படுத்துகிறார். என்னை நோயாளியாக்கும் அசிங்கமான காரியங்களைச் செய்யுமாறு என்னைக் கட்டாயப்படுத்துகிறார்."

"நுஜூத், இப்போது நீ திருமணமான பெண். நீ உன் கணவருடன் கண்டிப்பாகத் தங்கியிருக்க வேண்டும்!" என்று அப்பா மீண்டும் சொன்னார்.

"இல்லை, எனக்குப் பிடிக்கவில்லை! வீட்டுக்கு வர ஆசைப்படுகிறேன்."

"வாய்ப்பே இல்லை."

"தயவு செய்து... தயவு செய்து!"

"இது கௌரவத்துடன் தொடர்புடையது. புரியுதா உனக்கு?"

"ஆனால்..."

"நான் சொல்வதைக் கவனி."

"அப்பா... நான்..."

"நீ உன் கணவரை விவாகரத்து செய்தாய் என்றால் என் சகோதரர்களும், சகோதர முறையுள்ளவர்களும் என்னைக் கொன்று விடுவார்கள்! முதலில் கௌரவம்தான் முக்கியம். கௌரவம்! புரிகிறதா உனக்கு?"

இல்லை! எனக்குப் புரியவில்லை, மேலும் என்னால் புரிந்து கொள்ளவும் முடியவில்லை. அவர் மட்டும் என்னைக் காயப்படுத்த வில்லை, என் குடும்பமும்தான்... என் சொந்தக் குடும்பமும் அவர் சார்பாகப் பேசுகிறது. ஆமாம், கௌரவம் என்றால் என்ன? இந்த வார்த்தையை ஒவ்வொருவரும் மீண்டும் மீண்டும் பயன் படுத்துகிறார்கள். உண்மையில் அந்த வார்த்தையின் அர்த்தம்தான் என்ன? நான் வாயடைத்துப் போனேன்.

எனக்கு என்ன நடக்கிறது என எனக்குப் புரிந்ததைவிட குறைவாகப் புரிந்தவளாக, பெரிய கண்களுடன் ஹாய்ஃபா

தமிழில்: சூ.ம.ஜெயசீலன் | 93

பார்த்துக்கொண்டிருந்தாள். நான் வெடித்து அழுவதைப் பார்த்து, அவள் என் சார்பாக இருப்பதாகச் சொல்வதுபோல, தன் கையை என் கைக்குள் விட்டுக்கொண்டாள்.

மற்றொரு எண்ணம் என்னைத் திடுக்கிடச் செய்தது இவளுக்கும் திருமணம் செய்ய அவர்கள் திட்டமிட்டால் என்ன செய்வது? ஹாய்ஃபா... என் தங்கை... என் அழகான தங்கை இந்தக் கொடுங்கனவில் இருந்து தப்பிக்கும் வாய்ப்பு அவளுக்காவது வாய்க்கட்டும்.

எனக்காகப் பரிந்து பேச மோனா பலமுறை முயன்றார். ஆனால், அவர் மிகவும் பயந்தவர். அவர் பேசுவதைக் கேட்கப் போவது யார்? இங்கே எப்போதும் மூத்தவர், அதிலும் ஆண் மட்டுமே முடிவெடுக்க முடியும். மோனா பரிதாபத்திற்குரியவர்! நான் தப்பிக்க வேண்டும் என்றால், என்னைத் தவிர வேறு யாரையும் நம்பக் கூடாது என அறிந்துகொண்டேன்.

எனக்குப் போதுமான நேரம் இல்லை. என்னை அழைத்துச் செல்ல அவர் வருவதற்கு முன்பாக நான் ஒரு தீர்வு கண்டாக வேண்டும். பெற்றோருடன் சிறிது நேரம் தங்கியிருக்க, அவரை நச்சரித்து அனுமதி வாங்கியிருக்கிறேன். ஆனால், தப்பிக்க ஒரு வழியும் தெரியாமல் சுற்றிச்சுற்றி வருகிறேன்.

"நுஜூத், அவளின் கணவருடன்தான் தங்கியிருக்க வேண்டும்!" – அப்பா மீண்டும் மீண்டும் சொல்கிறார். எபோதெல்லாம் அப்பா அருகில் இல்லையோ அப்போது அம்மாவிடம் பேச ஓடுகிறேன். அழுதுகொண்டிருக்கும் அம்மா என்னைக் காணாமல் மிகவே தவிப்பதாகவும், ஆனால், எனக்கு ஒன்றும் செய்யமுடியாது எனவும் சொல்கிறார்.

நான் பயப்படுவதற்கு எல்லா காரணங்களும் இருந்தன. தன் சகோதரர்களைப் பார்த்து விட்டு, மனைவிக்குரியக் கடமைகளை நினைவூட்ட அவர் விரைவிலேயே திரும்பி வந்தார். முடிந்தவரை மறுத்தேன். இருப்பினும் ஒரு பயனும் இல்லை. வாக்குவாதத்திற்குப் பிறகு, அவருடன் அவரின் சகோதரர் வீட்டில் தங்குவதாக இருந்தால், சனாவில் சில வாரங்கள் தங்குவதற்கு என்னை அனுமதிப்பதாகச் சொன்னார். அவர் என்னை நம்பவில்லை. என் பெற்றோருடன் நீண்ட நாட்கள் இருந்தால் நான் ஓடிப்போய் விடுவேன் என சந்தேகப்பட்டார். எனவே ஒரு மாதத்திற்கும் மேலாக, மீண்டும் நரகத்தில் அமிழ்த்தப்பட்டேன்.

கோபத்துடன் முழங்கையை வைத்துக் குத்த வருவதுபோல் வந்து, "புலம்புவதை எப்போதுதான் நிறுத்தப் போகிறாய்? வெறுத்து விட்டது!" என்றார்.

"எப்போது என்னை என் பெற்றோரின் வீட்டுக்கு அனுப்புகிறீர்களோ அப்போது" – என் கைகளுக்குள் முகத்தைப் புதைத்துக்கொண்டேன்.

என்னுடைய பிடிவாதத்திற்கு நன்றி. கடைசியில், மீண்டும் எனக்கு சிறிது ஓய்வு கிடைத்தது.

"ஆனால், இதுதான் கடைசி!" அவர் என்னை எச்சரித்தார்.

* * *

வீட்டுக்குத் திரும்பி வந்ததும், இந்த மனிதரை விட்டு விலகி வர வேண்டும் என்றால், மீண்டும் கார்ட்ஜிக்கு இழுத்துச் செல்லப் படாமல் இருக்க வேண்டும் என்றால் நான் விரைந்து செயல்பட வேண்டும் என்பதைத் தெளிவாகப் புரிந்துகொண்டேன்.

ஐந்து நாட்கள் கடந்துவிட்டது. ஐந்து வித்தியாசமான நாட்கள். அந்த நாட்களில் வழி தெரியாமல் முட்டி மோதிக்கொண்டே இருந்தேன். என் அப்பா, என் சகோதரர்கள், மாமா யாரும் எனக்குச் செவி மடுக்கவில்லை.

எனக்கு உதவி செய்யும் யாராவது இருக்கிறார்களா எனும் தேடுதலில் சாத்தியமான அனைத்துக் கதவுகளையும் தட்டினேன்.

தவ்ளாவைப் பார்க்கச் சென்றேன். தவ்ளா என் அப்பாவின் இரண்டாவது மனைவி. எங்கள் தெருவுக்கு நேர் எதிரே முட்டுச் சந்து இருந்தது. அதில் உள்ள அடுக்கு மாடி குடியிருப்பின் முதல் தளத்தில், மிகச் சிறிய வீட்டில், தன் ஐந்து பிள்ளைகளுடன் அவர் வாழ்ந்து வந்தார். கார்ட்ஜிக்குத் திரும்பிப் போகவேண்டுமே எனும் வேதனையால் உந்தப்பட்டவளாக படிகளில் ஏறினேன். குப்பை மேடு மற்றும் பொதுக்கழிப்பறையின் வீச்சத்தைத் தாங்க முடியாமல் மூக்கைப் பொத்தியபடி ஏறினேன். நீண்ட சிவப்பு மற்றும் கறுப்பு அங்கி அணிந்தவராக, பெரிய புன்னகையுடன் தவ்ளா கதவைத் திறந்தார்.

"ஆ... நுஜூத்! என்னே ஆச்சர்யம் உன்னைப் பார்ப்பது..! வா... வா... உள்ளே வா..."

எனக்கு தவ்ளாவைப் பிடிக்கும். அவருக்கு ஆலிவ் தோல், நீளமான முடி, அதைப் பின்னி எப்போதும் சடை போடுவார். வளர்ந்தவர், மெல்லிய உடலமைப்பு உடையவர், அம்மாவைவிட ஒயிலானவர், எப்போதும் எல்லையற்ற பொறுமைசாலி. என்னை ஒருபோதும் அவர் திட்டியதே இல்லை. அதை முன்னிட்டு எல்லாம், எளிதான வாழ்க்கை அவருக்கு அமையவில்லை. தாமதமாக இருபது வயதில்தான் என் அப்பாவுடன் திருமணம் நடந்தது. தவ்ளாவை என் அப்பா முற்றிலும் புறக்கணித்துவிட்டார். இருப்பினும், முழுமையாக தன் உழைப்பில் வாழக் கற்றுக் கொண்டார்.

தவ்ளாவின் மூத்த மகன் பெயர் யாஹ்யா, மாற்றுத்திறனாளி; இன்னும் நடக்க முடியவில்லை. எப்போதும் அவனுக்குச் சிறப்புக் கவனம் கொடுக்க வேண்டும். அவன் செய்யும் சேட்டைகள் பல மணி நேரம் நீடித்திருக்கும். வறுமை தவ்ளாவைப் பிச்சை எடுக்கத் தள்ளியது. அதிலிருந்துதான், மிகவும் சொற்பமான வாடகை கட்டுகிறார், குழந்தைகளுக்கு ரொட்டி வாங்குகிறார். இருப்பினும், வறுமைக்கு மத்தியிலும், தவ்ளா நம்ப முடியாத அளவுக்கு தாராள உள்ளம் கொண்டவர்.

உள்ளே என்னை அழைத்து பெரிய மெத்தை இருக்கையில் அமரச் சொன்னார். அந்த இருக்கை ஏறக்குறைய பாதி அறையை அடைத்திருந்தது. அருகிலேயே, சிறிய ஸ்டவ் அடுப்பில் தண்ணீர் கொதித்துக்கொண்டிருந்தது. குழந்தைகளின் போத்தல்களில் பாலுக்குப் பதிலாக தேநீர் ஊற்றி அடிக்கடி நிரப்ப வேண்டும். சுவரில் இருந்த ஆணியில் நெகிழி பை ஒன்று தொங்கியது. பொருட்கள் வைக்க அதைத்தான் பயன்படுத்துவார். அஃது ஏறக்குறைய காலியாக இருந்தது.

"நுஜூத், நீ ரொம்ப கவலையுடன் இருப்பதாகத் தெரிகிறது" என்று அவர் துணிந்து கேட்டார்.

என் குடும்பத்தில், என் திருமணத்தை எதிர்த்த வெகு சிலரில் இவரும் ஒருவர் என எனக்குத் தெரியும், ஆனால் யாரும் இவரை ஒரு பொருட்டாகவே மதிக்கவில்லை. வாழ்க்கை, இவரை நோக்கிப் புன்னகை செய்யவில்லை. இருப்பினும், இவரை விட வறுமையில் இருப்பவர்களுக்குக்கூட எப்போதும் பரிவு காட்டுவார். இவரை நம்பலாம் எனவும், எதையும் இவரிடம் இருந்து மறைக்கத் தேவையில்லை எனவும் உணர்ந்தேன்.

"உங்களிடம் சொல்ல எனக்கு நிறைய இருக்கிறது" எனச் சொல்லிவிட்டு, மனதில் இருந்த அனைத்தையும் கொட்டினேன்.

என் கதையைக் கேட்டார். புருவத்தைச் சுருக்கினார். நான் சொன்னது அவரை மிகவும் பாதித்திருக்கிறது என்பது தெரிந்தது. ஸ்டவ் அடுப்பில் பரபரப்பாக வேலை செய்துகொண்டே சிறிது நேரம் அமைதியாக அவர் யோசித்தார். பிறகு, ஒரு டம்ளரில் தேநீர் ஊற்றினார். அந்த ஒரு டம்ளர்தான் யாஹ்யா அதுவரை உடைக்காத டம்ளர். என் கையில் கொடுத்தபடியே, என்னை நோக்கிக் குனிந்து என் கண்களுக்குள் பார்த்தார்.

"நுஜூத், நீ சொல்வதை யாருமே கேட்கவில்லையென்றால் நீ நேரடியாக நீதிமன்றத்துக்குப் போகவேண்டும்" என மெல்ல சொன்னார்.

"எங்கே...?"

"நீதிமன்றத்துக்கு!"

நீதிமன்றத்துக்கா..? ஆனால், உண்மைதான்! ஒரு நொடிப் பொழுதில்... தலைப்பாகையுடைய நீதிபதிகளின் முகங்கள், எப்போதும் பரபரப்பாக இருக்கும் வழக்குரைஞர்கள், சிக்கலான குடும்பப் பிரச்னைகளுக்காகப் புகார் கொடுக்க வரும் ஷன்னா உடையணிந்த ஆண்கள், முக்காடு அணிந்த பெண்கள், திருட்டு மற்றும் பரம்பரைச் சொத்துகளுக்காக வீண் சண்டை போட்டவர்கள் எல்லாருடைய முகங்களையும் நான் கண்டேன்.

நீதிமன்ற அறை என்றால் என்ன என்று இப்போது எனக்கு ஞாபகம் வருகிறது. அண்டை வீட்டு தொலைக்காட்சியில் ஹாய்ஃபாவும் நானும் வழக்கமாகப் பார்க்கும் நிகழ்ச்சி ஒன்றில் பார்த்திருக்கிறேன். அதில் உள்ள நடிகர் வித்தியாசமான ஏற்ற இறக்கங்களுடன், ஏமன் நாட்டில் பேசுவதுபோல் அல்லாமல் அரபி மொழி பேசினார். அந்த நிகழ்ச்சி குவைத் நாட்டில் இருந்து ஒளிபரப்பானது என ஞாபகம் இருக்கிறது. பெரிய அறையில் ஒருவர் மாற்றி ஒருவராக வாதிகள் தோன்றினார்கள், சுவர்கள் வெள்ளையாக இருந்தன, நீதிபதியை நோக்கியவாறு பல்வேறு பழுப்பு நிற நீண்ட இருக்கைகள் இருந்தன. சன்னல் உள்ள வாகனத்தில் பிரதிவாதிகள் வருவதை நாங்கள் பார்த்தோம்.

தவ்ளா தொடர்ந்தார், "நீதிமன்றத்திற்குப் போ. எனக்குத் தெரிந்தவரை, அந்த ஓர் இடத்தில் மட்டும்தான் நீ சொல்வதைக்

தமிழில்: சூ.ம.ஜெயசீலன் | 97

கேட்பார்கள். 'நீதிபதியைப் பார்க்கவேண்டும்' என்று சொல். என்ன இருந்தாலும், அவர் அரசின் பிரதிநிதி. அவர் மிகவும் அதிகாரம் மிக்கவர், நம் எல்லாருக்கும் ஞானத்தந்தை. பாதிக்கப்பட்டவர்களுக்கு உதவுவதுதான் அவருடைய வேலை."

தவ்ளா என்னை நம்ப வைத்தார். அந்த நொடியில் இருந்து என் சிந்தனை மிகவும் தெளிவாக இருந்தது. என் பெற்றோர் எனக்கு உதவி செய்யாவிட்டால் பரவாயில்லை, நான் தன்னந் தனியாகச் செயல்படுவேன். என்னவெல்லாம் என்னால் செய்ய முடியுமோ அவை அனைத்தையும் செய்வேன் என என் சிந்தை உறுதி கொண்டது. ஒவ்வோர் இரவும் தனியாக அந்த அரக்கனுடன் படுப்பதில் இருந்து தப்பிக்க தன்னந்தனியாக மலையேறத் தயாரானேன். நன்றியுடன் தவ்ளாவை அணைத்துக்கொண்டேன்.

"நுஜூத்?"

"ம்..."

"இதை வைத்துக்கொள். உனக்கு உதவியாக இருக்கும்."

என் கையினுள் 200 ரியாலைத் திணித்தார். அவரிடம் இருந்த மொத்தப் பணமே அவ்வளவுதான். தினமும் அதிகாலையில் சாலைகளின் சந்திப்பில் நின்று அவர் பிச்சை எடுத்த பணம் அது.

"நன்றி தவ்ளா, நன்றி!"

* * *

மறுநாள் காலையில் வழக்கத்துக்கு மாறாக கூடுதல் ஆற்றலுடன் நான் எழுந்தேன். என்னுடைய புதிய நடத்தையை நினைத்து நானே வியந்தேன். ஒவ்வொரு நாள் காலையிலும் செய்தது போலவே, என் முகத்தைக் கழுவினேன், காலை தொழுகை செய்தேன், சிறிய ஸ்டவ் அடுப்பைப் பற்ற வைத்து தேநீர் போடுவதற்காக தண்ணீர் சுட வைத்தேன். பிறகு, கைகளைப் பிசைந்தபடி, பதற்றத்துடன், என் அம்மா எழுவதற்காகப் பொறுமையாகக் காத்திருந்தேன்.

"நுஜூத், முடிந்தவரை இயல்பாக இரு, நீயே சந்தேகத்தைக் கிளப்பிவிட்டுவிடாதே!" – என் உள் மனசு சொல்லியது.

அம்மா எழுந்த பிறகு, சிறிது நேரம் கழித்து, வழக்கமாக நாணயங்களை மறைத்து வைக்கும் கைக்குட்டையின் முடிச்சை அவிழ்த்தார். என் திட்டம் நடந்துவிடும் என்பதை புரிந்து கொண்டு நிம்மதியுற்றேன்.

"நுஜூத், கடைக்குச் சென்று காலை உணவிற்காக ரொட்டி வாங்கிக்கொண்டு வா" கையில் 150 ரியால் கொடுத்து அம்மா சொன்னார்.

"சரிங்க அம்மா" – கீழ்படிதலுடன் பதில் சொன்னேன். நான் பணத்தை எடுத்துக்கொண்டேன். திருமணம் ஆன பெண்கள் அணியக்கூடிய மேலாடை, கறுப்பு கழுத்துப்பட்டை அணிந்துகொண்டேன். கதவை மிகவும் கவனமாகச் சாத்தினேன். பக்கத்தில் இருந்த சந்து மற்றும் நடைபாதை பாதி காலியாக இருந்தது; வலது புறம் இருந்த முதல் தெருவில் நடந்தேன், இந்தப் பாதை முக்கத்தில் இருந்த அடுமனைக்கு இட்டுச் செல்லும். இங்கே, இருக்கும் பழமையான புகழ் பெற்ற அடுப்பில் இருந்து, எடுத்ததும் சாப்பிட்டால், மேல் தோல் உள்ள ரொட்டி மிகவும் ருசியாக இருக்கும். தொடர்ந்து நடந்தபோது, தினமும் சமையல் வாயு போத்தல்கள் விற்பனை செய்யும் விற்பனையாளரின் பழக்கமான குரல் கேட்டது. சமையல் எரிவாயு உள்ள போத்தல்களை பின்னால் உள்ள சிறிய வண்டியில் வைத்து மிதிவண்டியுடன் சேர்த்து தினமும் இழுத்துக்கொண்டு போவார்.

நான் அடுமனையின் அருகே சென்றுவிட்டேன், க்ஹோப்ஸ் ரொட்டி மற்றும் அதன் மேல் உள்ள இனிப்பின் வாசத்தை என்னால் உள்ளிழுக்க முடிகிறது. தந்தூர் அடுப்பின் அருகில் உள்ளூர் பெண்கள் பலர் அதற்குள்ளாக வரிசையில் நிற்பதை உடனே கவனித்தேன். கடைசி நேரத்தில், எங்கள் பகுதியின் மையத்தில் இருந்த அகலமான தெரு நோக்கி என் திசையை மாற்றினேன். "நீதிமன்றம், நீ செய்ய வேண்டியதெல்லாம், நீதிமன்றத்திற்குப் போக வேண்டும்" தவ்ளா சொல்லியுள்ளார்.

அகலமான சாலைக்கு வந்ததும், யாராவது என்னைப் பார்த்துவிடுவார்களோ எனப் பயந்தேன். என் மாமாக்களில் ஒருவர் அந்தப் பக்கம் வந்துவிட்டால் என்ன செய்வது? உள்ளுக்குள் நடுங்கினேன்; அதை மறைக்கும் விதமாக, என் கழுத்துப்பட்டையின் மடிப்புகளை, கண்களை மட்டும் விட்டுவிட்டு, ஏறக்குறைய என் முகம் முழுவதும் கொண்டு வந்தேன். கார்ட்ஜியை விட்டு வெளியேறிய பிறகு, இனி ஒருபோதும் அணியவே கூடாது என நினைத்திருந்த நிகாப் இப்போது ரொம்பவே உதவியாக இருந்தது. யாராவது பின் தொடர்ந்து வருகிறார்களோ என்னும் அச்சத்தில் பின்னால் திரும்பிப் பார்ப்பதைத் தவிர்த்தேன்.

எனக்கு முன்னால், நடைபாதையின் ஓரத்தில் பேருந்துகள் வரிசையாக நின்றன. பலூன்கள் விற்கப்படும் மளிகைக் கடைக்கு அருகே மஞ்சள் மற்றும் வெள்ளை நிறத்திலான சிற்றுந்து ஒன்றைக் கண்டேன். நகரின் உட்புறங்களில் பயணித்து, நகரின் மையத்திற்கு பயணிகளை அழைத்துச் செல்லும் இந்தச் சிற்றுந்தில் ஆறு பேர் பயணிக்கலாம். நகரின் மையம், அல்தாஹ்ரிர் சதுக்கத்துக்கு வெகு தொலைவில் எல்லாம் இல்லை.

'தொடர்ந்து போ. உனக்கு விவாகரத்து வேண்டும் என்றால், அது உன் கையில்தான் உள்ளது' என் சிறிய குரல் ஊக்கப்படுத்தும் விதமாகச் சொன்னது. மற்ற ஒவ்வொருவரையும் போலவே நானும் வரிசையில் காத்திருந்தேன். என் வயதுடைய மற்ற குழந்தைகள் தங்கள் பெற்றோருடன் இருந்தார்கள்; தனியாக நிற்கும் ஒரே சிறுமி நான் மட்டும்தான். யாரும் எதுவும் கேட்டுவிடக் கூடாது என்பதற்காக நான் தரையைப் பார்த்துக்கொண்டு நின்றேன். என் திட்டம் என் நெற்றியில் எழுதப்பட்டுள்ளது போன்ற பய உணர்வு மேலிட்டது.

கதவைத் திறந்து ஒரு பக்கமாகத் தள்ளுவதற்காக ஓட்டுநர் தன் இருக்கையில் இருந்து இறங்கினார். தள்ளுமுள்ளு உடனே தொடங்கியது. பல்வேறு பெண்கள் தங்கள் முழங்கையினால் இடித்துக்கொண்டு உள்ளே ஏறினர். என் பெற்றோர், என்னைக் காணவில்லை என கண்டுகொண்டு காவலர்களுக்கு தகவல் சொல்வதற்கு முன்பாக அந்தப் பகுதியை விட்டு எவ்வளவு விரைவாக முடியுமோ அவ்வளவு விரைவாகச் சென்றுவிட வேண்டும் என்பதற்காக குதித்து ஏறினேன். சிற்றுந்தின் பின் பகுதியில், வயதான பெண் மற்றும் இளம்பெண் இருவருக்கும் இடையில் அமர்ந்தேன். இருவரும் தலை முதல் விரல் வரை மறைத்திருந்தார்கள். இரண்டு பருத்த உடல்களுக்கு இடையில் சான்ட்விஜ்போல இருந்தேன். யாரும் தெருவில் இருந்து பார்த்துவிடுவார்களோ என்னும் பயத்தில் என்னை மறைத்துக் கொண்டேன். நல்ல வேளையாக இருவருமே எந்த ஒரு கேள்வியும் என்னிடம் கேட்கவில்லை.

வண்டி புறப்பட்ட போது, என் இதயம் வேகமாகத் துடிப்பதை உணர்ந்தேன்; நான்கு ஆண்டுகளுக்கு முன்னால் வீட்டில் இருந்து தப்பி ஓடி, வீட்டிலிருந்து தைரியமாகத் தப்பிச் செல்வதற்கான துணிச்சலைக் கற்றுக்கொடுத்த, என் சகோதரர் ஃபேர்ஸை

நினைத்துப் பார்த்தேன். அவர் வெற்றிகரமாகத் தப்பினார், ஏன் என்னால் மட்டும் முடியாது?

ஆனால், நான் என்ன செய்துகொண்டிருக்கிறேன் என்பதை நான் உண்மையிலேயே அறிந்திருக்கிறேனா? தன் மகள் தனியாகப் பேருந்தில் போவதைப் பார்த்தால் என் தந்தை என்ன சொல்வார்? இப்படிச் செய்வதன் வழியாக, அவர் வழக்கமாகச் சொல்லும், அவரின் கௌரவத்தை நான் கறைபடுத்துகிறேனா?

கதவு அடைக்கப்பட்டது. என் மனதை மாற்றுவதற்கான நேரம் கடந்துவிட்டது. சன்னல் வழியாக நகரம் ஓடுவதைப் பார்த்தேன். காலை நேர வாகன நெரிசலில் வண்டிகள் சிக்கிக்கொண்டன; கட்டட வேலை நடக்கின்ற கட்டடங்கள்; கறுப்பு முக்காடு அணிந்த பெண்கள்; விற்பனைக்காக மல்லிகைப் பூ, கைக்குட்டைகள், மற்றும் பபுள்கம் சுமந்து வரும் வெளியூர் ஆட்கள்... அனைவரையும் கண்டேன்.

சனா மிகப்பெரிய நகரம்; நகர் முழுவதும் மக்கள்! தலைநகரின் தூசி மிகுந்த குறுகலான பாதை மற்றும் கார்ட்ஜியின் தனிமை இவை இரண்டுக்கும் இடையே சனாவை நான் 1000 முறை விரும்பினேன்.

“கடைசி நிறுத்தம் வந்துவிட்டது” – ஓட்டுநர் கத்தினார்.

நாங்கள் வந்துவிட்டோம். கதவை, கஷ்டப்பட்டுத் திறக்கத் தொடங்கியதும் வீதியின் ஆரவார சத்தம் உள்ளே ஆக்கிரமித்தது. இறங்குவதற்காக அவசரப்பட்டு தள்ளிய பெண்களுடன் சேர்ந்து நானும் தள்ளினேன். நடுங்கும் விரல்களுடன் என் பயணத்திற்கான சிறிது நாணயத்தை நடத்துநரிடம் கொடுத்தேன். எங்கே நீதிமன்றம் இருக்கிறது என்கிற எந்தத் தகவலும் என்னிடம் இல்லை. இருப்பினும், என்னுடன் பயணித்தவர்களிடம் வழி கேட்கவும் எனக்குத் துணிச்சல் இல்லை.

பதற்றம் என்னைச் சூழ்ந்தது, அதனுடன் தொலைந்து போனதாக பயமும் எழுந்தது. வலது புறமும் இடது புறமும் பார்த்தேன்; ஒரு காவலர், உடைந்து போன சிவப்பு விளக்கின் அருகில் நின்றுகொண்டு வெறித்தனமாக விரைந்து வரும் வண்டிகளைக் கொஞ்சம் ஒழுங்குபடுத்த முயற்சி செய்துகொண்டிருந்தார். எல்லாத் திசைகளிலும் ஒருவர் மற்றவரை முந்துவதற்காக முயற்சி செய்து வாகன ஓட்டிகள் எழுப்பும் ஒலி கொடூரமாக ஒலித்தது.

தெளிந்த வெள்ளை வானத்தில் வந்த ஒளிரும் சூரியக் கதிரின் வெளிச்சத்தினால் எதையும் பார்க்க முடியாமல் இமையைச் சிமிட்டிக்கொண்டிருந்தேன். இத்தகைய குழப்பம் மிகுந்த சாலையை எப்படி நான் கடப்பது? என்னால் முடியவே முடியாது. சாலை விளக்கை உற்றுப் பார்த்துக்கொண்டே என் சிந்தனையை ஒருமுகப்படுத்த முயற்சி செய்தபோது ஒரு மஞ்சள் நிற டாக்ஸி வண்டியைப் பார்த்தேன். நான் காப்பாற்றப்பட்டேன்.

இரவும் பகலும், 24 மணி நேரமும், நகரின் எல்லாப் பக்கமும் சென்று வரும் பல்வேறு வாடகை வண்டிகளுள் ஒன்று இது. ஏமன் நாட்டில், ஒரு சிறுவனுடைய கால் ஆக்ஸிலேட்டரை மிதிக்கிற அளவுக்கு வளர்ந்து விட்டால் போதும், வீட்டுக்கு உதவி செய்யவும், குடும்பத்திற்கு உணவளிக்கவும் தம் மகன் ஓட்டுநராக வேலை செய்வான் என்னும் நம்பிக்கையில், உடனே அவனுடைய அப்பா ஓட்டுநர் உரிமம் வாங்கிக் கொடுத்துவிடுவார். பாப் அல்ஏமன் நகருக்குச் செல்ல இதுபோன்ற வாடகை வண்டியில் மோனாவுடன் ஏற்கெனவே நான் பயணித்துள்ளேன்.

சனா நகரில் உள்ள அனைத்து முகவரியும் ஓட்டுநரிடம் விரல் நுனியில் இருக்கும் என நினைத்துக்கொண்டு, என் கையை உயர்த்தி, நிறுத்துமாறு சமிக்ஞை செய்தேன். ஒரு சிறுமி, தனியாக, வாடகை வண்டிக்குள் இது சாதாரணமாக நடக்காத ஒன்று. ஆனால் இந்த நேரம், மக்கள் என்ன நினைப்பார்கள் என்று கொஞ்சம் கூட என்னால் நினைக்க முடியவில்லை.

என்னை வியப்புடன் உற்றுப் பார்த்த ஓட்டுநரிடம், “நான் நீதிமன்றம் போக வேண்டும்” அவசரமாகச் சொன்னேன்.

பயணம் முழுவதும் அமைதியாக அமர்ந்திருந்தேன். அவரின் கன்னம் காட் புகையிலையால் வீங்கி இருந்தது. கேள்விகளால் என்னைத் துளைக்காமல் அழைத்துச் சென்றதற்காக அவருக்கு நான் எவ்வளவு நன்றிக் கடன் பட்டிருக்கிறேன் என்பது ஓட்டுநருக்குத் தெரியாது. அதைப் பற்றி எதுவும் தெரியாமல், நான் தப்பித்து ஓடுவதற்கு அமைதியாக உதவி செய்தார். வேக வேகமாக வரும் மூச்சை நிதானப்படுத்துவதற்காக ஜாக்கிரதையாக என் வலது கையை வயிற்றில் வைத்து அழுத்தி முயற்சி செய்தேன், மேலும் கண்களை மூடியிருந்தேன்.

“வந்து விட்டோம்!”

துல்லியமாக பிரேக்கில் மிதித்து, தன் வாகனத்தை, மிகக் கவர்ச்சிகரமான நீதிமன்றத்தின் முற்றத்துக்குள் ஓட்டிச் சென்றார். வாகனம் பாதையை மறைத்திருந்ததால், போக்குவரத்து காவலர் ஒருவர் பொறுமை இல்லாமல், விரைந்து செல்லுமாறு கை அசைத்தார். நான் விரைவாக வண்டியில் இருந்து வெளியேறி என் மீதி பணத்தைக் கொடுத்தேன்.

வந்து இறங்கிய பிறகு, திடீரென்று மிகவும் துணிச்சலாக உணர்ந்தேன். குழப்பமாகவும், பயமாகவும் இருந்தது, உண்மைதான், ஆனால் நிறைய ஆற்றலுடன் இருந்தேன்! கடவுள் விரும்பினால், என் வாழ்க்கை முற்றிலுமாக மாறும்.

7

விவாகரத்து

ஏப்ரல் 15, 2008.

அந்த முக்கியமான நாள் எதிர்பார்த்ததைவிட விரைவாக வந்தது. என்னே கூட்ட நெருக்கம்! வெடித்துவிடும் அளவுக்கு நீதிமன்ற அறை நிரம்பி வழிகிறது; அற்புதமானது! நீதிபதிகளுக்கு முன்னால் இருக்கின்ற எல்லா இருக்கைகளிலும் மக்கள் அமர்ந்துள்ளனர். அனைவரும் எனக்காகவா வந்திருக்கிறார்கள்? முன்கூட்டி செய்ய வேண்டிய வேலைகளுக்கு அதிக நேரம் பிடிக்கும் என ஷடா ஏற்கெனவே எனக்கு எச்சரிக்கைக் கொடுத்திருந்தார். ஊடகங்களுக்கும் சொல்லியிருந்தார்.

பிதுங்கி வழியும் இந்த நீதிமன்ற அறையில் ஷடாவும் என்னைப் போலவே பிரமிப்புடன் அமர்ந்திருக்கிறார். நாங்கள் முதல் முறையாகச் சந்தித்ததில் இருந்து ஒரு வாரம் கடந்துவிட்டது. இந்த ஒரு வாரமும், செய்தித்தாள், தொலைக்காட்சி, பெண்ணிய அமைப்புகள் போன்றவைகளைத் தொடர்பு கொள்வதில் கழிந்தது.

இதுதான் அதன் விளைவு; ஒரு புதுமை!

என் வாழ்க்கையில் நிறைய புகைப்படக் கருவிகளையும், நிழற்படம் எடுப்பதால் வரும் வெளிச்சத்தையும் இந்த அளவு நான் பார்த்ததில்லை. வேகமாக வேகமாக சுவாசிக்கிறேன். இங்கு என்னைச் சுற்றி இருக்கும் முகங்கள் அனைவரும் என்னுடைய ஆக்ஸிஜனை எடுத்துக்கொண்டார்களா அல்லது ஒட்டு மொத்த பதற்றத்துடன் இருக்கிறேனா? என் கறுப்பு நிற கழுத்துத்துண்டுக்கு உள்ளே அதிகமாக வியர்த்து வடிகிறது.

“நுஜூத்... சிரிங்க!” என்று, என்னிடம் வருவதற்கு தம் முழங்கையினால் வழி ஏற்படுத்திக்கொண்டே நிழற்படக்கலைஞர் கத்துகிறார்.

ஏறக்குறைய, திடீரென பல்வேறு நிழற்படக் கருவிகள் என் முன்னால் வரிசைகட்டி நிற்கின்றன. ஒட்டு மொத்த ஒளி கக்கும் விளக்குகளால் நான் வெட்கப்படுகிறேன். இதுபோக, இந்தக் கூட்டத்தில் எனக்குத் தெரிந்த யாருடைய முகத்தையும் என்னால் பார்க்க முடியவில்லை. எல்லாரும் என்னையே பார்த்துக்கொண்டு இருக்கிறார்கள். நான் ஷடாவை ஒட்டி அமர்ந்திருக்கிறேன். அவரின் வாசனை எனக்கு நம்பிக்கை அளிக்கிறது, அது மல்லிகை பூவின் வாசம், எனக்கு இப்போது உறுதியாகத் தெரிகிறது.

“ஷடா ஆன்டி..?”

“சொல்லு நுஜூத்.”

“பயமாக இருக்கிறது!”

“விரும்பியது நடக்கப் போகிறது. எல்லாம் நல்லபடியாக நடக்கும்!” என்று என் காதில் முணுமுணுக்கிறார்.

இவ்வளவு எதிர்பார்ப்பினை உருவாக்கி இருப்பேன் என்று நான் ஒருபோதும் கற்பனைகூட செய்ததில்லை. அமைதியாக பல மாதங்கள் பாதிப்புக்கு உள்ளாக்கப்பட்ட பிறகு, திடீரென இவ்வளவு ஊடகத்தினராலும் தனிக் கவனம் செலுத்தப்படுகிறேன். ‘அவர்கள் வரமாட்டார்கள்... நாம் மட்டுமே இருப்போம்’ என ஷடா உறுதியளித்தார். அவர்கள் என்னைக் கேள்வி கேட்கத் தொடங்கினால் நான் எது வேண்டுமானாலும் சொல்லலாமா? எப்படிப் பதில் சொல்வது என்று யாருமே இதுவரை கற்றுத் தரவில்லை.

“ஷடா..?”

“சொல்லு நுஜூத்.”

“நிழற்படம் எடுப்பதால் வரும் வெளிச்சம் அனைத்தையும் பார்க்கும்போது எனக்கு எப்படி இருக்கிறது தெரியுமா..? அடிக்கடி தொலைக்காட்சியில் அமெரிக்காவின் முக்கிய நபரான ஜார்ஜ் புஷ் வருவாரே, அப்படி இருக்கிறது!”

“அதைப்பற்றியெல்லாம் கவலைப்படாதே!” என்று சொல்லி புன்னகைக்கிறார்.

நான் பதிலுக்குப் புன்னகைப்பதுபோல பாசாங்கு செய்கிறேன். ஆனால், என் கால்கள் தரையில் அறையப்பட்டது போன்ற வித்தியாசமான உணர்வில், உறைந்து, அசைய முடியாமல் அமர்ந்திருப்பதாக உள்ளுக்குள் உணர்கிறேன். நான் பயப்படுகிறேன் என்றால், என்ன முடிவு வரப்போகிறது என்பது எனக்குத் தெரியவில்லை, அதனால்தான் பயப்படுகிறேன். அது எனக்கும் புரிகிறது.

விவாகரத்து எப்படி நடக்கும்? ஷடாவிடம் இதைக் கேட்க மறந்து விட்டேன். இது குறித்து எதுவும் பள்ளிக்கூடத்தில் நான் கேள்விப்பட்டதே இல்லை. நானும் என் தோழி மலாக்கும் எல்லாவற்றைக் குறித்தும் பேசிக் கொள்வோம். ஆனால் ஒருமுறை கூட இதைக் குறித்துப் பேசியதே கிடையாது. ஒருவேளை இது பெரியவர்களுக்கானது என நாங்கள் நினைத்திருக்கலாம். மேலும், பெரியவர்களின் பிரச்னைகளைக் குறித்துக் கவலைப்படுவதற்கு, வெளிப்படையாகவே நாங்கள் சின்னப் பிள்ளைகள். என் ஆசிரியர்களே திருமணம் முடித்தவர்களா அல்லது விவாகரத்து ஆனவர்களா என்பது எனக்குத் தெரியாது. அது குறித்துக் கேட்பதற்கு ஒருபோதும் நான் நினைத்ததும் கிடையாது. எனவே என்னுடைய சூழ்நிலையை எனக்குத் தெரிந்த மற்ற பெண்கள் எவருடனும் நிச்சயமாக ஒப்பிட முடியாது.

கண்ணைக் குருடாக்கும் நிழற்படக் கருவிகளின் ஒளி தலைவலியை உண்டாக்குவது போலவே, உறைய வைக்கும் சிந்தனை ஒன்று என்னுள் தோன்றியது: அந்த அசுரன் விவாகரத்துக் கொடுக்க மாட்டேன் எனச் சொல்லி விட்டால் என்ன செய்வது? எங்கள் பிரிவை அவர் எதிர்க்கத் துணிந்தார் என்றால், அவருடைய சகோதரர்கள் மற்றும் கிராமத்து ஆண்கள் திரண்டு வந்து பின்னால் நிற்க, குத்துவாள் பயன்படுத்தி நீதிபதியை மிரட்டத் தொடங்கினால், என்னால் என்ன சொல்ல முடியும்?

“கவலைப்படாதே! எல்லாம் நல்லபடியாக நடக்கப் போகிறது...” என் தோளைத் தட்டிக் கொடுத்து ஷடா உறுதிப்படுத்துகிறார்.

அவரை நிமிர்ந்து பார்க்கிறேன். நேற்று இரவு அதிக நேரம் அவர் தூங்கியிருப்பார் என நான் நம்பவில்லை; அவரின் கண்களுக்குக் கீழே சுருக்கம் விழுந்திருக்கிறது. ஷடா மிகவும் களைத்துவிட்டது போல் தெரிகிறது. எனக்குக் கவலையாக இருக்கிறது. ஏனென்றால் இது எல்லாம் என்னுடைய தவறினால்தான். இருப்பினும்,

அவர் களைப்பாக இருந்தாலும் இன்னும் அவர் அழகாகவும் நேர்த்தியாகவும், ஓர் உண்மையான நகரத்துப் பெண்போலவும் தோற்றம் அளிக்கிறார்.

அவர் புதிய கழுத்துத்துண்டு அணிந்திருப்பதைக் கவனிக்கிறேன், இளஞ்சிவப்பு நிறத்தில் தன் சட்டையின் நிறத்துக்கு இணையான நிறத்தில் அணிந்திருக்கிறார். எனக்கு மிகவும் பிடித்த நிறங்களுள் ஒன்று இளஞ்சிவப்பு. மேலும் சாம்பல் நிறத்திலான நீண்ட பாவாடையும், குதிக்கால் பகுதி உயரமாக உள்ள செருப்பும் அணிந்திருக்கிறார். நான் மிகவும் பாக்கியசாலி, என் அருகிலேயே ஷுடா இருக்கிறார். ஷுடா, எனக்கு இரண்டாவது தாய்.

ஒரு கை கூட்டத்திலிருந்து என்னை நோக்கி அசைவதைத் திடீரென்று கவனிக்கிறேன். கடைசியாக, எனக்குத் தெரிந்த ஒருவரைக் கண்டுகொண்டேன். அவர் பெயர், ஹமீத் தபெத்; 'ஏமன் டைம்ஸ்' செய்தியாளர்; என்னுடைய புதிய நண்பர். உண்மையான அண்ணன்போல இருப்பவர்; உடன் பிறந்த அண்ணன் முகமத்போல அல்ல.

சில நாட்களுக்கு முன்பாக, தனக்குத் தெரிந்த ஒருவரை ஷுடா எனக்கு அறிமுகம் செய்து வைத்தார். அவர் நல்ல உயரம், பழுப்பு நிற முடி, வட்ட முகம், அகன்ற தோள் மேலும் அவரின் இரக்கக் குணம் என்னை உடனே ஈர்த்தது. அவருக்கு எத்தனை வயது என்பது துல்லியமாக எனக்குத் தெரியவில்லை; அவரைக் கேட்கவும் நான் துணியவில்லை. நீதிமன்ற வளாகத்தில் ஷுடா என்னை முதன் முதலில் சந்தித்த அதே இடத்தில், நாங்களும் சந்தித்தோம்.

"உங்களை நிழற்படம் எடுத்துக் கொள்ளலாமா?" என என்னிடம் கேட்டார். பிறகு, நீதிமன்றத்துக்கு அருகில் உள்ள சிறிய உணவகத்துக்கு நாங்கள் சென்றோம். அங்கே, தன்னுடைய பேனாவையும் குறிப்பேட்டினையும் எடுத்து, என் பெற்றோர்கள், என் திருமணம், கார்ட்ஜி, என் திருமணத்தின் முதல் இரவு அனைத்தைக் குறித்தும் என்னிடம் கேள்விகள் கேட்டார். என் கதையை அவரிடம் சொன்ன போது அவமானத்தால் துயருற்றேன். இருப்பினும், என் இரத்தக் கறைகளைப் பற்றிச் சொல்லிக் கொண்டிருந்தபோது அவர் மனவேதனை அடைந்ததையும், என் மீது பரிவிரக்கம் கொண்டதையும் கவனித்தேன். தன் உணர்வுகளை மறைக்க முயற்சிப்பதுபோல, தன் பேனாவினால் மேசையின் மீது மெல்லத் தட்டிக்கொண்டே இருந்ததையும்கூட கவனித்தேன்.

அவரின் வேதனையை என்னால் கவனிக்காமல் இருக்க முடியவில்லை. அவர் கோபப்பட்டார், எனக்காக பயங்கரமாகக் கோபப்பட்டார் என்பதைப் பார்த்தாலே தெரிந்தது.

"ஆனால், நீ ரொம்பச் சின்னக் குழந்தை! எப்படி அவரால் அப்படிச் செய்ய முடிந்தது?" – ஹமீத் முணுமுணுத்தார்.

அதிசயமாக, நான் இந்த முறை அழவில்லை. சில நிமிட அமைதிக்குப் பிறகு, தொடர்ந்து பேசினேன்;

"என் வயதுடைய மற்ற குழந்தைகளைப்போல, வெளியில் சென்று விளையாட ஆசைப்பட்டேன், ஆனால் அவர் என்னை அடித்தார். அவர் விரும்பிய அசிங்கமான செயலைச் செய்வதற்காக அவருடன் கட்டிலுக்குச் செல்ல தொடர்ந்து வற்புறுத்தினார். என்னிடம் எப்போதும் கெட்ட வார்த்தைகளையே பேசினார்..."

நாங்கள் பிரியாவிடை பெற்றபோது, ஹமீத் தபெத்தின் குறிப்பேட்டில் உள்ள பக்கங்கள் கறுப்பு மையினால் ஆன எழுத்துகளால் நிறைந்திருந்தன. மிகச் சிறிய குறிப்புகளைக்கூட அவர் எழுதிக்கொண்டார். பிறகு ரகசியமாகச் சிறைக்குள் சென்று தன் அலைபேசியில், என் அப்பாவையும் அரக்கனையும் படம் எடுத்தார். சில நாட்களுக்குப் பிறகு, ஹமீத் எழுதிய கட்டுரை வெளியாகி இருப்பதாகவும், ஏமனில் பெரிய பரபரப்பை ஏற்படுத்தி இருப்பதாகவும் ஷடா என்னிடம் சொன்னார். என் கதையை முதன் முதலில் வெளி உலகிற்குச் சொன்ன முதல் பத்திரிகையாளர் அவர் தான். அந்த நேரம் எனக்கு வருத்தமாக இருந்தது, உண்மைதான், ஆனால் அவருக்கு நான் நிறைய கடமைப்பட்டுள்ளதாக இப்போது உணர்கிறேன்.

* * *

சரியான கோணத்தில் படம் எடுப்பதற்காக, நீதிமன்ற அறையின் வாசலில் நிழற்படக் கருவிகள் முட்டித் தள்ளிக்கொள்கின்றன.

நான் நடுங்குகிறேன்: அப்பாவைக் கண்டுகொண்டேன். மேலும்... அந்த அரக்கன், இருவரும் ஆலிவ் பச்சை நிற சீருடை மற்றும் தொப்பி அணிந்த இரு காவலர்களின் பாதுகாப்பில் வருகிறார்கள். கைதிகள் மிகவும் கோபமாக இருக்கிறார்கள். என்னைக் கடந்து செல்லும்போது, அரக்கன் தன் பார்வையை தாழ்த்திக்கொள்கிறார். பிறகு திடீரென ஷடாவைத் திரும்பிப் பார்க்கிறார்.

“என்னுடைய திருமணத்தை நான் சிறப்பாகக் கொண்டாடவே இல்லை. ஆனால், நிச்சயமாக நீ எங்களுக்கு சிறந்த விருந்தை ஏற்பாடு செய்திருக்கிறாய்” என்று சொல்லி பற்களைக் காட்டி உறுமுகிறார்.

என்ன துணிச்சல் இருந்தால் ஷுடாவிடம் அவர் அப்படிப் பேசியிருப்பார்? நான் எதை நினைத்துப் பயந்தேனோ அது இப்போது நடந்துகொண்டிருக்கிறது. ஆனால், ஷுடா ஆச்சர்ய அற்புதமாக அமைதியாக இருந்தார். கண்ணைக்கூட ஷுடா சிமிட்டவில்லை. இந்தப் பெண்மணியின் ஆளுமை பலம் என்னைப் பிரமிக்க வைக்கிறது. தன் உணர்வுகளை வெளிப்படுத்த ஷுடா தம் கைகளை அசைக்கக்கூட வேண்டியதில்லை. அவர் பார்க்கிற பார்வையே அரக்கன் மீதான அவரின் கோபத்தை வெளிப்படுத்துகிறது. அந்தப் பார்வையே போதும். கடந்த சில நாட்களில் அவரிடம் நான் நிறையவே கற்றுக்கொண்டுள்ளேன்.

“அவர் சொல்வதைக் கண்டுகொள்ளாதே” என்று என்னிடம் ஷுடா சொல்கிறார்.

என்னால் முடிந்தவரை என் உணர்வுகளை நிதானத்தில் வைக்க, ஷுடாவைப்போல முயற்சி செய்கிறேன்... என்னால் முடியவில்லை. குறைந்தபட்சம் இப்போது இல்லை. என் இதயம் வேகமாகத் துடிக்கிறது; அதைக் குறைக்க இயலவில்லை. அவர் எனக்குச் செய்த அனைத்துக் கொடுமைகளுக்குப் பிறகு, அவரை மிகவும் வெறுக்கிறேன்!

நான் நிமிர்ந்து அவரைப் பார்க்கும்போது, அப்பாவின் கண்களை உற்றுப் பார்க்கிறேன். அப்பா மிகவும் வருத்தத்தில் இருப்பது போல் தெரிகிறது. நான் அமைதியாகவும், நியாயமாகவும் இருக்க வேண்டும் ஆனாலும், என்றென்றைக்கும் என் மீது அப்பா கோபமாக இருந்துவிடுவாரோ என எனக்குப் பயமாக இருக்கிறது. ‘கௌரவம்’ என்று அவர் சொன்னார். அவர் முகத்தைப் பார்ப்பதன் வழியாக, அந்தச் சிக்கலான வார்த்தையின் அர்த்தம் எனக்குப் புரியத் தொடங்குகிறது. கோபமாகவும் அவமானமாகவும் அப்பா இருப்பதை அவர் கண்களில் நான் பார்க்கிறேன். அனைத்து நிழற்படக் கருவிகளும் அவரை நோக்குகின்றன... அப்பா மீது எனக்கு கோபமாக இருக்கிறது. ஆனால் அவருக்காக வருத்தப்படாமல் இருக்கவும் முடியவில்லை. மற்ற ஆண்கள் கொடுக்கும் மரியாதை, இங்கே மிகவும் முக்கியமானது.

"என்னா ஒரு கும்பல்... நீதிமன்ற அறை இப்படி ஒருபோதும் நிறைந்ததே இல்லை!" என்று பாதுகாப்பு காவலர் ஒருவர் வியந்து கூறுகிறார்.

நிழற்படம் எடுப்பதால் வரும் ஒளி மீண்டும் அடுத்தடுத்து நிறைய வருகிறது. யாரோ முக்கியமான நபர் வந்திருக்கிறார். தலைப்பாகையுடன் தலைமை நீதிபதி முகமத் அல்கஷி வருகிறார். அவரை என்னால் அடையாளம் கண்டுகொள்ள முடிகிறது. தலைக்குப் பின்னால் முடிச்சுப் போடப்பட்டிருந்த அவரின் வெள்ளைத் தலைப்பாகைக்கு நன்றி. மெல்லிய மீசை மற்றும் கொஞ்சம் தாடி வைத்திருக்கிறார். தன் ஆடையின் மீது பழுப்புநிற மேலாடை அணிந்திருக்க, பெருமையுடன் இடுப்பில் உள்ள குத்துவாள் தெரிகிறது.

நீதிபதியின் ஒவ்வோர் அசைவையும் நான் கவனிக்கிறேன். ஒரு நொடிகூட அவரை விட்டு என் பார்வையை எடுக்கவில்லை. உயரமான மேசையின் பின்பக்கமாக அவர் அமர்வதைப் பார்க்கிறேன், இப்போது வானொலி மற்றும் தொலைக்காட்சிகளின் ஒலி வாங்கிகளின் சத்தங்கள் இரைகின்றன. தனக்கு முன்பாக ஆவணங்களை அவர் வைப்பதைப் பார்க்கிறேன். இவர் குடியரசின் அதிபர் எனவும், உரை நிகழ்த்தப் போகிறார் எனவும் உங்களுக்குத் தோன்றலாம்.

நீதிபதி அப்டோ வந்து தலைமை நீதிபதிக்கு அருகில் நாற்காலியில் அமர்கிறார். நல்லவேளையாக, அவர்கள் எனக்கு ஆதரவளிக்க இங்கே இருக்கிறார்கள். இப்போது வரை என் கண்களை என்னாலேயே நம்பமுடியவில்லை.

"எல்லாம் வல்ல மற்றும் இரக்கமிகு இறைவனின் பெயரால் இந்த நீதிமன்றம் தொடங்குகிறது..." என்று அல்கஷி அறிவித்து மேசைக்கு அருகில் வருமாறு எங்களை அழைக்கிறார்.

தன்னைப் பின்பற்றி வருமாறு ஷடா சைகை செய்கிறார். எங்களுக்கு வலது புறம் அப்பாவும் அரக்கனும் முன்னே வருகிறார்கள். மக்கள் கூட்டம் எங்களுக்குப் பின்னால் பொங்கிக்கொண்டிருப்பதை என்னால் அவதானிக்க முடிகிறது.

என்னில் ஒரு பகுதி, நம்ப முடியாத அளவு உறுதியாக உணர்கிறது, ஒரு சின்ன சுண்டெலிபோல, இந்த நேரத்தில் நான் என்ன கேட்டாலும் அது எனக்குத் தரும். ஆனால், என்னில்

மற்றவை மீது எனக்கு எந்தவித கட்டுப்பாடும் இல்லை. கை கட்டி, அப்படியே இருக்க முயற்சி செய்கிறேன்.

நீதிபதி அப்டோ பேசத் தொடங்குகிறார்

"தன் சம்மதம் இல்லாமலேயே திருமணம் செய்துவைக்கப்பட்ட ஒரு சிறுமியின் வழக்கு இங்கே நம்மிடம் இருக்கிறது. அவருக்குத் தெரியாமலேயே திருமண ஒப்பந்தம் கையெழுத்தான பிறகு, ஹஜ்ஜா மாநிலத்துக்கு வற்புறுத்தி அழைத்துக்கொண்டு போயிருக்கிறார்கள். இன்னும் வயதுக்கு வராத, பாலியல் உறவுக்குத் தயாராகாத இச்சிறுமியை அவரின் கணவர் பாலியல் வன்புணர்வு செய்துள்ளார். இச்சிறுமியை, அவர் மிரட்டி பாலியல் வன்புணர்வு செய்ததோடு, அடித்துள்ளார், அவமானப்படுத்தியுள்ளார். இந்தச் சிறுமி விவாகரத்து வேண்டி இப்போது இங்கே வந்திருக்கிறார்."

நான் மிகவும் ஆர்வத்துடன் எதிர்பார்த்துக் காத்திருக்கும், குற்றவாளிகள் தண்டிக்கப்படும் முக்கியமான நேரம் இப்போது வருகிறது. பள்ளியில் தவறு செய்கிறபோது, மூலையில் போய் நிற்கும்படி ஆசிரியர் சொல்வது போன்றது இது. அரக்கனுக்கு எதிராக நான் வெற்றி பெறுவேன் என்று நம்புகிறேன். விவாகரத்தை அவர் ஏற்றுக்கொள்வார் என நம்புகிறேன்.

முகமத் அல்கஷி, மரத்தால் ஆன சுத்தியலால் மேசையை சில தடவைகள் தட்டுகிறார்.

வேறு எதையும் விட, நான் அதிகம் வெறுக்கும், அருவருப்பான படைப்பிடம் நீதிபதி பேசினார், "நான் சொல்வதை நன்றாகக் கவனியுங்கள், இரண்டு மாதத்திற்கு முன்பாக இந்தச் சிறுமியை நீங்கள் திருமணம் செய்துள்ளீர்கள். அவளுடன் பாலியல் உறவு கொண்டுள்ளீர்கள். நீங்கள் அவளை அடித்துள்ளீர்கள். இது உண்மையா அல்லது இல்லையா?"

அந்த அரக்கன் முழிக்கிறார். பிறகு, "இல்லை, அது உண்மை இல்லை. இந்தப் பெண்ணும், அவரின் தந்தையும் திருமணத்திற்கு சம்மதம் சொன்னார்கள்."

எனக்குச் சரியாகத்தான் கேட்கிறதா? எப்படி இப்படி ஒரு பொய்யைச் சொல்ல முடியும்...? என்னே ஒரு பொய்யர்! நான் அவரை வெறுக்கிறேன்.

தமிழில்: சூ.ம.ஜெயசீலன் | 111

"நீங்கள் இச்சிறுமியுடன் பாலியல் உறவு வைத்தீர்களா...? நீங்கள் அவருடன் பாலியல் உறவு வைத்தீர்களா?" – அல்கஷி மீண்டும் கேட்கிறார்.

நீதிமன்ற அறையில் கனத்த மவுனம் நிலவுகிறது.

"இல்லை!"

"இச்சிறுமியை அடித்தீர்களா?"

"இல்லை! நான் ஒருபோதும் இவளிடம் வன்முறையைக் கையாண்டது இல்லை."

நான் ஷடாவின் மேலாடையை இறுகப் பற்றுகிறேன்.

தன்னுடைய மஞ்சள் நிற பற்களுடனும், இழிந்த புன்னகையுடனும், கலைந்த முடியுடனும் எப்படி இந்த அரக்கன் இவ்வளவு உறுதியாகச் சொல்கிறார்? மிகவும் எளிதாக எண்ணற்ற பொய்களை எப்படி இவரால் சொல்ல முடிகிறது? இப்படியே இவர் சொல்லிக் கொண்டு போவதை என்னால் அனுமதிக்க முடியாது. ஏதாவது நான் சொல்லியே ஆக வேண்டும்.

"அவர் பொய் சொல்கிறார்!"

நீதிபதி, சில குறிப்புகளை எழுதிய பிறகு, என் தந்தையின் பக்கம் திரும்புகிறார்.

"இந்தத் திருமணத்திற்கு நீங்கள் ஒப்புதல் அளித்தீர்களா?"

"ஆமாம்."

"உங்கள் மகளின் வயது என்ன?"

"என் மகளின் வயது 13"

பதிமூன்று? இதுவரை யாரும் எனக்கு 13 வயது என்று சொல்லியதே இல்லை. எப்போதிலிருந்து எனக்கு இவ்வளவு வயதானது? எனக்கு, ஒன்பது வயது அல்லது அதிகபட்சம் பத்து வயது இருக்கும் என நினைத்தேன்! என்னைச் சாந்தப்படுத்த என் கைகளை இறுகக் கட்டிக்கொண்டேன்.

"எனக்குப் பயமாக இருந்தது, அதனால் என் மகளைத் திருமணம் செய்து கொடுத்தேன்..." என் அப்பா தொடர்ந்தார், "நான் பயந்தேன்".

அவரின் கண்கள் சிவந்திருந்தன. பயமா? எதைக் குறித்து?

“அவளின் மற்ற இரு சகோதரிகளைப்போலவே, இவளையும் யாராவது திருடிக்கொண்டு போய்விடுவார்களோ என நினைத்தே திருமணம் செய்து கொடுத்தேன்” என்று அவரையும் அறியாமல் கையை ஆட்டியபடி சொல்கிறார்; “ஒரு மனிதர் ஏற்கெனவே என் இரண்டு மகள்களுடன் போய்விட்டார்... அவர்களைக் கடத்திக்கொண்டு போய்விட்டார்! அதையே என்னால் தாங்க முடியவில்லை. தற்போது அவர் சிறையில் இருக்கிறார்.”

எதைப் பற்றி அப்பா பேசுகிறார் என்று எனக்கு உண்மையிலேயே புரியவில்லை. சகோதரியின் கணவர் சிறையிலா..!?

அவருடைய பதில் தெளிவில்லாமலும் சிக்கலாகவும் உள்ளது. மேலும் நீதிபதிகளின் கேள்விகளும், புரிந்து கொள்ள முடியாதபடி போய்க்கொண்டிருக்கிறது. எல்லா பிதற்றல்களையும் சிக்கெடுப்பதற்கு நான் மிகவும் சிறு பிள்ளையாக இருக்கிறேன். வார்த்தைகள், வார்த்தைகள், மேலும் வார்த்தைகள். சுவரில் எறியப்பட்ட கற்கள் நொறுங்குவதுபோல ஆரம்பத்தில் அமைதியாக, பிறகு வேகமாக வார்த்தைகள் வருகின்றன; தாளம் மெல்லமெல்ல வேகமாகிறது; குரல் உயர்கிறது. குற்றம் சாட்டப்பட்டவர்கள் தங்களை நியாயப்படுத்துவதைக் கேட்கிறேன். என் இதயத் துடிப்பு வேகமாக இருப்பதுபோலவே அறையில் இருந்த பரபரப்பின் சத்தமும் அதிகரிக்கிறது!

அரக்கன், ஏதோ முகமத் அல்கஷியிடம் முணுமுணுக்கிறார். உடனே நீதிபதி அமைதியாக இருக்கும்படி மேசையைத் தட்டுகிறார்.

“கணவரின் வேண்டுகோளின்படி, தனி அறையில் தொடர்ந்து விசாரணை நடைபெறும்!” என்று நீதிபதி அறிவிக்கிறார்.

பொதுமக்கள் இருக்கும் இடத்திலிருந்து தள்ளி உள்ள ஓர் அறைக்கு, தன்னைப் பின் தொடர்ந்து வரும்படி நீதிபதி எங்களுக்குச் சைகை செய்கிறார். மக்கள்கூட்டத்தை விட்டுத் தனியாக என்பதால் நானும் அமைதியாக உணர்கிறேன். என்ன இருந்தாலும் இது மிகவும் தனிப்பட்ட விஷயம்தானே. மூடப்பட்ட அறைக்குள்ளே கேள்வி கேட்பது மீண்டும் தொடங்குகிறது. நான் பொறுத்துக்கொள்ள வேண்டும்.

“ஃபேஸ் அலி தாமர், நீங்கள் பாலியல் உறவு கொண்டு திருமண வாழ்வைத் தொடங்கினீர்களா..? ஆமாவா அல்லது இல்லையா?” என்று நீதிபதி கேட்கிறார்.

நான் மூச்சை இறுக்கிப் பிடித்திருக்கிறேன்!

“ஆமாம்..!” – அரக்கன் ஏற்றுக்கொள்கிறார். தொடர்ந்து சொல்கிறார், “ஆனால், அவளிடம் நான் மென்மையாகவே நடந்துகொண்டேன். மிகவும் கவனமாக இருந்தேன். அவளை நான் அடிக்கவில்லை.”

அவரது வார்த்தை என்னை முகத்தில் அறைவதுபோல இருக்கிறது. மேலும், இதேபோன்ற பல்வேறு அறைகள், அவமானங்கள், துன்பங்கள் அனைத்தையும் எனக்கு ஞாபகப்படுத்துகிறது.

என் உள் மனது சொல்கிறது... ‘என்னது, இவர் என்னை அடிக்கவில்லையா? என் கைகளில் இருக்கும் கன்றிப்போன எல்லா காயங்களும், வலியில் வடித்த அந்தக் கண்ணீர்த்துளிகளும் எப்படி வந்தது? நீ துணிந்து போராடவேண்டும்.’

“அவர் சொல்வது உண்மை அல்ல!” – நான் கோபத்துடன் கத்துகிறேன். எல்லாரும் என்னைத் திரும்பிப் பார்க்கிறார்கள். ஆனால், நான் வெடித்துப் பேசியது குறித்து நான்தான் முதலில் வியப்புறுகிறேன், அது என்னுடைய இயல்பே இல்லை.

அதன் பிறகு எல்லாம் விரைவாக நடக்கிறது! அரக்கன் கோபத்தில் கொப்பளிக்கிறார். என் வயது குறித்து என் தந்தை பொய் சொல்லி அவரை ஏமாற்றிவிட்டதாக அவர் சொல்கிறார். உடனே அப்பா வெகுண்டெழுகிறார். வயதுக்கு வரும் வரை காத்திருப்பதாக இவர் ஒத்துக்கொண்டதாகச் சொல்கிறார். இந்த நொடியில் வரதட்சணை பணத்தைத் திருப்பிக் கொடுக்க வேண்டும் என்னும் நிபந்தனையுடன், விவாகரத்தை ஏற்றுக்கொள்ளத் தயார் என அரக்கன் அறிவிக்கிறார். அரக்கன் எதுவுமே கொடுக்கவில்லை என அப்பா உடனே பதில் கூறுகிறார். சந்தைக்கூடம்போல் இருக்கிறது! எவ்வளவு? எப்போது? எப்படி? உண்மை பேசுவது யார்? பொய் சொல்வது யார்?

இந்த வழக்கை முடிக்கவேண்டும் என்றால் என் தந்தை 50,000 ரியால் கொடுக்கவேண்டும் என யாரோ ஒருவர் சொல்கிறார். இந்த அளவு சம்பாதிக்க ஒருவர் நான்கு மாதங்கள் உழைக்க வேண்டும். எனக்கு என்ன நடக்கிறது என்றே புரியவில்லை. ஒவ்வொருவரும் இந்தப் பிரச்னையை இத்துடன் முடித்து என்னைத் தனியாக விடுவார்களா? குழந்தைகளைத் துயரப்படுத்தும் பெரியவர்களின் வாக்குவாதத்தை போதுமான அளவு கேட்டு விட்டேன். போதும்... நிறுத்துங்கள்!

* * *

கடைசியில் நீதிபதியின் தீர்ப்பினால் நான் காப்பாற்றப்பட்டேன்.

"விவாகரத்து வழங்கப்பட்டது!" – நீதிபதி அறிவிக்கிறார்.

விவாகரத்து வழங்கப்பட்டது! என் காதுகளை என்னால் நம்பமுடியவில்லை. அவ்வளவு மகிழ்ச்சியாக இருக்கிறது... என் மகிழ்ச்சியை வெளிப்படுத்த ஓடவும் கத்தவும் திடீரென்று ஆசை வருகிறது. என்னைச் சுற்றி நடப்பவைகள் எதிலும் நான் கவனம் செலுத்தவில்லை. கட்டுவதற்கு தண்டனைக் கட்டணம் அல்லது நன்னடத்தையுடன் இனி இருப்பதாக உறுதி கொடுக்கும் ஆவணத்தில் கையெழுத்து என எதுவும் இன்றி என் அப்பாவையும் அந்த அரக்கனையும் விடுவிப்பதாக நீதிபதி அறிவித்ததைக் கூட நான் கண்டுகொள்ளவில்லை. நான் மீண்டும் பெற்ற என் சுதந்திரத்தை, இந்த நொடியில், முழுமையாக அனுபவிக்க ஆசைப்படுகிறேன்.

சிறிய அறையை விட்டு வெளியேறும்போது, மக்கள் காத்துக் கொண்டிருப்பதையும், முன்பைவிட இப்போது அதிகம் சத்தம் மிகுந்திருப்பதையும் காண்கிறேன்.

"ஒளிப்படக் கருவிக்காக, சில வார்த்தைகள் சொல்லுங்கள், சில வார்த்தைகள் மட்டும்..." ஒரு பத்திரிகையாளர் கத்துகிறார்.

என்னைக் காணவும், பாராட்டவும் மக்கள் பெருங்கூட்டமாகச் சூழ்ந்துகொள்கிறார்கள். எல்லாப் பக்கமும் இருந்து மக்கள் பாராட்டி எழுப்புகின்ற சத்தம் கேட்கிறது: "வாழ்த்துகள்!"

"இந்த உலகிலேயே விவாகரத்து வாங்கிய கொஞ்ச வயதுக்காரர் நுஜூத்தாகத்தான் இருப்பார்!" என, எனக்குப் பின்னால் யாரோ ஒருவர் முணுமுணுப்பது கேட்கிறது.

பிறகு பரிசுகள் வருகின்றன: தான், சவுதி நாட்டைச் சேர்ந்த ஒரு கொடையாளரின் பிரதிநிதி எனவும், என்னுடைய கதையைக் கேட்டு மிகவும் நெகிழ்ந்து போனதாகவும் சொல்லி என் கையில் 1,50,000 ரியால் பணக்கட்டைத் திணிக்கிறார். இவ்வளவு பெரிய மதிப்புள்ள பணத்தை நான் பார்த்ததே இல்லை.

"இந்தச் சிறுமி உண்மையிலேயே கதாநாயகி; விருதுகளுக்குத் தகுதியானவர்!" என்று வியந்து கூறுகிறார் ஒருவர்.

ஈராக் நாட்டைச் சேர்ந்த பெண் ஒருவர் எனக்குத் தங்கம் பரிசளிக்க விரும்புவதாகச் சொல்கிறார்.

தமிழில்: சூ.ம.ஜெயசீலன் | 115

தொடர்ந்து சடசடவென ஒலிக்கும் நிழற்பட கருவிகளின் ஒளி மற்றும் நிருபர்களால் நான் சூழப்பட்டுள்ளேன்.

என் மாமாக்களில் ஒருவர், தான் அமர்ந்திருந்த இருக்கையில் இருந்து எழுந்து ஷடாவைக் கூப்பிட்டு, "எங்கள் குடும்பத்தின் நற்பெயருக்கு நீங்கள் களங்கம் ஏற்படுத்திவிட்டீர்கள்! எங்கள் கௌரவத்தை கறைபடுத்திவிட்டீர்கள்!" என்கிறார்.

"அவர் சும்மா முட்டாள்தனமாகப் பேசுகிறார்" ஷடா என் பக்கம் திரும்பி என் காதுக்குள் சொல்கிறார்.

ஷடா என் கையைப் பிடித்து வெளியில் அழைத்துச் செல்கிறார். கடைசியில், நான் வெற்றி பெற்றுவிட்டதால், என் மாமாவிற்காகப் பயப்படுவதற்கு இதற்கு மேலும் ஒன்றும் இல்லை.

நான் வெற்றி பெற்றுவிட்டேன் எனக்கு விவாகரத்து கிடைத்துவிட்டது. திருமணம் முழுமையாக முடிந்துவிட்டது. இது வினோதமானது, பாரம் இறங்கிய உணர்வு, என்னுடைய குழந்தைப் பருவத்திற்கு உடனடியாகத் திரும்பிய உணர்வு.

"ஷடா ஆண்டி?"

"சொல்லு நுஜூத்."

"எனக்குக் கொஞ்சம் புதிய விளையாட்டுப் பொம்மைகள் வேண்டும்! சாக்லெட்டும் கேக்கும் சாப்பிட வேண்டும்போல இருக்கிறது!"

ஷடா மலர்ந்த புன்னகையை எனக்குத் தருகிறார்.

8

பிறந்தநாள்

மகிழ்ச்சி என்றால் இதுதான். சில மணி நேரத்திற்கு முன்பு நான் நீதிமன்றத்தை விட்டு வந்ததில் இருந்து சில அற்புதமான விஷயங்கள் எனக்கு நடந்துகொண்டிருக்கின்றன.

சாலையில், வாகன நெரிசலின் சத்தம் இதற்கு முன்னால் ஒருபோதும் இனிமையாக இருந்ததாக எனக்கு நினைவில்லை.

சிறிது நேரத்திற்கு முன்பாக மளிகைக் கடையை நான் கடந்த போது, பெரிய கோன் ஐஸ்கிரீம் சாப்பிட வேண்டும்போல இருந்தது. எனக்குள்ளேயே நான் சொல்லிக்கொண்டேன், நான் பந்தயம் வைக்கிறேன், என்னால் இரண்டு சாப்பிட முடியும், ஏன் மூன்றுகூட சாப்பிட முடியும்..!

தூரத்தில் பூனை ஓடுவதைப் பார்த்து, அதைச் செல்லப் பிராணியாக்கிக் கொள்ள ஓடிப்போய் பிடிக்க வேண்டும்போல தோன்றுகிறது!

உயிருடன் இருப்பதன் அழகை, அதன் ஒரு பகுதியைப் பார்த்து விட்டதுபோல என் கண்கள் ஒளிர்கின்றன. நான் மகிழ்ச்சியாக இருக்கிறேன். என் வாழ்க்கையில் மிகவும் சிறப்பான நாள் இது!

"நான் எப்படி இருக்கிறேன் ஷூடா?"

"அழகு... அவ்ளோ அழகு!"

என் வெற்றியைக் கொண்டாட ஷூடா புதிய உடைகள் சில கொடுத்தார். என்னுடைய புதிய இளஞ்சிவப்பு நிற முழுக்கை

சட்டை மற்றும் சித்திர வேலைப்பாடுடனான வண்ணத்துப் பூச்சிகள் உள்ள மங்கிப்போகாத ஜீன்ஸ் ஆடையில் புதிய நுஜூத்தைப்போல உணர்கிறேன். என்னுடைய நீள, சுருள் முடியை பின்னி, பச்சை நாடாவினால் கட்டியிருக்கிறேன். எனக்கு இது பிடித்திருக்கிறது. குறிப்பாக, என் கறுப்பு முக்காட்டை எடுக்கும் உரிமை எனக்கு இருப்பதால், பார்க்கும் ஒவ்வொருவரும் என் முடி அலங்காரத்தைப் பெருமையாகச் சொல்லலாம்.

* * *

ஏமன் டைம்ஸ் அலுவலகத்தில் ஹமீத் மற்றும் சில நிருபர்களுடன் எங்களுடைய சந்திப்பு ஏற்பாடு செய்யப்பட்டிருந்தது. இந்தக் கட்டடமானது, இரண்டு மாடிகளுடனும், சீருடை அணிந்த காவலர்களுடனும் கவர்ந்திழுக்கிறது!

நான் விரும்பி வரையும், சனா நகரில் உள்ள புதிய குடியிருப்புகளில் புதுப்பாணியில் கட்டப்பட்ட நகர்ப்புற வீடுகளில் இருக்கும் காவலர்கள்போலவே இங்குள்ள காவலர்கள், தலைவாசல் வழியாக வந்து செல்லும் ஒவ்வொருவரையும் கவனித்துக் கொண்டு இருக்கிறார்கள். உணர்ச்சி மேலிட கொஞ்சம் தலை சுற்றுவதால், நீதிமன்றத்தின் பெரிய படிக்கட்டில் பளிங்குக் கல் படியைப் பற்றிக்கொண்டது போலவே, மரத்தால் ஆன கைப்பிடியைப் பிடித்துக்கொண்டு ஏறுகிறேன். சன்னல்கள் மிகவும் தூய்மையாக இருக்கின்றன. அதன் வழியாக சூரியக்கதிர்கள் உள்ளே வந்து வெள்ளைச் சுவர்களில் மஞ்சள் வளையம் வரைகின்றன. மேலும் தரையில் பூசப்பட்டுள்ள வாக்சில் இருந்து அற்புதமான வாசம் காற்றில் கலந்திருக்கிறது.

இரண்டாவது மாடியில், ஏமன் டைம்ஸ் செய்தித்தாளின் முதன்மை ஆசிரியர் நடியா என்னை ஆரத் தழுவி வரவேற்கிறார். செய்தித்தாள் நிறுவனத்தை ஒரு பெண்ணால் நிர்வகிக்க முடியும் என்பதை நான் ஒருபோதும் கற்பனைகூட செய்ததில்லை. அவரின் கணவர் எப்படி ஏற்றுக்கொண்டார்? என் வியப்பை அறிந்த நடியா, மகிழ்ந்து சிரிக்கிறார்.

“வா, என்னைப் பின் தொடர்ந்து வா!”

அவரது பெரிய, ஒளிமயமான அறையில் ஒரு கதவைத் தள்ளித் திறக்கிறார். அங்கே குழந்தைகளுக்கான அறை இருக்கிறது. அறை முழுவதும், விளையாட்டுப் பொம்மைகளும், அமர்வதற்குரிய சிறிய தலையணைகளும் சிதறிக் கிடக்கின்றன.

“இது என் மகளுக்கான அறை” – அவர் விளக்கினார், “சில நேரங்களில் என்னுடன் அவளை இங்கே கூட்டி வருவேன். இதன் வழியாக நான் தாயாகவும் இருக்க முடியும், தொடர்ந்து வேலை செய்யவும் முடியும்.”

அவருடைய மகளுக்காக மட்டுமே ஓர் அறை! எனக்காக விரியும் உலகம், என்னுடையதைவிட முற்றிலும் வேறுபட்டு இருக்கிறது. நான் மற்றொரு கிரகத்தில் இறங்கியுள்ளது போன்ற உணர்வு ஏறக்குறைய எனக்கு ஏற்படுகிறது. இது மிரட்டுகிறது வசீகரிக்கிறது.

ஆச்சர்யங்கள் தற்போதுதான் தொடங்கியிருக்கின்றன. ஆசிரியர் அறை என தான் அழைக்கும் அறைக்கு, தன்னைப் பின்பற்றி வருமாறு நடியா அழைக்கிறார். உள்ளே சென்றதும், பெரும்பாலான பத்திரிகையாளர்கள், பெண்கள் என்பதைக் கண்டு வாயடைத்துப் போகிறேன். சிலர் தலை முதல் கால் வரை கறுப்பு நிகாப் அணிந்திருக்கிறார்கள், தேநீர் அருந்தும்போது மட்டும் முகத்திரையை தூக்குகிறார்கள். மற்றவர்கள் ஆரஞ்சு அல்லது சிவப்பு நிற கழுத்துத் துண்டு அணிந்திருக்கிறார்கள், சுருளான பொன்னிறத்திலான அவர்களின் முடி வெளியில் வந்து, அவர்களின் நீல நிற கண்களுக்கும் பால் வெள்ளை தோலுக்கும் மேலும் அழகு சேர்க்கிறது. இந்தப் பெண்கள் தங்கள் நகங்களில் வண்ணம் பூசியிருக்கிறார்கள். மேலும், வித்தியாசமான ஏற்ற இறக்கத்துடன் அரபி மொழி பேசுகிறார்கள். அவர்கள் வெளி நாட்டினராக இருக்க வேண்டும் (அமெரிக்கா அல்லது ஜெர்மனி?). அநேகமாக, கணவர்கள் ஏமன் நாட்டினராக இருக்க வேண்டும். இந்த நிலையை அடைய நிச்சயமாகப் பல ஆண்டுகள் பல்கலைக்கழகத்தில் இவர்கள் படித்திருக்க வேண்டும். ஷடாவைப் போலவே, வேலைக்கு வரும்போது இவர்களின் வாகனத்தை இவர்களே ஓட்டி வருவார்கள் போலும்.

தொலைக்காட்சியில் உள்ள பெண்கள்போலவே, காஃபி குடிப்பது போலவும், சிகரட் புகைப்பதுபோலவும் இவர்களைக் கற்பனை செய்து பார்க்கிறேன். நகரத்தின் மையத்திற்கு, விருந்திற்குச் செல்லும் போது இவர்கள் உதட்டுச் சாயம்கூட பூசக்கூடும். அவர்களில் ஒருவர் தொலைபேசியில் பேசிக்கொண்டிருக்கிறார்; அது மிக முக்கியமான அழைப்பாக இருக்கலாம். அவர் பேசுவதைக் கேட்டு, காதுக்கினிய அவரின் மொழியுடன் அப்படியே மிதக்கிறேன். ஆங்கிலம் என நினைக்கிறேன். ஒருநாள், நானும் ஆங்கிலம் பேசப் போகிறேன்.

அவர்களைப் பார்த்துக்கொண்டிருப்பது, முடிவே இல்லாமல் சுவாரஸ்யமாக இருக்கிறது: குறிப்பாக இயந்திரத்தில் தட்டிக் கொண்டே, வெளிர் நிறத்திலான பலகையால் செய்யப்பட்ட ஒவ்வொரு மேசை மேலேயும் உள்ள திரையில் கவனம் செலுத்தும் அவர்களின் திறமையைக் கண்டு வியந்து நிற்கிறேன். டாம் அண்ட் ஜெர்ரி பார்த்துக்கொண்டே வேலை செய்ய முடியும் என்பது எவ்வளவு திறமை, மற்றும் என்னே பெருவாழ்வு!

"நுஜூத், அவையெல்லாம் கணினிகள்" – என் ஆர்வத்தைக் கண்டு வியந்த ஹமீத் சத்தமாகச் சொல்கிறார்.

"இவை என்ன?"

"விசைப் பலகையுடன் இணைந்த இயந்திரங்கள். நீ கட்டுரைகள் எழுதவும், கடிதங்கள் அனுப்பவும் அவை அனுமதிக்கும். நீ நிழற்படங்களைக்கூட அதில் சேமித்து வைக்கலாம்."

கடிதங்கள் எழுதவும், நிழற்படங்களைச் சேமிக்கவும் அனுமதிக்கும் இயந்திரங்கள்..! இந்தப் பெண்கள் ஈர்க்கக் கூடியவர்களாக மட்டும் அல்ல, நவநாகரிகமாகவும் இருக்கிறார்கள். பத்து அல்லது இருபது ஆண்டுகளுக்குப் பிறகு, பளபளக்கும் நகத்துடன் பேனா பிடித்திருக்கும் என்னை இவர்களின் இடத்தில் வைத்துப் பார்க்க முயற்சிக்கிறேன். பத்திரிகையாளராக இருப்பதைப் பற்றி நான் கவலைப்படப் போவதில்லை. பத்திரிகையாளர் அல்லது வழக்குரைஞர். அல்லது ஒருவேளை இரண்டும்? என்னுடைய கணினியில் இருந்து ஹமீத் மற்றும் ஷடா இருவருக்கும் கடிதம் அனுப்புவேன். நான் கடினமாக உழைப்பேன், அது நிச்சயம். பிரச்னையில் இருக்கும் மக்களுக்கு உதவிகள் செய்து அவர்களைச் சிறப்பான வாழ்க்கைக்கு அழைத்து வரும் வேலையில் நான் இருப்பேன்.

வளாகத்தைச் சுற்றிப் பார்த்த என் சுற்றுலா, கலந்தாய்வு அறையில் நிறைவுறுகிறது. "எங்களுடைய முக்கியமான நிகழ்வுகளை இங்குதான் நடத்துவோம்" – நடியா என்னிடம் சொல்கிறார்.

"சபாஷ் நுஜூத்" என்று ஒரு மனிதர் கத்துகிறார்.

"நுஜூத் வெற்றி பெற்றுவிட்டாள்..! நுஜூத் வெற்றி பெற்று விட்டாள்!" எண்ணற்றோர் சேர்ந்து உற்சாகத்தோடு, பெருங்குரல் எழுப்பிக் கத்துகிறார்கள்.

பெரிய கதவின் வழியே நான் போகிறபோது, ஏறக்குறைய முப்பது நாற்பது முகங்கள் ஆர்வம் மிகுந்த கண்களுடன் என்னைப் பார்க்கின்றன. அவர்கள் கை தட்டுவது அறையில் ஒலிக்கிறது.

தலை ஆட்டி, புன்னகைத்து, பறக்கும் முத்தம் கொடுத்து என்னை வரவேற்கிறார்கள், நான் கனவில் இல்லை என்பதை உறுதி செய்வதற்காக என் வலது கையை நான் கிள்ளுகிறேன். ஆமாம், இவை அனைத்தும் உண்மை, மேலும் இன்றைய முக்கியமான நிகழ்வு என்பது நான்தான்!

நான் பரிசு மழையில் நனைகிறேன். முதலில், ஹமீத் மிகப் பெரிய சிவப்பு கரடி பொம்மை ஒன்றை என் கையில் கொடுக்கிறார். அது மிக உயரமானது, ஏறக்குறைய என் தோள்பட்டை அளவு உயரமானது. அதனுடைய வட்டமான வயிற்றில் பெரிய இதயம் இருக்கிறது. அதில் பொறிக்கப்பட்டிருக்கும் எழுத்துக்களை என்னால் வாசிக்க முடியவில்லை.

“இது, ஆங்கிலத்தில் எழுதப்பட்டுள்ளது. இதன் அர்த்தம், நான் உன்னை அன்பு செய்கிறேன்!” என்று ஹமீத் சொல்கிறார்.

எல்லாத் திசைகளில் இருந்தும் எண்ணற்ற பரிசுகள் கொடுப்பதால், எந்தப் பக்கம் திரும்புவது என்றே எனக்குத் தெரியவில்லை. நான் ஒவ்வொரு நாடாவாகப் பிரிக்கிறேன், வியப்பிற்கு மேல் வியப்பு: பேட்டரி போடப்பட்ட சிறிய பியானோ, வண்ணப் பென்சில், தாள் வைத்து படம் வரைவதற்கான அட்டை, நீதிபதி அட்டல் வஹீத் வீட்டில் இருந்தது போன்ற, ஃபுல்லா பொம்மை (மத்திய கிழக்கு நாடுகளில் பயன்படுத்தப்படும் பார்பி பொம்மையின் பதிலி).

என் நன்றியைத் தெரிவிக்க நான் வார்த்தைகளைக் கண்டு பிடிக்க முயற்சி செய்கிறபோது... ஒரே ஒரு வார்த்தைதான் என் மனதிற்கு வருகிறது, “நன்றி!”

ஒவ்வொருவருக்கும் பெரிய புன்னகையை நான் கொடுக்கிறேன்.

பிறகு, கேக் வெட்டுவதற்காக நடியா என்னை அழைக்கிறார்: சாக்லெட் நிறம், எனக்கு மிகவும் பிடித்த நிறம், மேலே ஐந்து செர்ரி பழங்கள் இருக்கின்றன.

நானும் மோனாவும் சேர்ந்து ஹய்லி வீதியில் பலமுறை துணிச்சலாக ஊர் சுற்றியதில் ஒன்று நினைவுக்கு வருகிறது. எத்தனை தடவை கடையின் சன்னலில் மூக்கை அழுத்தி நின்று, பல்வேறு பரிசுகள் மற்றும் மாலையில் அணியும் ஆடையுடன் திருமணக்கொண்டாட்டம் அமைய வேண்டும் என கனவு கண்டிருப்போம்? நாங்கள் நினைத்தபடி எதுவும் நடக்கவில்லை.

கனவுகளுடன் ஒப்பிடும்போது, எதார்த்தம் உண்மையிலேயே மிகவும் கொடூரமானதாக இருக்கலாம். ஆனால், அதுவும் கூட அழகான ஆச்சர்யங்களுடன் வரலாம்.

விருந்து என்கிற வார்த்தையின் அர்த்தத்தை, கடைசியாக இன்று நான் புரிந்துகொள்கிறேன். உணவுக்குப் பிறகு சாப்பிடப்படும் டெசர்ட் சாப்பிடுகிறோம். அது, அதிகமாக இனிப்புடன், முறுமுறுப்புடன், அதேவேளை, ஏதோ மென்மையான பொருள் உள்ளே வைத்து, எனக்குப் பிடித்தமான தேங்காய் மிட்டாய் போல இருக்கிறது.

என்னுடைய பெரிய கரடி பொம்மையை கைகளில் பற்றிக்கொண்டு நான் அறிவிக்கிறேன், "விவாகரத்து விருந்து, என்னுடைய திருமண விருந்தைவிட உண்மையிலேயே சிறப்பாக இருக்கிறது!"

"இந்த மிக முக்கியமான நிகழ்வில், உனக்கு நாங்கள் என்ன பாடல் பாடலாம் நுஜூத்?" – நடியா கேட்கிறார்.

"எனக்குத் தெரியவில்லையே!"

நான் தயங்கி நிற்கும் போது, ஷடா-விற்கு ஓர் எண்ணம் உதிக்கிறது, "நாம் ஏன் பிறந்தநாள் வாழ்த்துகள் பாடக்கூடாது?"

"பிறந்தநாள் வாழ்த்துகளா..? பிறந்தநாள் வாழ்த்துகள் என்றால் என்ன?" கொஞ்சம் குழப்பத்துடன் கேட்கிறேன்.

"பிறந்தநாள் என்பது, யாராவது ஒருவரின் பிறந்தநாளை அவர்களது பிறந்த தேதியில் மக்கள் கொண்டாடுவது."

"சரி... ஆனால் அதில் ஒரு சிக்கல் இருக்கிறதே!"

"நீ என்ன சொல்கிறாய்?"

"அதாவது, நான் எப்போது பிறந்தேன் என்பதே எனக்குத் தெரியாதே!"

"அப்படியென்றால், இன்று முதல், இந்த நாள்தான் உன்னுடைய பிறந்தநாள்..!" – ஷடா உணர்ச்சி பொங்கச் சொல்கிறார்.

கை தட்டல் ஓசையால் அறை நிறைந்திருக்கிறது.

"பிறந்தநாள் வாழ்த்துகள், நுஜூத்! பிறந்தநாள் வாழ்த்துகள்!"

சிரிக்க வேண்டும்போல... இன்னும் இன்னும் சிரிக்க வேண்டும் போல உணர்கிறேன். மகிழ்ச்சியாக இருப்பது மிகவும் எளிதானது... நீங்கள் நண்பர்களுக்கு மத்தியில் இருக்கும்போது!

9
மோனா

ஜூன், 2008.

என் விவாகரத்து என் வாழ்க்கையை மாற்றிவிட்டது. இனி நான் அழமாட்டேன். மோசமான என் கனவுகள் கலையத் தொடங்கிவிட்டன. அனைத்துச் சோதனைகளும் என்னை உறுதிப்படுத்தியது என்று சொல்லும் அளவுக்கு, நான் இப்போது வலுவாக உணர்கிறேன். சாலையில் நான் போகும்போது, அருகாமைக் குடியிருப்புகளில் வாழும் பெண்கள், சில நேரங்களில் என்னை அழைக்கிறார்கள்; பாராட்டுகிறார்கள்; "வாழ்த்துக்கள்!" என கத்துகிறார்கள். ஒரு காலத்தில் தீய நினைவுகளால் கறைபடுத்தப்பட்ட வார்த்தை இது. ஆனால் இப்போது, மீண்டும் கேட்க ஆசைப்படுகிறேன். எனக்கு யாரென்று தெரியாத பெண் ஒருவர் கத்துகிறார்! நான் வெட்கப்படுகிறேன். ஆனால், அடி ஆழத்தில் பெருமையாக இருக்கிறது!

நான் எப்போதும் என் காதுகளைத் திறந்து வைத்திருப்பதால், என் சகோதரர்கள் மற்றும் சகோதரிகளைச் சுற்றி நடக்கும் குடும்பத்துப் பிரச்னைகளை, குறிப்பாக மோனாவைச் சுற்றியுள்ள அனைத்தையும் நன்கு புரிந்துகொள்ள முயற்சி செய்கிறேன். ஒவ்வொரு பொருளாக ஒன்று சேர்க்க வேண்டிய சிக்கலான புதிர்போல இருக்கிறது மோனாவின் கதை..!

***

தமிழில்: சூ.ம.ஜெயசீலன்

“எனக்காகக் காத்திருங்கள், நானும் உங்களுடன் வருகிறேன்” – வாகனத்துக்குப் பின்னால் ஓடி வந்தபடி மோனா கத்துகிறார்.

இன்று இரண்டு பெண்கள் என்னைப் பார்க்க எங்கள் வீட்டுக்கு வந்தார்கள்; வெளிநாட்டு பத்திரிகையாளர் ஒருவர் மற்றும் பெண் உரிமைப் போராளி எமான். அண்மையில் என் மாமா வீட்டைவிட்டு வெளியேறி, பெற்றோருடன் வாழ நான் திரும்பி வந்துவிட்டேன். ஏனென்றால், குடும்ப வன்முறையால் பாதிக்கப்பட்ட பெண் குழந்தைகள் தங்குவதற்கான காப்பகங்கள் எங்கள் நாட்டில் இல்லை. அப்பா மீது எனக்கு இன்னும் கோபம் இருந்தாலும், என் மீது கோபம் கொள்ள அவருக்கும் காரணங்கள் இருந்தாலும், வீட்டில் தங்குவதே நல்லது. உண்மையில், நடந்த அனைத்தையும் மறந்துவிட்டதுபோல நாங்கள் பாசாங்கு செய்து கொண்டிருக்கிறோம். இப்போதைக்கு, அப்படி இருப்பதே நல்லது.

விமானநிலையத்திற்குப் போகும் பாதையில் உள்ள தாரஸ் குடியிருப்புக்கு என் பெற்றோர் தற்போதுதான் இடம் மாறி இருந்தார்கள். எங்கள் வீட்டில் இரண்டு சிறிய அறைகளே இருந்தன. சுவருடன் ஒட்டிய சாதாரண மெத்தை இருக்கைகள், அறைகளை அலங்கரித்தன. இரவு நேரத்தில் தரை இறங்க வரும் விமானங்களின் சத்தம் அடிக்கடி என்னை எழுப்பின, குறைந்த பட்சம், இங்கே இருப்பதால் ஹாய்ஃபாவைப் பாதுகாப்பதற்காக அவள் மீது ஒரு கண் வைத்திருக்க முடியும். யாராவது துணிந்து வந்து அவளை மணமுடிக்கக் கேட்டால் நான் உடனடியாக எதிர்ப்பேன். இல்லை! இது தடை செய்யப்பட்டுள்ளது எனச் சொல்வேன். யாரும் எனக்குச் செவிமடுக்க மறுத்தால் காவலரை நான் அழைப்பேன். ஹமீத் கொடுத்த தொலைபேசியை என் பையில் மிகவும் கவனமாகப் பாதுகாக்கிறேன். எனவே, எந்த நேரத்திலும் அவரை நான் அழைக்கலாம். அது மிகச் சிறிய பளபளப்பான அலைபேசி, ஷடாவிடம் இருப்பது போன்றது.

என் மூத்த சகோதரர் முகமத் மகிழ்ச்சியாக இல்லை. நீதிமன்ற நிகழ்வுக்குப் பிறகு, என் மீதும், ஹாய்ஃபா மீதும் எரிந்து எரிந்து விழுகிறார். என் அப்பாவையும், ஆதரவுக்கு வைத்துக்கொண்டு, நம் குடும்பத்தைப் பற்றிய இந்த விளம்பரம், நம் குடும்பத்தின் புகழுக்கு ஏற்றது அல்ல எனச் சொல்கிறார். அவருக்கு பொறாமை, எனக்கு நிச்சயமாகத் தெரியும். ஒவ்வொரு முறையும் பத்திரிகையாளர்கள் எங்கள் வீட்டுக் கதவைத் தட்டுகிறபோது அண்ணனின் முகத்தில் இது வெளிப்படுகிறது.

நானே வியக்கும் அளவுக்கு, என் கதை வெகு விரைவிலேயே உலகம் முழுவதும் பரவிவிட்டது. ஒவ்வொரு வாரமும் புதிய பத்திரிகையாளர்கள், விந்தையான பெயருடன், பல நாடுகளில் இருந்து உதாரணமாக பிரான்ஸ், இத்தாலி அல்லது அமெரிக்காவில் இருந்துகூட வருகிறார்கள்... என்னைப் பார்ப்பதற்காகவே!

“இந்தக் குடியிருப்பில் வந்து தங்கும் இந்த வெளிநாட்டினர் அனைவருடனும் சேர்ந்து, எங்கள் குடும்பத்திற்கு அவமானத்தை வருவிக்கிறார் நுஜூத்!” – வீட்டிற்குள் எமான் வந்ததும் வராததுமாக, அவரிடம் என் சகோதரர் குறைபட்டுக்கொள்கிறார்.

“அவள்தான் உங்களைப் பார்த்து அவமானப்பட வேண்டும்!” என்று எமான் திருப்பி பதில் கொடுக்கிறார்.

‘சபாஷ் எமான்!’ என்று என் உள் மனது சொல்கிறது.

இப்போது முகமத்துக்கு என்ன சொல்வது என்று தெரியவில்லை. பேசாமல் அறையின் மூலைக்குப் போய்விட்டார். அதேவேளையில், வெளியில் நான் செல்வதை அவர் தடுப்பதற்கு முன்பாக, கறுப்பு நிற கழுத்துத்துண்டை விரைவாக அணிகிறேன். பொழுது போக்கு பூங்காவுக்கு நான் ஒருபோதும் போனதே இல்லை, மேலும் எங்களை அங்கே கூட்டிச் செல்வதாக எமான் உறுதி அளித்திருக்கிறார். தவறவிடக் கூடாத சாகசப் பயணம் அது. என்னுடன் அழைத்துச் செல்ல, ஹாய்ஃபாவின் கையை நான் பற்றிக்கொண்டேன். அதனால், முகமத்தின் கோபத்தை தனி ஆளாக எதிர்கொள்ளும் அவசியம் அவளுக்கு இல்லை. என் பாதுகாப்பில் இருக்கும் ஹாய்ஃபாவை நான் ஒருபோதும் கைவிட மாட்டேன்... விட்டுக்கொடுக்க மாட்டேன்.

நிகாப் மற்றும் மேலாடை குலைய, மோனா எங்களிடம் ஓடி வந்து சேரும்போது நாங்கள் ஏற்கெனவே மகிழுந்தினுள் ஏறிவிட்டோம்.

“உங்களுடன் சேர்ந்து போகுமாறு முகமத் கட்டளையிட்டார்” – அவர் மூச்சுத்திணற கூறுகிறார்.

எதையோ நினைத்து மோனா வேதனைப்படுவதுபோல் இருக்கிறது. “நான் வராமல் உங்களைப் போக விடமாட்டேன்” என வலியுறுத்துகிறார்.

எனவே, எங்கள் அண்ணன் என்ன சொன்னாரோ அதைச் செய்வதே நல்லது என நாங்கள் முடிவு செய்கிறோம்.

முன்னால், ஓட்டுநருக்கு அடுத்து இருந்த இருக்கையில் மோனா அமர்கிறார். என்ன நடக்கிறது என்பது எனக்குப் புரிவதாக நினைக்கிறேன்: எரிச்சலுற்று, எங்களைக் கண்காணிப்பதற்காக மோனாவை அனுப்பியதன் வழியாக, என்னைப் பழிவாங்க முகமத் நினைத்திருக்கிறார். ஆனால், பாவம் மோனாவுக்கு வேறு காரணங்கள் இருப்பதாக விரைவிலேயே நான் கண்டு கொண்டேன்.

வாகனம் புறப்பட்ட உடனேயே, பூங்காவுக்குப் போவதற்கு முன்பாக, எங்களின் முந்தைய ஆல்கா குடியிருப்பின் வழியாக மாற்றுப்பாதையில் செல்லுமாறு மோனா சொல்கிறார். ஒருவேளை ஏதாவது சிறப்பு வேலை கொடுத்து முகமத் அனுப்பியுள்ளாரா? மோனாவின் நச்சரிப்பினால் குழம்பிய எமான், ஆல்கா குடியிருப்புக்குத் திரும்பிச் செல்ல, கடைசியில் சம்மதிக்கிறார். நாங்கள் மசூதிக்கு முன்னே சென்று சேர்கிறோம்.

"நிறுத்துங்கள்!" - ஓட்டுநரிடம் மோனா கத்துகிறார்.

இவ்வளவு பதட்டத்துடன் மோனாவை நான் பார்த்ததே இல்லை. திடீரென்று வாகனம் நிற்கிறது. மசூதியின் முன்னால் உள்ள படியில், நீளமான, அவலட்சணமான கறுப்பு முக்காடில் இருந்து ஒரு கை வெளியே வந்து, கடந்து போவோரிடம், சிறிது காசு வேண்டி பசியோடு கேட்கிறது. மற்றொரு கை, கறை படிந்த மிகச் சிறிய ஆடையுடன் தூங்கும் ஒரு குழந்தையின் கன்னத்தைப் பிடித்திருக்கிறது. அவளின் முடி பயங்கரமாகச் சிக்குப் பிடித்திருக்கிறது.

"ஓ..! இந்தக் குழந்தை மோனிரா!" - நான் கத்துகிறேன்.

மோனிரா... மோனாவின் குழந்தை, என்னுடைய குட்டிமகள்!, ஆனால், முகத்தை மறைத்து, முழுவதுமாக கறுப்பாகத் தெரியும், இந்தப் பிச்சைக்காரப் பெண்ணின் கைகளில் அவள் என்ன செய்துகொண்டு இருக்கிறாள்?

"என் கணவர் சிறைக்குச் சென்றதில் இருந்து, மோனிராவை தன்னுடைய கட்டுப்பாட்டில் வைத்துக்கொள்வதாக என் மாமியார் வலியுறுத்தினார்!" என்று மோனா மெதுவாகச் சொன்னார்.

"குழந்தையை கையில் வைத்திருந்தால், கடந்து செல்கிறவர்களின் இதயத்தை இளக வைப்பது மிக எளிது என மாமியார் சொல்கிறார்" என்கிறார் மோனா. நாங்கள் ஒவ்வொருவருமே வியந்தோம்!

நான் வாயைத் திறந்தபடி இருக்கிறேன். மாமியாருடைய கைகளில் இருந்து, பிச்சை எடுக்கும் நிலைக்கு சபிக்கப்பட்டிருக்கிறாளா, இந்தக் குட்டி மோனிரா என்னும் மென்மையான சிறிய பொம்மை?

மோனாவின் கணவர் சிறையில் இருக்கிறாரா? என்ன நடக்கிறது? அப்படியென்றால், சிறையில் இருப்பதாக நீதிமன்றத்தில் அப்பா குறிப்பிட்ட மனிதர் இவர்தானா..!?

முகத்தை மறைத்துள்ள பெண்ணிடம் இருந்து பறித்து, தன் குழந்தையை மென்மையாக முத்தம் கொடுப்பதில் மோனா பரபரப்பாக இருப்பதை என்னால் காண முடிகிறது. அதுவே பல விளக்கங்களை எங்களுக்குக் கொடுக்கிறது.

மூன்று வயது குழந்தையை அணைத்தபடி வாகனத்தினுள் சரிந்து அமரும் முன்பாக, "இவளை நான் ரொம்பவே இழந்து தவிக்கிறேன். திரும்ப உங்களிடம் கொண்டு வந்து தந்து விடுவேன், இது சத்தியம்" – கறுப்பு ஆடையில் இருக்கும் அந்தப் பெண்ணிடம் மோனா சொல்வது எனக்குக் கேட்கிறது.

வாகனத்தினுள் திடீரென ஊசிப்போன வாடை அடிக்கிறது; மோனிரா மிகவும் அருவருப்பாக இருக்கிறாள், அவள் என்ன நிற ஷு அணிந்திருக்கிறாள் என்பதைச் சொல்வதே, எங்களுக்குக் கஷ்டம்.

வாகனத்தின் கதவைச் சாத்திய பிறகு நாங்கள் புறப்படுகிறோம். தன் அம்மா மற்றும் சித்திகளை மீண்டும் பார்த்ததில் குட்டிப் பெண் மோனிரா மிகவும் மகிழ்ச்சியாக இருக்கிறாள். துயரமான சூழலில் அவளைப் பார்த்ததையே ஏறக்குறைய நாங்கள் மறந்து விட்டோம்.

நகரத்தின் தென்மேற்குத் திசை நோக்கி ஓட்டுநர் வாகனத்தை ஓட்டுகிறார். போகிற வழியில் இன்னொரு மசூதியை நாங்கள் கடந்து செல்கிறோம். இதை இப்போதுதான் கட்டிக்கொண்டு இருக்கிறார்கள். மிகவும் கம்பீரமாகவும், மிகவும் சிறப்பு வாய்ந்ததாகவும், கோட்டை போலவும் இருக்கிறது. அங்கே இருக்கும் ஆறு ஸ்தூபிகளை சன்னல் வழியாக ஆர்வமாக உற்றுப் பார்த்து வியக்கிறேன்.

தற்போது என்னுடைய எண்ணங்கள் முழுவதும் மோனாவைக் குறித்தே இருக்கின்றன. நாங்கள் பூங்காவை அடைந்ததும், மோனா தன் இதயத்தை எங்களிடம் மெல்லத் திறக்கத் தொடங்குகிறார்.

புதருக்குப் பின்னால் போகும்படி மோனிராவை அனுப்பி, அவளைப் பார்த்துக் கொள்ளுமாறு ஹாய்ஃபாவிடம் சொல்லிவிட்டு, "என் கதை பெரிய கதை..!" என்கிறார் மோனா.

மூன்று பெண்களும் கால் மடக்கி மரத்தடியில் அமர்ந்திருக்கிறார்கள். மோனாவைப் பார்த்தபடி எமானும் பத்திரிகையாளரும் இருக்க, நான் அமைதியாகக் கேட்டுக் கொண்டிருக்கிறேன்.

"நுஜூத்தின் திருமணத்திற்கு சில வாரங்களுக்கு முன்பாக, என் கணவர் சிறையில் அடைக்கப்பட்டார். எங்கள் மூத்த சகோதரி ஜமிலாவுடன் கட்டிலில் படுத்திருக்கும்போது அவர் பிடிபட்டார். எனக்கு ஏற்கெனவே கணவர்மீது சந்தேகம் இருந்தது, கடைசியில், அவர்கள் இருவரையும் கையும் களவுமாக சிலர் பிடித்துவிட்டார்கள். மிக விரைவாக சூழ்நிலை மிகவும் மோசமாக மாறியது. காவலர்கள் வந்து என் கணவர் மற்றும் ஜமிலா இருவரையும் அழைத்துச் சென்றார்கள். அது முதல் அவர்கள் இருவரும் சிறையில் அடைக்கப்பட்டுள்ளார்கள். இன்னும் எவ்வளவு காலத்திற்கு என எனக்குத் தெரியவில்லை!"

மோனா தலைகுனிந்து இருக்கிறார். அவரை நான் உற்றுப் பார்க்கிறேன், திகைக்கிறேன், என்ன சொல்வது என்று உண்மை யிலேயே தெரியவில்லை. அவர் எங்களிடம் சொல்லும் பிரச்னையின் தீவிரத்தைப் புரிந்துகொள்ள எனக்குக் கஷ்டமாக உள்ளது, ஆனால் எல்லாமே கொடூரமாகத் தெரிகிறது.

"ஏமன் நாட்டில், விபச்சாரம் என்பது, மரண தண்டனைக்குரிய குற்றம்!" என்று எமான் சொல்கிறார்.

"ஆமாம், எனக்குத் தெரியும். அதனால்தான், அவர்களின் தொடர்பை மறைக்க, என்னை ஒரு தாளில் கையெழுத்துப் போடும்படி வற்புறுத்திக்கொண்டிருக்கிறார். அவர் கைது செய்யப்படுவதற்கு முன்பாக எங்களுக்கு விவாகரத்து ஆகிவிட்டது போல நான் நடிக்க வேண்டுமாம். அவரை சிறைக்குச் சென்று சந்திக்க நான் மறுத்து விட்டேன். ஆனால், அந்தத் தகவல்தான் அவர் எனக்குச் சொல்லி அனுப்பியது. நான் அதற்குச் சம்மதிக்கவே மாட்டேன். என்னை மிகவும் துன்புறுத்திவிட்டார் அவர்."

மோனா இதற்கு முன்பு, இந்த அளவு மிகுதியாகப் பேசியதில்லை; அவர் பேசும்போது கை ஒரு நிலையில் நிற்கவே இல்லை, அவருடைய நிகாப்பில் உள்ள சிறிய சன்னல் வழியாக கண்கள்

தீட்பிழம்பாகத் தெரிகின்றன. முகத்தில் உள்ள மற்ற பாகங்களை நிகாப் மறைத்துள்ளது. நடுங்கும் அவரின் குரலைக் கேட்டவுடன் என் இதயம் என் தொண்டைக்கு வந்துவிட்டது.

திடீரென்று எல்லாருமே திரும்பிப் பார்த்துவிட்டு விழுந்து விழுந்து சிரிக்கிறோம்: புதருக்குப் பின்னால் குனிந்து, மோனிரா தன் ஜட்டியை கழற்றி, மெல்லிய மஞ்சள் நீரோடையை புல்லின் மேல் பாய்ச்சிக்கொண்டிருந்தாள்.

உதடு முழுவதும் புன்னகையுடன், ஒரு தாயின் கடமைக்குத் திரும்பியபடி, “மோனிரா!” என கோபத்துடன் மோனா கத்துகிறார்.

மீண்டும் மோனாவின் கண்களில் சோகம் வளர்கிறது. “மோனிரா, என் அன்பு மகள். என் மாமியார் இந்தக் குழந்தைகளைப் பார்க்க அனுமதித்தார் என்றால், என் இரண்டு குழந்தைகளையும் தனி ஆளாக வளர்க்க நான் என்னையே அர்ப்பணிப்பேன். என் கணவர், ஒருபோதும் நல்ல தந்தையாக இருந்தது இல்லை. எனக்கு நல்ல கணவராகவும்கூட இருந்தது இல்லை!”

சிறிது நேர அமைதிக்குப் பிறகு, மோனா மீண்டும் தன் கதையைத் தொடர்கிறார்.

“திருமணம் செய்துகொள்ள என்னைக் கட்டாயப் படுத்திய போது, நுஜூத்தைவிட ரொம்பப் பெரிய ஆளாகவெல்லாம் நான் இல்லை. எல்லாம் தலைகீழான அந்தக் கறுப்புப் பொழுது வரை, நானும் என் குடும்பத்தினரும், கார்ட்ஜியில் மகிழ்ச்சியாக வாழ்ந்து வந்தோம்.”

இன்னும் தெளிவாகக் கேட்க, மெல்ல நகர்ந்து அருகில் செல்கிறேன்; என்னுடைய வயதுக்கு, ஏற்கெனவே நிறைய கேட்டு விட்டேன் என நினைக்கிறேன், இருப்பினும், இப்போது, இந்தக் கதையின் முடிவு என்ன என்பதை நான் கண்டிப்பாகக் கேட்க வேண்டும். என்னதான் இருந்தாலும் அவர் என் சகோதரி, முன்பு எதுவும் எனக்குத் தெரியாது, இப்போது அவர் மீது எனக்கும் பொறுப்பு இருப்பதாக உணர்கிறேன்.

“அம்மா திடீரென்று நோயுற்றார். மருத்துவர்கள் சிலர், தலைநகரில் உள்ள சிறப்பு மருத்துவரிடம் செல்லுமாறு அம்மாவை அறிவுறுத்தினார்கள். அவசர மருத்துவச் சிகிச்சைக்காக அம்மா சனா நகருக்கு அப்போதுதான் சென்றார். வழக்கம் போலவே, தன் மந்தையைப் பார்ப்பதற்காக அப்பா அதிகாலையிலேயே

போய்விட்டார். என் தம்பிகளுடனும் நுஜூத்துடனும் நான் தனியாக வீட்டில் இருந்தேன். நுஜூத் அப்போது குழந்தைதான். ஓர் இளைஞர் எங்கள் வீட்டிற்குள் வந்தார். அவர் யாரென்று தெரியவில்லை. அவருக்கு ஏறக்குறைய முப்பது வயது இருக்கும். என்னை பலவந்தப்படுத்தத் தொடங்கினார். அவரை வெளியேற்ற நான் எவ்வளவு கடினமாக முயன்றும் முடியவில்லை, அவர் என்னைப் படுக்கை அறைக்குள் தள்ளினார். நான் சண்டை போட்டேன். இல்லை... வேண்டாம்... அலறினேன், கத்தினேன். ஆனால்..." - மோனா அமைதியாகிறார். மீண்டும் தொடர்கிறார், "அப்பா வீட்டிற்கு வந்தபோது, அது மிகவும் தாமதம், அதற்குள் எல்லாம் வேகமாக முடிந்துவிட்டது!"

என்னால் நம்ப முடியவில்லை! பாவப்பட்ட மோனா... நீயுமா... மோனாவின் தொடர் முகவாட்டம், கண்ணில் தெரிந்த மனச் சோர்வான தோற்றம், திடீரென வெடித்துச் சிரிப்பது... எல்லாம் இதனால்தானா!

"அப்பா சீற்றமடைந்தார். என்ன நடந்தது என அறிய உடனடியாகக் குரல் எழுப்பினார், நடந்த நிகழ்விற்காக கிராமத்தினரை குற்றம் சுமத்தினார். ஆனால் அண்டை வீட்டார் யாரும் அப்பா சொல்வதைக் கேட்கத் தயாராக இல்லை. வழக்கம் போல, வதந்தி வீடு விட்டு வீடு, பள்ளத்தாக்கு விட்டு பள்ளத்தாக்கு பரவுவதற்கு முன்பாக அவசர அவசரமாக, கிராமத்துத் தலைவர் எங்களுக்குத் திருமணம் நடத்தி வைத்தார். கௌரவம் என்னும் பெயரில்! இத்தகைய வதந்திகளுக்கு காலதாமதம் செய்யாமல் அப்போதே முடிவுரை எழுதுவதே மிகச் சிறந்தது என தலைவர் சொன்னார்.

நான் என்ன நினைக்கிறேன் என்று யாருமே என்னைக் கேட்கவில்லை. என் மீது ஒரு நீல நிற ஆடையை நுழைத்தார்கள், அவ்வளவுதான், மறுநாள் நான் அவரின் மனைவியானேன். இதனிடையே அம்மா கிராமத்திற்குத் திரும்பி வந்தார், விண்ணகத்தை நோக்கி கைகளை உயர்த்தி, என்னைத் தனியாக விட்டுவிட்டுப் போனதற்காக தன்னையே பழி சுமத்திக் கொண்டார். குழந்தைகளைத் தாக்குவதன் வழியாக தன்னைக் காயப்படுத்த யாரோ நிச்சயமாகத் திட்டமிட்டுள்ளார்கள், அருகில் உள்ளவர்கள்தான் இதற்குக் காரணம் என அப்பா நினைத்தார். வெட்கப்பட்டார். பழிக்குப் பழி வாங்க நினைத்தார்.

தான் அவமானப்படுத்தப்பட்டதாகவும், காட்டிக்கொடுக்கப் பட்டதாகவும் உணர்ந்தார்.

ஒருநாள் மாலையில், இது குறித்துப் பேச எல்லாரும் கூடினார்கள். பேச்சு வார்த்தை முற்றியது. கேவலமாகப் பேசத் தொடங்கினார்கள்; குத்துவாள்கள் எடுக்கப்பட்டன. சிறிது நேரம் கழித்து அன்றைய மாலை அல்லது மறுநாள், எனக்குச் சரியாக நினைவில்லை பக்கத்து வீட்டுக்காரர்கள் துப்பாக்கியுடன் வந்தார்கள். மிரட்டினார்கள், உடனடியாக கிராமத்தை விட்டு வெளியேறுமாறு கட்டளை இட்டார்கள். என் பெற்றோர்கள் சனாவிற்குச் சென்றார்கள். தலைநகரில் மீண்டும் எங்கள் குடும்பத்துடன் சேருவதற்கு முன்பாக, நானும் என் கணவரும் எங்கேயோ சென்று சில வாரங்கள் தலை மறைவாக இருந்தோம்."

உள்ளுக்குள் நான் நடுங்குகிறேன். சனா நோக்கி அவசர அவசரமாக அன்று வெளியேறியது, என் அப்பாவின் கோபம், மோனாவின் சோகம் மற்றும் என் மீது அவளின் கண்மூடித்தனமான கவனம், எல்லாம் இப்போது புரிகிறது.

"சில வருடங்கள் கழித்து, நுஜூத்துக்கு திருமணம் ஆகப் போகிறது என என் அப்பா சொன்னபோது, அதை நினைத்து மிகவும் கவலைப்பட்டேன். நுஜூத் மிகவும் சின்னப் பிள்ளை எனச் சொல்லி, இது குறித்து நன்றாக யோசிக்கும்படி கெஞ்சினேன், ஆனால், அவர் எனக்குச் செவிமடுக்கவில்லை. நுஜூத்துக்குத் திருமணம் நடந்து விட்டால், நம் குடியிருப்பு பக்கம் சுற்றித் திரியும், ஆட்களைக் கடத்துகிறவர்களிடம் இருந்து பாதுகாக்கப்பட்டவள் ஆகிவிடுவாள் என்றார். என்னாலும் ஜமிலாவாலும் ஏற்கெனவே போதுமான அளவு பிரச்னை தனக்கு இருப்பதாக வாதிட்டார். குடும்பத்தில் உள்ள ஆண்கள் திருமண ஒப்பந்தத்தில் கையெழுத்திட குழுமிய போது, சிக்ஹார் பற்றிக்கூட பேசினார்கள். அதாவது, பாரம்பரிய திருமண பரிமாற்றம். புதிய கணவரின் சகோதரியை என் சகோதரர் ஃபேர்ஸ்க்கு பேசினார்கள். ஒருவேளை சவுதி அரேபியாவில் இருந்து அவர் திரும்பி வந்தார் என்றால், மணமுடிப்பதற்காக.

நுஜூத்துக்குத் திருமணம் நடந்த அன்று மாலை, மிகவும் பெரிய ஆடை அணிந்து, அதனுள்ளே இவள் காணாமலேயே போய்விட்டதைப் பார்த்தபிறகு, என்னால் அழுகையை நிறுத்த முடியவில்லை. இவள் ரொம்ப ரொம்பச் சின்னக் குழந்தை. இவளைப் பாதுகாப்பதற்காக, இவளின் கணவரிடம்

பேசக்கூட நான் சென்றேன். இவளைத் தொடக்கூடாது என்றும், வயதுக்கு வரும் வரை காத்திருக்கும்படியும், இவளின் வயதொத்த பிள்ளைகளுடன் விளையாட அனுமதிக்குமாறும், கடவுளுக்கு முன்னால் அவரை சத்தியம் செய்ய வைத்தேன். 'இது சத்தியம்' என்று அவர் சொன்னார். ஆனால், அவரின் வார்த்தையை அவர் கடைப்பிடிக்கவில்லை. அவர் ஒரு குற்றவாளி! ஆண்கள் அனைவருமே குற்றவாளிகள்! அவர்கள் சொல்வதைக் கேட்காதீர்கள். ஒருபோதும், ஒருபோதும் கேட்காதீர்கள்!"

மோனாவின் நிகாப்பை விட்டு என் கண்களை என்னால் எடுக்க முடியவில்லை. இந்த நொடியில், நான் எப்படி அன்பைக் காட்டுவது... கறுப்பு ஆடையின் பின்னால் மறைந்திருக்கும், முகத்தின் மிகச் சிறிய பகுதியில் இருந்து, நான் கற்பனை செய்த கண்ணீர் அவர் கன்னத்தில் வழிந்தோடுகிறது.

எங்களை வேவு பார்க்க வந்துள்ளதாக சந்தேகப்பட்டதை நினைத்து நான் வெட்கப்படுகிறேன். எனக்கு மட்டும் முன்னமே தெரிந்திருந்தால்...

எதிர்ப்பில்லாமல் அல்லது குறை சொல்லாமல், ஒரு போதும் குரல் எழுப்பி எதிர்த்துப் பேசாமல், எங்கேயும் தஞ்சம் புகாமல், அனைத்துத் துயரங்களையும் பல ஆண்டுகளாகத் தாங்கி யிருக்கிறார். என் மூத்த சகோதரி மோனா விதியின் கைதி, என்னை விடவும் துயர் நிறைந்தவர், குழப்பமான பிரச்னைகளில் சிக்கவைக்கப்பட்டிருக்கிறார். அவரின் குழந்தைப் பருவம் அவரிடமிருந்து திருடப்பட்டிருக்கிறது, என்னுடைய குழந்தைப் பருவம் என்னிடமிருந்து திருடப்பட்டதுபோலவே.

இப்போது எனக்குப் புரிகிறது. மோனாபோல் அல்லாமல், என் விதிக்கு எதிராகக் கலகம் செய்யும் ஆற்றலும், உதவியைத் தேடிக் கண்டு பிடிக்கும் அதிர்ஷ்டமும் எனக்கு இருப்பதை இப்போது நான் புரிந்துகொள்கிறேன்.

* * *

"**மோ**னா..! நுஜூத்..! எங்களைப் பாருங்கள்... எங்களைக் கவனியுங்கள்..."

நிமிர்ந்த போது, ஹாய்ஃபா முழங்காலுக்கு நடுவே மோனிராவை வைத்து, ஊஞ்சலில் அமர்ந்து ஆடுவதையும், மோனிரா

வாயில் எச்சில் வடிய சிரிப்பதையும் நாங்கள் பார்க்கிறோம். மோனா அவர்களை நோக்கிப் போகிறார். நான் அவர் பின்னே போகிறேன். குழந்தைகளுக்கு அருகில் இருக்கும் மற்றோர் ஊஞ்சல் ஆளில்லாமல் இருக்கிறது.

"நுஜூத், பறப்பதற்கு உதவி செய்..." – மோனா சொல்கிறார்.

மோனா ஊஞ்சலில் அமர்கிறார். நான் அவருக்குப் பின்னால் போய் ஏறி நிற்கிறேன். மரப் பலகையின் இரண்டு முனைகளிலும் என் கால்களை வைத்துக்கொண்டு, இரண்டு பக்கமும் உள்ள கயிற்றைப் பிடித்துக்கொள்கிறேன். கால்களினால் தள்ளுகிறேன், ஊஞ்சல் பலகை பின்னால், முன்னால், பின்னால், முன்னால் வேகமாக இன்னும் வேகமாகப் போய் வருகிறது.

"வேகமாக...நுஜூத் வேகமாக!" என்று உற்சாகத்தில் மோனா கத்துகிறார்.

என் முகத்தில் மிகவும் குளிர்ச்சியாக, புது மலர்ச்சியாக, காற்று படுவதை உணர்கிறேன். மோனா சிரிக்கிறார், வெகு நாட்களுக்குப் பிறகு முதன் முறையாக இதயம் லேசாகி மோனா சிரித்தார். நாங்கள் இருவரும் சேர்ந்து ஊஞ்சல் ஆடியது இதுவே முதல் முறை. காற்றில் இறகுபோல் நான் உணர்கிறேன். கள்ளங்கபடமற்ற உணர்வை மீண்டும் பெறுவது மிகவும் நன்றாக இருக்கிறது.

"அம்மா பறக்கிறார்! அம்மா பறக்கிறார்!" என்று எங்களுக்கு அருகில் இருந்த மற்றோர் ஊஞ்சலில் அமர்ந்து மோனிரா சிரிக்கிறாள்.

மோனா மகிழ்ச்சியுடன் கத்துகிறாள். அவள் நிறுத்த விரும்பவில்லை.

சில நிமிடங்கள் கழித்து, என் கழுத்துத்துண்டு, காற்றில் தளர்வாக அசைகிறது. முதல் முறையாக அதை சரி செய்ய நான் விரையவில்லை. என் தலை முடி என் தோள்களைச் சுற்றி கீழே விழுகிறது, மெல்லிய தென்றல் பரவுகிறது. சுதந்திரமாக உணர்கிறேன். சுதந்திரம்!

10

ஃபேர்ஸ் திரும்பி வருதல்

ஆகஸ்ட், 2008.

நான் ஒரு பீட்சா சாப்பிட்டேன். பரிமாறுகிறவர்கள் தொப்பி அணிந்திருந்தனர். யார் என்ன கேட்டுள்ளார்கள் என்பதை ஒலி வாங்கியில் சத்தமாக அறிவித்துக்கொண்டிருந்த, நவநாகரிகமான உணவகத்தில் சில நாட்களுக்கு முன்பு சாப்பிட்டேன்.

பீட்சா விநோதமான சுவையாக இருந்தது. பெரிய தட்டையான ரொட்டிபோல உள்ள இதை, பற்களுக்கு அடியில் வைத்து கஷ்டப்பட்டு சத்தம் வரும் அளவு மென்று நீங்கள் சாப்பிட வேண்டும். இந்த பீட்சாவின் மேலே, சாப்பிடுவதற்காக சத்துள்ள பொருட்களான தக்காளி, சோளம், கோழிக்கறி, ஆலிவ் போன்றவை இருக்கும்.

எங்களுக்கு அடுத்துள்ள மேசையில் பெண்கள் இருக்கிறார்கள். அவர்கள், கழுத்துத்துண்டு அணிந்து 'ஏமன் டைம்ஸ்' அலுவலகத்தில் இருந்தவர்கள்போலவே தோற்றம் அளிக்கிறார்கள். மிகவும் நளினமாக இருக்கிறார்கள், பீட்சாவின் துண்டுகளை வாய்க்குள் கொண்டு செல்ல கரண்டியும் முள்கரண்டியும் பயன்படுத்துகிறார்கள்.

என்னுடைய பீட்சாவை அவர்களைப்போலவே வெட்டி, அவர்களைப் பின்பற்ற முயற்சி செய்தேன். தொடக்கத்தில் இது எளிதாக இல்லை; பீட்சா எல்லா பக்கமும் சிதறியது. ஹாய்ஃபாவைப் பொறுத்தவரையில், போத்தலில் உள்ள காரமான தக்காளிச் சட்டினி முழுவதையும் ஒரு சிறுமி தன்னுடைய தட்டில் கொட்டி காலி செய்ததைப் பார்த்துவிட்டு, தானும் அதே போல் செய்ய வேண்டும் என ஆசைப்பட்டாள். அதைத் தவிர, ஒரே ஒரு வாய் முழுங்கியவுடன், அவளின் தொண்டை எரிய, கண்கள் செக்கச் செவேல் என சிவந்தது! நல்லவேளையாக, உணவு பரிமாறுகிற ஒருவர் தன்னுடைய ஒலி வாங்கியை விட்டுவிட்டு, விரைந்து சென்று ஒரு பெரிய போத்தலில் தண்ணீர் கொண்டு வந்தார்.

* * *

இப்போது நாங்கள் புதிய விளையாட்டு விளையாடுகிறோம்: உணவு தயாரிக்க அம்மாவுக்கு நாங்கள் உதவி செய்துகொண்டே, பீட்சா கடையில் நாங்கள் வாடிக்கையாளர் போலவும், எங்களுக்குப் பிடித்த பீட்சா வாங்க வந்திருப்பதாகவும் பாசாங்கு செய்து நடிக்கிறோம்.

“உங்களுக்கு நான் எந்த வகையில் உதவி செய்யவேண்டும்?” – மைய அறையில் மேசை விரிப்பை விரித்துக்கொண்டே ஹாய்ஃபா கேட்கிறார்.

“அதாவது... இன்று எனக்கு நெய் பீட்சா வேண்டும்.”

நான் நெய் பீட்சா எனச் சொல்லக் காரணம், பொருட்கள் வைக்கிற பையை நான் கிளறித் தேடுகிறபோது, அது மட்டும்தான் மீதம் இருந்தது. ரொம்பக் கஷ்டம்; ஆனாலும் நாங்கள் சமாளிப்போம்.

“மேசைக்கு வாங்க” என்று சொல்லி குடும்பத்தில் உள்ள மற்றவர்களை ஹாய்ஃபா அழைக்கிறார்.

நாங்கள் அனைவரும் சாப்பிடத் தயாராகும்போது, யாரோ எங்கள் வீட்டின் வாசல்கதவைத் தட்டுகிறார்கள்.

“நுஜூத், இன்னும் பத்திரிகையாளர்கள் யாருக்காகவாவது காத்திருக்கிறாயா?” – சந்தேகத்துடன் முகமத் என்னைக் கேட்கிறார்.

“இல்லை, இன்று இல்லை.”

"அப்படியென்றால், தண்ணீர் தொட்டியை நிறைக்க, ஒருவேளை தண்ணீர் வண்டி வந்திருக்கிறதுபோல. ஆனால் வழக்கமாக அவர் காலையில் அல்லவா வருவார்?"

முகத்தைச் சுளித்தபடி, வாய் முழுக்க உள்ள ரொட்டியை மென்றுகொண்டே முகமத் எழுந்து வாசல்கதவுக்கு விரைந்து போகிறார். மூச்சுத்திணறச் செய்கிற இந்த ஆகஸ்ட் மாத வெயிலில், இந்த நேரத்தில் யார் நம்மைப் பார்க்க வந்துள்ளது? பொதுவாக வெப்பமிகு காலத்தில் வீட்டுக்கு வருகிறவர்கள் வழக்கமாக மாலையில்தான் வருவார்கள்.

முகமத் கத்தியது எங்கள் அனைவரையும் திடுக்குறச் செய்தது.

"ஃபேர்ஸ்..!" – அவர் கத்தினார், "ஃபேர்ஸ் திரும்பி வந்து விட்டான்!"

எனக்கு மயக்கமே வந்துவிட்டது. என் பாசத்திற்குரிய சகோதரர், நான்கு ஆண்டுகளாக நான் பார்த்திராத சகோதரர்! நடுங்கும் கைகளுடன், சுவரில் சாய்ந்து தன்னை நிலைநிறுத்திக்கொண்டு, எங்கள் அம்மா தள்ளாடியபடி வாசலுக்குப் போகிறார். அம்மாவுக்குப் பின்னால் பக்கத்திலேயே நாங்கள் போகிறோம். சிறுமி ரவ்தா எங்கள் காலுக்கு இடையே நுழைந்து, எங்களுக்கு முன்னதாகப் போக முயற்சிக்கிறாள். எங்களது மிகச் சிறிய அறை ஒருபோதும் இவ்வளவு நீளமாகத் தெரிந்ததில்லை.

வாசலில் நிற்கும் இளைஞருக்கு மெலிந்த முகம், அடர் பழுப்பு நிற தோல் இருக்கிறது; எப்படி மாறிவிட்டார்! சின்னச்சின்ன குறிப்புகளுடன் நான் அடிக்கடி நினைத்துப் பார்த்த, வளர்ந்த, ஒல்லியான ஃபேர்ஸ் இனி ஒருபோதும் விடலைப்பருவத்தினன் இல்லை.

அவரை நன்கு பார்க்கவேண்டும் என்றால் இப்போது நான் இன்னும் அவரின் பக்கத்தில் செல்லவேண்டும். எதையோ ஆழமாக யோசிப்பது போன்ற பார்வை அவரது கண்களில் இருக்கிறது. மேலும் அப்பாவுக்கு இருப்பதுபோலவே நெற்றியில் கொஞ்சம் கறுத்த மடிப்புகள் இருக்கிறது. அவர் வளர்ந்த ஆண்மகன் ஆகிவிட்டார்.

"ஃபேர்ஸ்... ஃபேர்ஸ்... ஃபேர்ஸ்!" அவரின் வெள்ளைச் சட்டையைப் பற்றிக்கொண்டு, இறுகத் தழுவிக்கொண்டு அம்மா அழுகிறார்.

“நாங்கள் உங்களை ரொம்பவே இழந்துவிட்டோம்” – அவரை முத்தமிட என்னுடைய முறை வந்தபோது நான் சொல்கிறேன்.

பழங்காலத்திய துப்பாக்கியில், குண்டுகளைத் தள்ளப் பயன்படுத்தப்படும் தடி மாதிரி ஃபேர்ஸ் நேராக அமைதியாக நிற்கிறார். களைத்துப் போய் விட்டவர்போல் தெரிகிறது; அவரின் கண்கள் களையிழந்து ஏறக்குறைய சோகத்துடன் இருக்கிறது. அவருக்கு மிகவும் சரியாக பொருத்தமாக இருந்த, அவரின் மகிழ்ச்சியும், ஆற்றலும் எங்கே போய்விட்டன?

“ஃபேர்ஸ்... ஃபேர்ஸ்!” – உயரமான இந்த மனிதர் தன்னுடைய அண்ணன் என்றோ, தான் கைக்குழந்தையாக இருந்தபோது வீட்டைவிட்டுப் போனவர் என்றோ எவ்வித புரிதலும் உண்மையிலேயே இல்லாமல் இயந்திர மனுஷிபோல ரவ்தா பாடிக்கொண்டே இருக்கிறாள்.

* * *

வீட்டை விட்டு ஓடிய இரண்டு ஆண்டுகள் கழித்து, சவுதி அரேபியாவில் இருந்து வந்த சில நிமிட அழைப்பிற்குப் பிறகு, போன மாதம் ஒரு மாலை வேளையில் வந்த எதிர்பாராத தொலைபேசி அழைப்பைத் தவிர, அவரிடம் இருந்து வேறு எந்தத் தகவலும் இல்லை. மறு முனையில் உள்ள குரலை அம்மா அடையாளம் கண்டுகொண்ட உடனேயே அம்மா மகிழ்ச்சியில் சத்தம் எழுப்பினார். பிறகு அவர் பேசுவதைக் கேட்பதற்காக ஒருவர் மாற்றி ஒருவராக அம்மாவிடம் இருந்து தொலைபேசியைப் பறித்தோம். தூரத்தில், வெகு தூரத்தில் ஃபேர்ஸ் இருப்பதுபோல் தோன்றியது, ஆனால், அவர் உயிருடன் இருப்பதை அறியும் போது இதயம் இதமானது.

“உனக்கு அங்கே எல்லாம் நல்லபடியாகப் போகிறதா?” என்று அப்பா விரைவாகக் கேட்டபோது, குரல் உடைந்து, கண் கலங்கியது. ஃபேர்ஸிடம் இருந்து அனைத்தையும் அப்பா அறிந்துகொள்ள ஆசைப்பட்டார்; “யாரிடம் நீ வேலை செய்து கொண்டிருக்கிறாய்..? உனக்கு அங்கே இருப்பது பிடித்துள்ளதா..? நல்ல ஊதியம் கிடைக்கிறதா?”

பித்துப் பிடித்தவர்போல, திருப்பி ஒரே கேள்வியைப் பலமுறை என் சகோதரரும் கேட்டுக்கொண்டே இருந்தார்; “அப்புறம், நீங்க... நீங்க எப்படி இருக்கிறீர்கள்?”

பிறகு ஃபேர்ஸ் சொன்னார்; "என் குடும்பத்தை நினைத்து நான் வெகுவாக வருத்தப்படுகிறேன். நடந்ததை எல்லாம் கேள்விப்பட்டேன். எல்லாம் சரியாகிவிட்டதா, தயவு செய்து சொல்லுங்கள்!"

ஆம், அவர் கவலைப்பட்டார். அவர் குரலிலேயே நீங்கள் கண்டுகொள்ளலாம். எங்கள் குடும்பத்தைப் பற்றிய வதந்திகள் அங்கே பரவி வருவதாக எங்களிடம் விளக்கினார். இங்கேயிருந்து அவ்ளோ தூரத்தில், வரைபடத்தில்கூட என்னால் கண்டுபிடிக்க முடியாதபடிக்கு வெகு தொலைவில் உள்ள சவுதி அரேபியாவில் பேசுகிறார்கள்!

ஏமனில் இருந்து சென்ற பயணிகள் சிலர், தங்களுக்குக் கொஞ்சம் பிரச்னைகள் இருந்ததாகச் சொல்லியுள்ளார்கள். ஆனால் அவர்களால் தெளிவான தகவல்களைக் கொடுக்க இயலவில்லை. பிறகு ஒருநாள், உள்ளூர் செய்தித்தாளில் என் அப்பா மற்றும் என்னுடைய நிழற்படங்களைப் பார்த்திருக்கிறார். பள்ளிக்கு வராமல் ஊர் சுற்றி இத்தனை ஆண்டுகள் ஆகிவிட்டதால் படத்திற்குக் கீழே இருந்த கட்டுரையை அவரால் படிக்க இயலவில்லை. முதல் வகுப்பின் கடைசியில் பள்ளியில் இருந்து நின்று விட்டவர் ஃபேர்ஸ். எனவே இந்த மர்மக் கதை அவரின் சிந்தையைச் சித்திரவதை செய்து அவரைத் தூங்கவிடாமல் செய்துவிட்டது.

பயணிகள் சுமந்து வந்த வதந்திகள், சவுதி செய்தித்தாளில் படம், என் விவாகரத்துக் குறித்த செய்திகள் என் நாட்டு எல்லையைக் கடந்தும் பயணித்திருக்கின்றன. ஃபேர்ஸின் வற்புறுத்தலினால், கடந்த சில மாதங்களில் என்ன நடந்தது என்பதை அப்பா விரைவாக அண்ணனுக்குச் சொன்னார்கள்.

"இப்போது எனக்குக் கொஞ்சம் நன்றாகவே புரிகிறது" என்று அண்ணன் சொன்னார்.

"ஃபேர்ஸ், என் மகனே! விரைவாக வீட்டுக்கே வந்துவிடு!" என்று தேம்பித்தேம்பி அழுதபடி எங்கள் அம்மா அண்ணனிடம் இரந்து வேண்டினார்.

"என்னால் முடியாது, நான் செய்ய வேண்டிய வேலை நிறைய இருக்கு" என்று ஃபேர்ஸ் பதில் சொன்னார். அத்துடன் தொடர்பு அறுந்து போனது.

நாங்கள் பத்து நிமிடம் பேசியிருப்போம், ஆனால், மீண்டும் அம்மாவை முற்றிலும் விரக்தியில் ஆழ்த்துவதற்கு அதுவே போதுமானதாக இருந்தது. என் விவாகரத்துக்குப் பிறகு வாழ்வின் சுவையைத் திரும்பப் பெற்றிருந்தார். ஆனால், இப்போது மிகச்சிறிய ஒரு விஷயத்துக்காக அந்த மெழுகுதிரியை அணைத்துவிட்டார். தன் மகனை மீண்டும் பார்க்க அவர் ஆசைப்பட்டார்... அவரைத் தொட... அவரை முகர்ந்து பார்க்க...

எங்கள் குடும்பம் பயமுறுத்தப்படுவதை இனியும் பார்க்க அம்மா விரும்பவில்லை. எங்களில் சிலர் ஒட்டிக்கொண்டு இருக்கிறோம், மற்றவர்கள் ஓடிப்போய்விட்டார்கள். ஏன் எப்போதும் விதி அம்மாவைக் கொடுமைப்படுத்துகிறது? மற்ற அம்மாக்களைப் போல சிறிதளவேனும் மகிழ்ச்சியை அனுபவிக்க இவருக்கு உரிமை இல்லையா?

அம்மாவின் கொடுங்கனவு திரும்பி வந்தது. ஃபேர்ஸ் ஒட்டு மொத்தமாகக் குடும்பத்தைக் கைவிட முடிவு செய்துவிட்டதாகவும், தன் மனசாட்சியை ஆறுதல் படுத்துவதற்காகவே அவர் அழைத்துப் பேசியதாகவும், இனி ஒருபோதும் மகனைப் பார்க்க முடியாது எனவும் அம்மா பயந்தார். அம்மாவின் தூக்கமின்மை மீண்டும் அவரைத் தொற்றிக்கொண்டது. அம்மா துன்பப்படுவதைக் கண்டு என் இதயம் நொறுங்கியது. என் விவாகரத்து பல்வேறு விஷயங்கள் குறித்து என் கண்களைத் திறந்தது, மற்றவர்களின் துயரங்கள் மீது மிகவும் உணர்திறனோடு இருக்கும்படி மாற்றியது.

* * *

இப்போது, வெப்பம் மிகுந்த, கொடுமையான இந்நாளில், ஃபேர்ஸ் திரும்பி வந்துள்ளார். என் ஞாபகத்தில் இருப்பதைவிட, மிகவும் பொறுமையான, அமைதியான ஃபேர்ஸாக வந்துள்ளார். இருப்பினும், புதர் மண்டிய புருவம், சுருட்டை முடி என் சகோதரருக்கு மட்டுமே உரியது. இவரைப் பற்றிய அனைத்தையும் அறிய நான் ஆவலாக இருக்கிறேன். இவருடைய முதலாளி இவரை நல்ல முறையில் பார்த்துக் கொண்டாரா? சவுதி அரேபியாவில் புதிய நண்பர்களைச் சேர்த்தாரா? நிச்சயமாக அவர்கள் அங்கே நல்ல பீட்சா சாப்பிடுவார்கள், அப்படித்தானே?

மகனை விட்டுப் பிரிய மறுத்து, தன் கைகளால் அண்ணனை இரண்டாவது அறைக்கு அம்மா இழுத்துக்கொண்டுப் போகிறார். ஃபேர்ஸ் பெரியதாக எதுவும் சொல்லவில்லை, இருக்கையில்

விழுவதற்கு முன்பாக தன் ஷூவைக் கழற்றுகிறார். அவரை விட்டு என் கண்களை நான் விலக்கவே இல்லை. கண்ணிமைக்கும் நேரத்தில் அம்மா அண்ணனுக்கு ஒரு டம்ளரில் தேநீர் கொண்டு வருகிறார்; அதில் இருந்து விரைவாக சில மடக்குகள் அண்ணன் குடிக்கிறார்.

"சரி, எங்களுடன் கொஞ்சம் பேசு" என்று அப்பா தூண்டுகிறார்.

டம்ளரை மேசைத் துணியின் மீது வைக்கிறார் ஃபேர்ஸ்; "நான்கு ஆண்டுகளில் என்னால் எதையும் சேமிக்க முடியவில்லை. என்னை மன்னித்துக்கொள்ளுங்கள். எனக்கு மட்டும் முன்பே தெரிந்திருந்தால்..." – தலை கவிழ்ந்து முணுமுணுக்கிறார்.

அறையில் அமைதி நிலவுகிறது. பிறகு, என் சகோதரரின் முகம் சிறிது இயல்பான நிலைக்கு வருகிறது, களையிழந்த புன்னகை அரும்புகிறது.

"அப்பா உங்களுக்கு நினைவிருக்கிறதா? ரொட்டி செய்கிறவரிடம் சென்று பிச்சை கேட்டு ஒன்றும் இல்லாமல் வெறுங்கையுடன் நான் வீட்டிற்கு வந்தபோது, என்னைத் திட்டினீர்கள், அந்த நாளில் நான் உங்கள் மீது கடுங்கோபத்தில் இருந்தேன். அவமானம் என்னைத் தின்றது; ஒரே ஒருமுறை கொண்டு வராததற்காக, போதும் போதும் என மிக மோசமாகத் திட்டி அவமானப்படுத்தினீர்கள்.

என் வயதுடைய மற்ற சிறுவர்களைப்போலவே நானும் புதிய உடை உடுத்த கனவு கண்டேன். ஆனால் உணவு வாங்குவதற்கே நம்மிடம் போதிய பணம் இல்லை. யாரையும் சார்ந்திருக்காமல், என்னை மட்டுமே சார்ந்திருக்கும் பைத்தியக்காரத்தனமான ஆர்வத்துடன் மறுநாள் எழுந்தேன். நாகரிகமான வேலை செய்து பணம் சம்பாதிக்கவும், நான் விரும்பும் ஆடையை நானே வாங்கவும், நான் வெற்றிபெற ஆசைப்பட்டேன். எனவே, என் பை, பணத்தால் நிறையும் வரை வீட்டுக்குத் திரும்பி வருவதில்லை என தீர்மானம் செய்து வெளியேறினேன்!"

ஒரு மடக்கு தேநீர் குடிப்பதற்காக, ஃபேர்ஸ் இடை நிறுத்துகிறார். "சவுதி அரேபியா போவதற்கான வாய்ப்புகள் இருப்பதாக அருகாமைக் குடியிருப்பில் பேசிக்கொண்டார்கள். ஒருவர் தான் வாழ்வதற்குத் தேவையான அனைத்தையும் சம்பாதிக்க முடியும் என்றும், குடும்பத்தைக் காப்பாற்ற வீட்டுக்குப் பணம் அனுப்ப முடியும் என்றும் கூறினார்கள். உண்மையாக, இதுதான்

எனக்குத் தேவைப்பட்டது. அந்தச் சாகசத்தை முயன்று பார்க்க விரும்பினேன்; இலட்சிய வெறியுடன் இருந்தேன், இழப்பதற்கு ஏதுமில்லை. நான் இளைஞன், சிந்திக்கவில்லை; எவ்வளவு கஷ்டமாக இருக்கும் என்பதை நான் ஒருபோதும் கற்பனை செய்யவில்லை.

சவுதி அரேபியா சென்று சேர எனக்கு நான்கு நாட்கள் ஆனது. முதலில் நான்கைந்து பேர் பகிர்ந்து செல்லும் வாடகை மகிழுந்தில், வடக்கே உள்ள சடா நகருக்குச் சென்றேன். நகருக்குச் சென்ற சாலை முழுவதும் இராணுவ சோதனைச் சாவடிகள் இருந்தன. இந்தப் பயணம் நெடியது, சோதனைகள் நிறைந்தது என்பதை உணரத் தொடங்கினேன்.

சடாவில் ஒரு வழிப்போக்கரைக் கண்டேன். 5000 ரியால் கொடுத்தால் நாட்டின் எல்லையைக் கடக்க உதவுவதாகச் சொன்னார். அது மிக அதிகம், ஆனால் என்னுடைய அந்தச் சூழலில், திரும்பி வரவும் எனக்கு விருப்பமில்லை. குறைந்த பட்சம் அவருக்கு அந்தத் தொழில் தெரிந்திருந்தது; எல்லையில் உள்ள காவலர்களுக்குத் தெரியாத பாதையை, தான் பயன்படுத்தப் போவதாகவும் சொன்னார். எந்தவித அடையாள ஆவணங்களும் என்னிடம் இல்லாததால் அவரைச் சார்ந்திருக்க முடிவு செய்தேன்."

"நாங்கள் மிகவும் வருந்தினோம். ஒட்டு மொத்தமாக நீ காணாமல் போய் விட்டாயோ என நினைத்தோம்" என்று அப்பா உணர்ச்சி பொங்கக் கூறுகிறார்.

தன்னுடைய நினைவுகளில் அமிழ்ந்தவராக, ஃபேர்ஸ் தொடர்ந்து தன் கதையைச் சொல்லிக்கொண்டிருக்கிறார்.

"நடு இரவில் நாங்கள் நடந்தே எல்லையைக் கடந்தோம். என் வாழ்க்கையில் ஒருபோதும் நான் பயந்ததே இல்லை. போகிற வழியில், என்னைவிட வயதில் சிறிய மேலும் சில ஏமன் நாட்டுச் சிறுவர்களைப் பார்த்தேன். என்னைப்போலவே அவர்களுக்கும் ஒரே ஒரு எண்ணம்தான்: செல்வ வளம் சேர்ப்பது. மறுதிசையில் உண்மையிலேயே என்ன காத்துக்கொண்டிருக்கிறது என்பது என்னைப்போலவே அவர்களுக்கும் தெரியவில்லை. இருளில் நான் நடந்த பயணம்தான், நான் தேர்ந்தெடுத்துள்ள சவால் என்ன என்பதை உண்மையிலேயே புரியவைத்தது. காவலர்களிடம்

சிக்கியிருந்தேன் என்றால், அவர்கள் உடனடியாக என்னை சனாவுக்குத் திருப்பி அனுப்பியிருப்பார்கள்.

எல்லையைக் கடந்துவிட்டோம் என்கிற என்னுடைய மன அமைதி நீடிப்பதற்குள், விரைவாகக் குழப்பம் என்னை மூழ்கடித்தது: அடுத்து என்ன? எங்கே நான் செல்லவேண்டும்?

வெளிநாட்டில் நான் காலடி எடுத்து வைத்தது அதுதான் முதன் முறை. களைத்துப்போய், காமிஸ் மௌசித் நகரின் புறநகருக்கு வந்து சேரும் வரை நடந்தேன்.

என்னே ஒரு விரக்தி! சவுதி அரேபியாவின் அந்தப் பகுதி, சனா நகரைவிட சிறந்தது இல்லை. நான் வழி கேட்ட மனிதன், தன்னுடன் இரவு தங்கிக்கொள்வதற்கு அனுமதித்தார். அவர் தன் மனைவி மற்றும் குழந்தைகளுடன் கிராமத்தில் வாழ்ந்து வந்தார்.

மறுநாள் அவர் எனக்கு வேலை கொடுத்த போது உடனடியாக ஏற்றுக்கொண்டேன். உண்மையிலேயே எனக்கு வேறு வழி இல்லை.

அவர் ஆடு வளர்த்தார். எனவே 600 விலங்குகளின் மந்தைக்கு என்னைப் பொறுப்பாளராக நியமித்தார். சூடான் நாட்டில் இருந்து வந்திருந்த மற்றொருவரின் உதவியுடன், தினமும் இந்த விலங்குகளை மேய்ச்சலுக்கு நடத்திச் செல்லவேண்டும்.

காலை ஆறு மணி முதல் மாலை ஆறு மணி வரை ஒரு நாளைக்கு 12 மணி நேரம் நான் உழைத்தேன்.

இரவு என் அறையை சூடான் நாட்டு மனிதருடன் பகிர்ந்து கொண்டேன். அந்த அறை, இரண்டு சிறிய பாய் மட்டுமே போடும் அளவுக்கு கல்லால் ஆன மிகச் சிறிய வீடு. அது தனியாக வனாந்தரத்தில் இருந்தது. அங்கே, தொலைக்காட்சி இல்லை, குளிர்சாதனப் பெட்டி இல்லை, குளிரூட்டி இல்லை, கழிவறை இல்லை. என் மாயை அனைத்தையும் இழந்தேன்."

ஃபேர்ஸ் மீண்டும் இடைநிறுத்துகிறார்; கஷ்டப்பட்டு விழுங்குகிறார்; அவரின் குரல் கரகரப்பாகிக்கொண்டே இருக்கிறது. ஒருவேளை, பயணக் களைப்பினால் அப்படி இருக்கலாம்.

"அது முதலாக, ஒன்று மாற்றி ஒன்று ஏமாற்றமாகவே இருந்தது. ஒவ்வொரு நாளும் முதலாளி கோரிக்கை வைப்பது அதிகரித்துக் கொண்டே போனது. விலங்குகளுக்கு நாங்கள் உணவளிக்க வேண்டும், தண்ணீர் குடிக்கவைக்க வேண்டும், மேய்ச்சல் நிலத்திற்கு

நடத்திச் செல்லவேண்டும். வேலை செய்யும் நேரமும் மெல்ல மெல்ல தொடர்ந்து அதிகரித்தது.

என்னுடைய நிலை எவ்வளவு விலை மதிப்பு மிக்கது என்பதை அறிய எனக்கு ஒரு மாதம் ஆனது. முதல் முறையாக நான் என் ஊதியத்தை வாங்கியபோதுதான் அது தெரிந்தது. முப்பது நாள் வேலை செய்ததற்கு 200 சவுதி ரியால் சம்பளம். இதை வைத்து, முக்கத்தில் இருந்த கடையில் மிட்டாய்தான் வாங்க முடியும். அந்தக் கடையும் விசித்திரமாக, முதலாளிக்குச் சொந்தமானது.

நான் ஆடிப்போய்விட்டேன். சனாவில் உள்ள வீட்டுக்கு வர வேண்டும் என்றால் அதற்குத் தேவையான பணத்தைச் சேமிக்க குறைந்தபட்சம் ஓராண்டாவது நான் உழைக்க வேண்டும் எனக் கணக்கிட்டேன். தொலைபேசியில் அழைக்கவும் என்னிடம் போதுமான பணம் இல்லை. இதுபோக, என் தோல்வியை ஒப்புக்கொள்வதில் நான் கர்வமாக இருந்தேன். முதல் முறை நான் உங்களை தொலைபேசியில் அழைத்தது, எல்லாம் நல்லபடியாக இருக்கிறது என உங்களை நம்ப வைப்பதற்கு மட்டும்தான். இரண்டாவது முறை, அதாவது இரண்டு ஆண்டுகளுக்குப் பிறகு அழைத்ததற்குக் காரணம் உண்மையிலேயே நான் மிகவும் கவலைப்பட்டேன்."

அவர் தலையைத் தொங்கப்போட்டு, நீண்ட பெருமூச்சு விடுகிறார். "ஒருமுறை நான் தொலைபேசியை வைத்த பிறகு, மறுமுனையில் உள்ள அம்மாவின் அழுகையை நினைக்காமல் இருக்க முடியவில்லை. அவர்களை நினைத்தபடி இரவில் தூங்க முடியவில்லை. ஒவ்வொரு ஃபில்சையும் (பைசா) முக்கியமானதாகக் கருதினேன். சனாவுக்குத் திரும்பி வருவதற்குப் போதுமான பணம் மட்டும் இருந்தது. கடந்த வாரம், ஒரு காலை வேளையில் பயணம் சொல்வதற்காக என் முதலாளியிடம் போனேன். வீட்டுக்குப் போகும் நேரம் வந்துவிட்டது என, என் மனதை ஏற்கெனவே நான் தயார் செய்து வைத்திருந்தேன்".

"செயல் படுத்துவதற்கு இப்போது என்ன திட்டம் வைத்திருக்கிறாய்" என்று முகமத் கேட்கிறார்.

"அதுசரி, மற்றவர்கள் என்ன செய்கிறார்களோ அதையே நானும் செய்வேன். சாலையில் நானும் பபுள்கம் விற்பேன்!" என்று எதிர்ப்பின்றி ஃபேர்ஸ் பதில் சொல்கிறார்.

இவர் எப்படி மாறிவிட்டார்! ஃபேர்ஸ், ஒரு காலத்தில் மூர்க்கத்தனமாக இருந்தார், இன்று தன் தோல்வியை ஒப்புக்கொள்ளத் தயாராக இருப்பதுபோல் தெரிகிறது. அப்பாவுக்கு எதிராக நின்றபோது ஃபேர்ஸிடம் இருந்த ஆணவ வெளிப்பாட்டை, ஒருபோதும் அழிக்க முடியாது என நான் நினைத்த வண்ண ஓவியமாக, இப்போதும் என்னால் பார்க்க முடிகிறது. அப்பாவுக்கு அவநம்பிக்கையை ஏற்படுத்திய, என்னை நன்கு சிரிக்க வைத்த ஃபேர்ஸின் முரட்டுத்தனத்தை நான் நினைத்துப் பார்க்கிறேன்.

நாங்கள் சில நாட்களுக்கு முன்பாக பீட்சா சாப்பிடும்போது இவர் இருந்திருந்தால், உணவகத்தில் இருந்த கை துடைக்கும் தாளில் விமானம் செய்து பக்கத்து மேசைக்கு விடுவதில் முதல் ஆளாக இருந்திருப்பார்.

கட்டுக்கடங்காத இவரின் ஆற்றலை நினைத்துக்கொண்டுதான் ஏப்ரல் மாதம் நீதிமன்றத்துக்கு ஓடிப்போக நான் ஆற்றல் பெற்றேன். இவர் தப்பிச் சென்ற நிகழ்ச்சிதான், என்னுடைய சொந்த சிறகுடன் பறக்க எனக்குத் துணிச்சலைக் கொடுத்தது. இவருக்கு ஏதோ நான் கடமைப்பட்டுள்ளதாக உணர்கிறேன்.

ஃபேர்ஸ், தோற்கடிக்கப்பட்டிருக்கிறார், இல்லை – இது இவரின் இயல்பு இல்லை. தன் முயற்சியை இவர் கைவிட்டுவிடுவார் என நான் ஒருபோதும் கற்பனை செய்ததில்லை. இது எனக்கு மன வலியைக் கொடுக்கிறது.

ஒருநாள், நான் அவருக்கு பதில் உதவி செய்யவேண்டும். உண்மையிலேயே எப்படி என எனக்குத் தெரியவில்லை, ஆனால் கடைசியில், நான் ஒரு வழியைக் கண்டுபிடிப்பேன்.

11
நான் ஒரு வழக்குரைஞர் ஆகும்போது...

செப்டம்பர் 16, 2008.

சனாவில் காற்று வீசிக்கொண்டிருக்கிறது. கோடைக் காலத்தின் கடைசி நாட்களில் வீசும் காற்றானது, வர இருக்கும் குளிர்ந்த மாலைப் பொழுதுகளையும், மழையின் முதல் தூறலையும் அறிவிக்கும். அருகாமைக் குடியிருப்பில் இருந்த மற்றச் சிறுவர்களுடன் என் தம்பி, தங்கைகள் மீண்டும் ஒருமுறை குளத்தில் விளையாட முடியும். மரங்கள் விரைவில் மஞ்சள் நிறமாகும்; ஒவ்வோர் ஊராகச் சென்று போர்வை விற்கிறவர்கள் வீதிகளின் சந்திப்பில் மீண்டும் தோன்றுவார்கள்.

என்னைப் பொறுத்தவரையில், நான் மிகுந்த ஆவலுடன் காத்திருந்த, மீண்டும் நான் பள்ளிக்குச் செல்லப் போவதைச் சொல்லுகின்ற காற்று இது. நேற்று இரவு என்னால் சரியாகத் தூங்க இயலவில்லை. தூங்குவதற்கு முன்பாக, என்னுடைய புதிய பழுப்பு நிற பையில் புத்தம் புதிய குறிப்பேடுகளை மிகக் கவனமாக எடுத்து வைத்தேன். துண்டுச் சீட்டில் என்னுடைய பெயரை எழுதிப் பழகினேன், மலாக்கின் பெயரையும்தான். என்னுடைய முன்னாள் வகுப்புத் தோழியைப் பற்றி நிறைய நினைத்துப் பார்த்தேன், ஆனால் துரதிருஷ்டவசமாக வேறொரு பள்ளியில் நான் சேர்ந்ததால், அவளை என்னால் பார்க்க இயலாது.

தமிழில்: சூ.ம.ஜெயசீலன்

என்னுடைய கனவில், மிருதுவான எதுவும் எழுதப்படாத குறிப்பேடுகள், வண்ணப் பென்சில்கள், மேலும் என் வயதுடைய எண்ணற்ற சிறுமிகள் என்னைச் சூழ்ந்திருக்கக் கண்டேன்.

கதவு படாரென திறக்கப்படுவதையும், எண்ணெய் விளக்கு எட்டி உதைக்கப்படுவதையும் நினைத்து, வியர்வையுடன், அழுகையோடு, வாய் உலர்ந்து போகும் கொடுங்கனவுகள்... கடைசியாக, சில வாரங்களுக்கு முன்பு முடிவுக்கு வந்தன.

'நீங்கள் என்னவாக விரும்புகிறீர்களோ அதைத் துணிச்சலுடன் சத்தமாகச் சொல்லுங்கள்' என்பது போல, நிச்சயம் நிறைவேறும் என்கிற நம்பிக்கையில், பள்ளிக்கூடம் குறித்து கனவுகள் கண்டுகொண்டிருக்கிறேன்.

இன்று காலை நான் கண் விழித்ததும், முதன் முதலாக உணர்ந்தது, என் இதயம் உற்சாகத்தில் துடிக்கிறது என்பதைத்தான். பிறகு, விரல் நுனியில் நின்றுகொண்டு பல் விளக்கினேன், தலை சீவினேன். வீட்டில் இருந்த மற்ற பெண்கள், சிறுமிகள் பின்னால் உள்ள அறையில் தரையில் வரிசையாக இன்னும் தூங்குகிறார்கள். மைய அறைக்கு இடது புறம் உள்ள அறையில் ஆண்கள் தூங்குகிறார்கள், ஈக்கள் சுற்றி சத்தமிடுகின்றன. பள்ளிச் சிறுமிக்கான புதிய சீருடை, நீளமான பச்சை நிற ஆடை மற்றும் வெள்ளை கழுத்துத்துண்டு. இதை நான் அணிவதற்கு முன்பாக வெகுநேரம் குளிர்ந்த நீரை என் முகத்தில் ஓடவிட்டேன்.

* * *

"ஹாய்ஃபா, எழுந்து கிளம்பு, நாம் தாமதமாகிவிடுவோம்!"

செல்ல சகோதரியின் முடி எல்லாப் பக்கமும் கிடக்கிறது, தலையணை அழுத்தியதால் அவளின் முகத்தில் சுருக்கங்கள் உள்ளன, தூக்கத்தில் இருந்து எழ மிகவும் சிரமப்படுகிறாள். வாடகை வண்டிக்காக நான் கதவு அருகே சென்று காத்திருக்கும் போது, ஆடை அணியவும், ஷூ அணியவும் ஹாய்ஃபாவிற்கு அம்மா உதவி செய்கிறார். இப்போது தலைக்கு அணியும் துண்டை அவளால் கண்டுபிடிக்க முடியவில்லை. ஒன்றும் பிரச்னையில்லை, சிறிது கறை படிந்த வேறொன்றை அவள் அணியட்டும். நாளைக்கு நல்லதை அணிந்துகொள்ளலாம்.

ஏற்கெனவே வந்துவிட்ட ஓட்டுநர், வண்டிக்குள்ளேயே அமர்ந்திருக்கிறார். உலக மனித நேய சம்மேளனம் எங்களின்

படிப்புச் செலவு மற்றும் பள்ளிக்குச் சென்று வரும் செலவுகளை ஏற்றுக்கொண்டுள்ளது. அதன் அடிப்படையில், “பள்ளி பேருந்து” போல இந்த டாக்ஸி அனுப்பப்பட்டுள்ளது.

“நீங்கள் தயாரா?” என்று அவர் கேட்கிறார்.

“ஆமாம்.”

“நல்லது, வாங்க போகலாம்.”

உண்மையிலேயே இப்போது என் இதயம் படு வேகமாகத் துடிக்கிறது. என்னுடைய முதுகுப் பையை பெருமையுடன் எடுத்து என் தோளில் மாட்டுகிறேன். வாகனத்தில் ஏறுவதற்கு முன்பாக நாங்கள் அம்மாவுக்கு முத்தம் கொடுக்கிறோம். அம்மாவின் ஆடையைப் பிடித்தபடி நிற்கும் ரவ்தா எங்களுக்கு டாட்டா சொல்கிறாள். திடீரென, தூரத்தில் கொஞ்சம் ஆடுகள் போவதைப் பார்த்துவிட்டு, நாங்கள் சத்தமாகச் சிரிக்கிறோம்.

எங்களுடைய சிறிய கான்கிரீட் வீடு, குப்பைகள் நிறைந்த, அதற்கு மேலே செல்லும் வாய்ப்பில்லாத சாலையின் கடைசியில் இருக்கிறது. கோகோகோலா தொழிற்சாலையின் அருகில் உள்ளது. அங்குள்ள பாதி நிலம் தரிசு நிலமாக இருப்பதால், அதிகாலையில் ஆடோட்டிகள் தங்கள் ஆடுகளை நடத்திவருகிறார்கள்.

வாகனத்தின் பின் இருக்கையில் அருகருகே அமர்ந்துகொண்டு, என்ஜின் உயிர்ப்பாகும் சத்தம் கேட்டதும், நானும் ஹாய்ஃபாவும் ஒருவருக்கொருவர் பார்த்து ரகசியமாகப் புன்னகைக்கிறோம். ஒரு வார்த்தைகூட பேசவில்லை என்றாலும், நாங்கள் இருவரும் அளவுக்கு அதிகமான மகிழ்ச்சியுடன் இருக்கிறோம் என்பதை நாங்கள் அறிவோம்.

பதற்றமாக உள்ளது. எப்போது நான் மீண்டும் படம் வரைவேன், அரபி மொழி கற்பேன், குர்ஆன் மற்றும் கணிதம் படிப்பேன் என இந்த நாளுக்காக வெகு நாட்கள் காத்திருந்தேன். கடந்த பிப்ரவரி மாதம், பள்ளியில் இருந்து நின்ற போது 100 வரை எண்ண எனக்குத் தெரிந்திருந்தது. இப்போது கோடி வரை எண்ணுவதற்குப் படிக்க ஆசைப்படுகிறேன்.

என் மூக்கினை சன்னலில் அழுத்தி நீல நிற வானத்தைப் பார்க்கிறேன். இன்று காலையில், ஒவ்வொரு மேகத்தையும் காற்று அடித்து விரட்டிவிட்டது. வியப்புக்குரிய விதத்திலே

சாலைகள் வெறிச்சோடிக் கிடக்கின்றன. வியாபாரிகள் நெளிவு நெளிவாக இருக்கும் இரும்புத் திரைகளை இன்னும் தூக்கி நிறுத்தவில்லை. எங்கள் வீட்டுக்குத் தொடர்ச்சியாக வரும் பத்திரிகையாளர்களைப் பார்த்து, தொடர்ந்து புகார் கூறும், பக்கத்து வீட்டு வயதானவர் எங்களை வேவு பார்க்க இன்னும் அவரது வீட்டின் வாசற்படிக்கு வரவில்லை. முக்கத்து அடுமனை இன்னும் மூடிக்கிடக்கிறது, யாரும் வரிசையில் காத்திருக்கவில்லை. எப்போதும் இல்லாதபடி, இந்த ஆண்டு வகுப்புகள் ஏறக்குறைய ரமலான் நாட்களுடன் தொடங்குகின்றன. எனவே, பாதி நகரம் இன்னும் தூங்கிக்கொண்டிருக்கிறது.

இப்போதுதான் முதல் முறையாக பெரியவர்களைப்போல நானும் காலை முதல் மாலை தொழுகை வரை விரதம் இருக்கிறேன். தொடக்கத்தில் சில நாட்கள், குறிப்பாக, வெப்பத்தினாலும், தொண்டை வறண்டுபோய் அதிகமாக தாகம் எடுத்ததினாலும் விரதம் இருப்பது எளிதாக இல்லை. விரதத்தைக் கைவிட்டுவிடுவேனோ என்றுகூட நான் நினைத்தேன். இருப்பினும், வருடத்தின் மற்ற மாதங்களில் நாம் பின்பற்றும் வழக்கமான செயல்களில் இருந்து வேறு ஒரு வாழ்க்கையைப் பின்பற்றும், நீண்ட ஒரு மாதத்தின், சிந்தனைகள், கொண்டாட்டங்கள் அனைத்தையும் விரைவிலேயே நேசிக்கக் கற்றுக்கொண்டேன்.

மாலையில் சூரியன் வீட்டின் பின்னால் மறைகிற போது நாங்கள் ரமலானுக்கு உகந்த உணவை சாப்பிட்டோம். உதாரணமாக, பேரீச்சை, பார்லி சூப், உருளைக்கிழங்கைச் சிறிது திருப்பிப் போடுதல் மற்றும் கறி.

இரவில் வெகு நேரம் விழித்திருந்தோம், சில நேரங்களில் அதிகாலை மூன்று மணி வரை விழித்திருந்தோம்! இரவு வேளைகளில் உணவகங்கள் மக்கள் கூட்டத்தால் நிறைந்து வழிந்தன. ஆடைகள், பொம்மைகள் கடையில் இருந்த ஒளிரும் விளக்குகள் பல மணி நேரம் எரிந்தன. நகரத்தின் மையம், பாப் அல்ஏமனில் இருந்து வெகு தொலைவில் இல்லை. நகர்வதற்குக்கூட சிரமப்படும் அளவுக்கு மக்கள் திரள் அங்கிருந்தது.

* * *

இன்று காலை, நாளின் முதல் தொழுகைக்காக ஏறக்குறைய ஐந்து மணிக்கு நான் எழுந்தபோது, கடந்த சில மாதங்களாக என்னைக் கைவிட்டு விடாததற்காக கடவுளுக்கு நன்றி கூறினேன்.

நல்ல உடல் சுகத்துடன் இருக்கவும், தொடக்கப் பள்ளியில் இரண்டாம் வகுப்பு வெற்றிகரமாக அமையவும் உதவிட வேண்டினேன்.

அம்மா, அப்பா இருவரும் சிறிது பணம் சம்பாதிக்க உதவி செய்யவும், அதன் வழியாக என் சகோதர சகோதரிகள் தெருவில் பிச்சை எடுப்பதை நிறுத்தவும், ஃபேர்ஸ் மீண்டும் வழக்கம்போல புன்னகைக்கவும் செபித்தேன். அனைத்துக் குழந்தைகளும் பள்ளிக்கூடம் போவது கட்டாயம் என இருந்தால், இவரைப் போன்ற சிறுவர்கள், சிவப்பு விளக்கு விழுந்ததும், வாகனங்களில் உள்ளவர்களிடம் தட்டைத் தூக்கிக்கொண்டுபோய் பபுள்கம் விற்கும் நிலைக்குத் தள்ளப்படமாட்டார்கள்.

என் தாத்தா ஜாட் பற்றியும் நினைத்தேன்; அவரை மிகவே இழந்து தவிக்கிறேன். மேலிருந்து என்னைக் குறித்து அவர் நிச்சயம் மகிழ்ச்சி அடைவார் என எனக்குள்ளேயே நான் சொல்லிக் கொண்டேன்.

* * *

விமான நிலையத்தை நோக்கிய அழகான சாலையில் டாக்ஸி திரும்பியது. இராணுவச் சோதனைச் சாவடியை நாங்கள் கடந்த பிறகு, வலது புறம் திரும்பி, கான்கிரீட்டால் கட்டப்பட்ட மொட்டை மாடிகளையும், அதன் மேலிருந்த குடை ஆன்டனாக்களையும் பார்த்தபடி பயணிக்கிறோம். ஒருவேளை, எங்கள் வீட்டிலும் ஒருநாள் தொலைக்காட்சிப் பெட்டி இருக்கும். ஓட்டுநர் ஒரு பொத்தானை அழுத்தவும், பின் பக்க சன்னல் கதவு தானாகத் திறக்கிறது. தூரத்தில், சிறுமிகள் பாடும் குரலை என்னால் கேட்க முடிகிறது, நாங்கள் அருகே செல்லச் செல்ல அவர்களது குரல்களின் சத்தம் அதிகமாகிக்கொண்டே போகிறது.

"நாம் வந்துவிட்டோம்" என்று பெரிய கறுப்பு இரும்பு வாயிலின் முன் நிறுத்தி எங்கள் ஓட்டுநர் அறிவிக்கிறார்.

பயணம் அதிகபட்சம் ஐந்து நிமிடங்கள் எடுத்தது. உற்சாகத்தின் சிலிர்ப்பையும், பயத்தையும் உணர்கிறேன். இப்போது சிறுமிகள் பாடுவது மிகவும் அருகில் கேட்கிறது, அவை என்ன வார்த்தைகள் என்பதையும் என்னால் அறிந்துகொள்ள முடிகிறது: பழைய மழலையர் பாடல், ஒருவேளை போன வருடம் நான் கற்றிருக்க வேண்டும். வாயிலுக்குப் பின்னால் என்னுடைய பள்ளி இருக்கிறது.

தமிழில்: சூ.ம.ஜெயசீலன்

“காலை வணக்கம், நுஜூத்!”

ஷடா! என்னே ஓர் ஆச்சர்யம்! ஓடிப் போய் அவரின் கைகளில் விழுந்து அவரை இறுகக் கட்டிக் கொள்கிறேன். இந்த முக்கியமான நாளில், தான் இங்கே இருக்கவேண்டும் என நினைத்து அதன்படி ஷடா வந்திருக்கிறார். அறிமுகமான முகத்தைப் பார்ப்பது எவ்வளவு தைரியம் தரும் என்பதை அவர் அறிந்திருக்கிறார்.

வாயிற்கதவு திறந்ததும், சரளைக் கற்களால் ஆன பெரிய மைதானத்துடன் மூன்று பக்கமும் பல்வேறு அறைகள் உள்ள இரண்டு மாடி கட்டடம் தெரிகிறது. நானும் ஹாய்ஃபாவும் அணிந்திருப்பது போலவே அனைத்து சிறுமிகளும் பச்சை மற்றும் வெள்ளை நிற சீருடை அணிந்திருக்கிறார்கள். யாரையுமே எனக்குத் தெரியவில்லை, இது எனக்கு பயம் தருகிறது. தம் கண்களைத் தவிர மற்ற இடங்களை கறுப்பு ஆடையால் மறைத்திருந்த ஜாலா மட்ரி அவர்களிடம் என்னை ஷடா அறிமுகப்படுத்துகிறார்.

“எப்படி இருக்கிறாய் நுஜூத்?”

அவருடைய குரல் கனிவுடனும் நம்பிக்கையுடனும் இருக்கிறது. மைதானத்தின் கடைசியில் இருந்த தன்னுடைய அறைக்குத் தன்னைப் பின் தொடர்ந்து வருமாறு எங்களை அழைக்கிறார். அறையில் உள்ள சிவப்பு நிற துணி போர்த்திய மேசையின் மேல் பூச்சாடியில் நெகிழி பூக்கள் உள்ளன. அதிபர் அலி அப்துல்லாஹ் அல்சாலெ அவர்களின் பெரிய படம் முக்கிய சுவரை அழகுபடுத்துகிறது. நீளமான பலகையில் அமர்ந்து, ஓர் ஆசிரியை கணினி விசைப் பலகையில் தட்டச்சு செய்து கொண்டிருக்கிறார். அலுவலக கதவினை மூடிய பிறகு, ஜாலா மட்ரி தன் முகத்தில் இருந்த நிகாப்பைத் தூக்குகிறார். அவர் மிகவும் ஒல்லியாக இருக்கிறார்! நீல சாம்பல் நிற கண்களும், பால் வெள்ளை தோலுடனும் இருக்கிறார்.

“நுஜூத், உன்னை இங்கே வரவேற்கிறேன். இந்தப் பள்ளியும் உன்னுடைய வீடுதான்.”

நான் கொஞ்சம் இயல்பு நிலைக்குத் திரும்பத் தொடங்குகிறேன். பள்ளி முதல்வர் பள்ளிக்கூடம் பற்றி எங்களுக்கு விளக்குகிறார், இந்தப் பள்ளி உள்ளூர் மக்களின் நன்கொடையில் இயங்குவதாகவும், வருடத்திற்கு ஏறக்குறைய 200 மாணவர்களை ஏற்றுக்கொள்வதாகவும், ஒவ்வொரு வகுப்பிலும் 40 அல்லது 50 மாணவர்கள் இருப்பதாகவும்

சொல்கிறார். இங்கே, ஆசிரியைகள் தங்கள் மாணவிகளுக்குச் செவிமடுக்கிறார்கள். மிகவும் தனிப்பட்டவைகள் குறித்து ஏதேனும் கேட்பதற்குத் தேவை இருப்பதாக உணர்ந்தால், வகுப்பு முடிந்து மாணவிகளிடம் பேசுவதற்கும் ஆசிரியைகளுக்கு உரிமை இருக்கிறது என்பதை வலியுறுத்துகிறார்.

அதைக் கேட்டு நான் நிம்மதியுற்றேன். முன்பு, என்னால் மீண்டும் பள்ளிக்குத் திரும்பி வர இயலாது என நான் நம்பத் தொடங்கி யிருந்தேன். ஓர் ஆசிரியை என் வருகையைத் தொடக்கத்தில் எதிர்க்கவும் செய்தார்.

நாங்கள் முதல் முறை பள்ளிக்கு வந்தபோது அந்த ஆசிரியை, “நீங்கள் புரிந்துகொள்ளுங்கள், மற்ற குழந்தைகள்போல இவள் சிறு குழந்தை இல்லை!” என ஷடாவின் காதில் கிசுகிசுத்தார். “உங்களுக்குத் தெரியும்தானே, இவள் ஏற்கெனவே ஓர் ஆணுடன் உறவில் இருந்தவள். இது இவளுடைய மற்ற வகுப்புத் தோழிகளையும் பாதிக்கும்!” என புகார் கூறினார்.

வசீகரமான மற்ற வாய்ப்புகள் குறித்தும் ஷடா கவனத்தில் கொண்டிருக்க வேண்டும். அவருடைய கருத்துப்படி அவை அனைத்தும் மிகவும் ஆடம்பரமானவை.

சர்வதேச நிறுவனங்களின் பண உதவியுடன் வெளிநாட்டில் படிப்பது அல்லது சனாவில் உள்ள தனியார் பள்ளியில் படிப்பது? எதைத் தேர்வு செய்வது?

படிப்பதற்காக என்னை உண்மையிலேயே பிரித்துக்கொண்டு போகப்போகிறார்களா? என் குடும்பத்தை, குறிப்பாக ஹாய்ஃபாவைப் பிரிய நான் தயாராகிவிட்டேனா? இல்லை, இப்போது இல்லை. இன்னும் இல்லை. எனவே, அருகாமைக் குடியிருப்பான ரவ்தாவில் உள்ள பள்ளியை நான் தேர்ந்தெடுத்தேன். இதன் மூலம், என்னை உற்றுப் பார்ப்பதை மக்கள் நிறுத்துவார்கள், மற்றவர்களைப்போல, என் தங்கையைப்போல என்னையும் நடத்துவார்கள்.

“நல்லது, அங்கே பாரு நுஜூத்! ஓ... நீ அவ்ளோ அழகு!”

அச்சச்சோ... இப்போ இல்லை, நான் யூகிக்கிறேன்! நீல நிற கண்களுடன், நேர்த்தியான தோற்றத்துடன், மெல்லிய ஊதா நிறமுடைய கழுத்துத்துண்டை, அசிங்கமாக தன் குட்டையான முடியின் மீது போட்டபடி, மைதானத்தின் நடுவில் என் முன்னே ஒரு பெண் தோன்றினார். பள்ளி மாணவிகள் சூழ்ந்திருக்க, கை

காட்டியபடி சத்தமாகப் பேசுகிறார். ஆனால், அவர் பேசுவதில் ஓர் அர்த்தமும் புரியவில்லை. கண்டிப்பாக வெளி நாட்டினராக இருக்க வேண்டும்.

அமெரிக்காவைச் சேர்ந்த முக்கியமான 'க்ளாமோர்' என்கிற பெண்களுக்கான பத்திரிகையில் அவர் பணி செய்வதாக ஷடா அறிமுகப்படுத்துகிறார். எனக்காகவே அமெரிக்காவில் இருந்து இவர் வந்திருக்கிறார். என்னுடைய கதையை நான் மீண்டும் ஒருமுறை சொல்ல வேண்டும். மீண்டும் மீண்டும்...

மீண்டும் ஒருமுறை கதை சொல்லும்போது, எப்போதும் பெரு வலியை நான் உணரும், அந்தத் தனிப்பட்ட கேள்விகளைக் கேட்கும்போது, என் முகம் உறைந்துபோகும். அதைத் தடுப்பதற்காக நான் கடினமாக முயற்சிக்கும் வேதனை, என் இதயத்தின் அடி ஆழத்தில் இருக்கும்.

திடீரென மணி ஒலிக்கிறது. காப்பாற்றப்பட்டேன். கையில் இருக்கும் குச்சியை நீட்டியபடி, ஆசிரியை நஜ்மியா, அனைத்து மாணவிகளையும் சுவரை ஒட்டி வரிசையாக நிற்கச் சொல்கிறார். கீழ்படிவதற்காக நான் விரைகிறேன். பிறகு, என் குழுவினரை வகுப்பிற்குள் போகச் சொல்கிறார்.

அங்கே, இரண்டு வரிசைகளில் இருந்த நீளமான இருக்கையில் உட்கார வைக்கிறார். அறையின் முன்னாலும் இல்லாமல், பின்னாலும் இல்லாமல் மூன்றாவது வரிசையில் சன்னலுக்கு அருகில் எனக்கான இடத்தைத் தேர்வுசெய்து அமர்கிறேன். எனக்கு முன்னால் இருக்கும் இரண்டு புதிய வகுப்புத் தோழிகளின் பெயர்களை நான் இன்னும் கற்றுக் கொள்ளவில்லை. என் கண்கள் கரும்பலகையில் பசைபோல ஒட்டிக் கொண்டுள்ளது. வெள்ளை சாக்பீஸ் கொண்டு என் ஆசிரியை தற்போது எழுதியதை வாசிக்க முயற்சி செய்கிறேன், ர ம லா ன் க ரி ம்... ரமலான் கரிம்! அதாவது, ரமலான் வாழ்த்துகள்! புதிருக்கு கடைசியில் விடை கிடைத்துவிட்டது. இந்த வார்த்தைகள் எனக்குள் மனப்பாடம் ஆகிறது. வேகமாகத் துடிக்கும் என் இதயம் எதார்த்த நிலைக்கு வருகிறது.

* * *

தேசிய கீதத்தின் வரிகளைச் சொல்ல என் ஆசிரியர் எங்களை ஊக்கப்படுத்திக்கொண்டிருக்கும்போது, புத்தகத்தின் பக்கத்தைத்

திருப்புவதால் ஏற்படும் காகித சலசலப்பில் திடீரென்று நான் கவனம் செலுத்துகிறேன். இதுதான் வகுப்பறையின் உண்மையான சத்தம், கடைசியில் நான் கண்டுகொண்டேன்.

சிறிது நேரத்திற்கு முன்பு, ஷடாவிடம் பள்ளி முதல்வர் சொன்ன கதையை கொஞ்சம் நினைத்துப் பார்க்கிறேன்.

"எங்களுடைய 13 வயது மாணவி ஒருவர் கடந்த ஆண்டு எவ்வித காரணமும் சொல்லாமல் திடீரென்று பள்ளியைவிட்டு நின்றுவிட்டார். தொடக்கத்தில், அவர் திரும்பி வந்துவிடுவார் என நினைத்தேன். பிறகு, வாரங்கள் கடந்தன, அந்தக் குழந்தை பற்றி எந்தத் தகவலும் எங்களுக்குக் கிடைக்கவில்லை. அச்சிறுமிக்கு திருமணம் நடந்துவிட்டது என்றும், ஒரு குழந்தை இருக்கிறது என்றும் சில மாதங்களுக்கு முன்பு தெரிய வரும் வரை, அவரைப் பற்றி ஒன்றுமே எங்களுக்குத் தெரியவில்லை. 13 வயதில்!"

நல்லெண்ணத்துடன், ஜாலா மட்ரி மிகவும் கவனமாக, நான் கேட்டுவிடக் கூடாது என ஷடாவிடம் கிசுகிசுத்தார். ஆனால், அவருக்கு என்ன தெரியவில்லை என்றால், கடந்த சில வாரங்களாக நான் ஒரு திட்டத்தை உருவாக்கி வைத்திருக்கிறேன். ஆமாம்! நான் உறுதியாக இருக்கிறேன். நான் பெரியவளான பிறகு, என்னைப் போன்ற மற்றக் குழந்தைகளைக் காப்பாற்ற, ஷடாவைப்போல நானும் வழக்குரைஞர் ஆவேன். என்னால் முடியும் என்றால், திருமணத்திற்கான சட்டப்பூர்வ வயது 18 அல்லது 20 என நிர்ணயிக்க பரிந்துரைப்பேன். அல்லது 22 வயது என்றுகூட பரிந்துரை செய்வேன்.

நான் வலுவாகவும், பிடிவாதமாகவும் இருக்கவேண்டும். ஆண்களுடன் பேசும்போது அவர்களின் கண்களைப் பார்த்துப் பயப்படாமல் பேச நான் கண்டிப்பாகக் கற்றுக் கொள்ளவேண்டும். உள்ளபடியே, வருகின்ற நாட்களில் ஒருநாள், போதுமான துணிச்சலை வரவழைத்துக்கொண்டு, 'ஆய்ஷாவுக்கு வெறும் ஒன்பது வயது இருக்கும்போது இறைத்தூதர் முகமது திருமணம் செய்தார் என அப்பா சொன்ன கருத்தில் எனக்கு உடன்பாடு இல்லை' என்பதை அப்பாவிடம் சொல்லவேண்டும்.

ஷடாவைப்போலவே உயரமான குதிங்கால் உள்ள செருப்பை நான் அணிவேன், என் முகத்தை மறைக்கமாட்டேன். அந்த நிகாப் அதன் உள்ளே உங்களால் சுவாசிக்கவே முடியாது!

ஆனால், முதல் வேலையாக நான் என்னுடைய வீட்டுப் பாடங்களைச் சிறப்பாகச் செய்யவேண்டும், நல்ல மாணவியாக இருக்கவேண்டும். அப்போதுதான் நல்ல மதிப்பெண் எடுத்து கல்லூரிக்குச் சென்று சட்டம் படிக்கமுடியும். நான் கஷ்டப்பட்டு உழைத்தால், என்னால் அங்கு செல்லமுடியும்.

* * *

நான் நீதிமன்றத்துக்கு ஓடியது முதல், நிகழ்வுகள் வெகு வேகமாக நடந்தேறின. எனக்கு நடந்த எல்லாவற்றையும் முழுமையாக புரிந்துகொள்ள எனக்குப் போதுமான வாய்ப்பு இதுவரை கிடைக்கவில்லை. உண்மையிலேயே எனக்குக் கொஞ்சம் நேரமும் பொறுமையும் தேவைப்படுகிறது.

ஷடா சொல்கின்ற மருத்துவரை நான் பார்க்கவேண்டும் என்றும், அந்த மருத்துவர் எனக்கு உதவிகள் செய்வார் என்றும் ஷடா உண்மையிலேயே பலமுறை பரிந்துரைத்துவிட்டார். ஆனால், ஒவ்வொரு முறையும், கடைசி நேரத்தில் திட்டத்தை ரத்து செய்ய நான் முடிவு செய்தேன். உங்களுக்குத் தெரியாத மருத்துவரிடம் போவது உங்களுக்குச் சங்கடமாக இருக்கும்தானே! கடைசியில், என்னிடம் சொல்வதையே ஷடா நிறுத்திவிட்டார்.

இது உண்மைதான்! தொடக்கத்தில் அவமானம் என்னைத் தின்றது. அவமானம், மற்ற மக்களில் இருந்து வேறுபட்டிருக்கும் பயம், தாழ்வு மனப்பான்மையின் வலி. கடும் சோதனையை நான் தனி ஆளாக அனுபவிப்பதாகவும், எவரொருவராலும் புரிந்து கொள்ள முடியாத பிரச்னையை அனுபவித்த அடையாளமற்ற பலிகடா நான் எனவும், எனக்குள் எழும் விசித்திரமான எண்ணத்தை என்னால் தவிர்க்க இயலவில்லை.

ஆனால், என் வழக்கு விந்தையானது அல்ல என்பதை அண்மையில் கண்டுகொண்டேன். எனக்கு நடந்தது இப்போது அந்த 13 வயது சிறுமிக்கு நடந்திருக்கிறது. அந்தக் கதைகளைப் பற்றி யாரும் பெரிதாகப் பேசுவதில்லை, நீங்கள் கற்பனை செய்வதைவிட நிறைய பேர் இருக்கிறார்கள். சில வாரங்களுக்கு முன்பாக, விவாகரத்துக்காக வழக்குப் பதிவு செய்துள்ள ஆர்வா, ரிம் என்னும் இரண்டு சிறுமிகளை ஷடா எனக்கு அறிமுகம் செய்து வைத்தார். அவர்களை நான் முதல் முறையாகப் பார்த்தபோது, அவர்களை என் சகோதரிகள்போல நினைத்து ஆரத்தழுவினேன். அவர்களின் கதைகள் எனக்குள் பெரிய தாக்கத்தை ஏற்படுத்தின.

ஒன்பது வயது ஆர்வா, தன்னைவிட 25 வயது மூத்தவரைத் திருமணம் செய்யுமாறு தன் தந்தையினால் வற்புறுத்தப்பட்டுள்ளார். தொலைக்காட்சியில் என்னைப் பற்றி அறிந்தவுடன், ஒருநாள் காலையில் தன் வீட்டுக்கு அருகில் இருந்த மருத்துவமனைக்குச் சென்று உதவி கேட்க முடிவு செய்துள்ளார். ஆர்வாவின் வீடு சனா நகரின் தெற்கே, ஜிப்லா கிராமத்தில் இருக்கிறது.

தன் பெற்றோரின் விவாகரத்தினால் வாழ்க்கை தலைகீழாக மாறியபோது ரிம் 12 வயது சிறுமி. பழிவாங்கும் விதமாக, தன் மகளை, 31 வயது வித்தியாசமுள்ள தன் சகோதரனுக்கு மணம் முடித்துக் கொடுத்துள்ளார் தந்தை. தற்கொலை செய்துகொள்வதற்காக பலமுறை முயற்சி செய்த பிறகு, நீதிமன்றத்தின் கதவைத் தட்ட துணிச்சல் பெற்றிருக்கிறார் ரிம்.

தங்களைக் காப்பாற்றிக் கொள்வதற்கான வழியைக் கண்டடைய என்னுடைய கதை அவர்களுக்கு உதவி இருப்பதை அறிந்து பெருமை அடைந்தேன். தம் கணவருக்கு எதிராகக் கிளர்ச்சி செய்ய அவர்கள் எடுத்த முடிவில், சிறிய அளவில் எனக்கும் பொறுப்பு இருப்பதாக உணர்ந்தேன். அவர்களின் மகிழ்ச்சியற்ற நிலையினால் தொடப்பட்டு, அவர்களின் துயரத்துடன் என்னையே முழுமையாக இணைத்துக் கொண்டேன். அவர்கள் சொல்வதைக் கேட்கும்போது, என்னுடைய துரதிர்ஷ்டங்கள் அவர்களுடைய கண்ணாடியில் பிரதிபலிப்பதைக் கண்டேன். நான் நினைத்தேன், சிறுமிகளைத் துயரப்படுத்துவதற்காகவே திருமணங்கள் கண்டுபிடிக்கப்பட்டுள்ளன. நான் ஒருபோதும் மீண்டும் திருமணம் செய்துகொள்ள மாட்டேன். இனி எப்போதும் இல்லை!

* * *

மோனாவுக்கு என்ன நடந்தது என்பதை நான் அடிக்கடி நினைப்பேன். அவள் மீதும் வாழ்க்கை புன்னகை பூக்கவில்லை. ஒரு வாரத்திற்குப் பிறகு, என்னுடைய மூத்த சகோதரி ஜமிலா, கடைசியாக, சிறையில் இருந்து விடுவிக்கப்பட்டார். அவர் எங்கள் வீட்டுக்குள் மறுபடியும் நுழைந்தபோது, நான் கட்டிப் பிடித்தேன். அவரை மீண்டும் பார்ப்பது என்னே வியப்பு!

குற்றவாளிகளுடனான ஜமிலாவின் அனுபவங்களை, கணவரைக் கொலை செய்ததாக குற்றம் சுமத்தப்பட்ட பெண்களின் கதைகளை அவர் பகிர்ந்துகொள்ள வேண்டும். வீடு திரும்பிய ஜமிலாவின் மகிழ்ச்சியைக் கெடுத்துவிடக் கூடாது என்பதற்காக எங்கள்

வீட்டில் நாங்கள் அத்தகைய விஷயங்களைப் பேசுவதில்லை. உண்மைதான், பல ஆண்டுகள் கழித்து, முதல் முறையாக எங்கள் குடும்பம் முழுமையடைந்துள்ளது.

மீண்டும் ஒன்று சேர்ந்த மகிழ்ச்சி இருந்தாலும், மறுபடியும் வாக்குவாதம் தொடங்கியது. ஒரு நாள், என் சகோதரிகளுக்கு இடையே சண்டை நடந்தது. ஜமிலாவைக் காப்பாற்றுவதற்காக அந்தப் புகழ் பெற்ற தாளில் கையெழுத்துப் போட கடைசியாக மோனா சம்மதித்தாலும், தன் வாழ்க்கையை நாசமாக்கிய ஜமிலா மீது பழி சொல்லி கோபப்படாமல் இருக்க அவரால் முடியவில்லை. அவர்கள் இருவருக்கிடையேயும் இனி எதுவுமே ஒரே மாதிரி இருக்கப் போவது இல்லை. இந்த அனைத்துப் பிரச்னைகளுக்கும் கணவனுடைய குற்றமே காரணம்.

சில நேரங்களில் நான் நினைப்பதுண்டு, ஃபேர்ஸிடம் ஒருநாள் பேச வேண்டும். ஒருவேளை அவர் திருமணம் செய்தால் இனிமையான கணவராக இருக்குமாறு அவரை சத்தியம் செய்ய வைக்கவேண்டும்!

* * *

நான் பார்த்துக்கொண்டிருக்கிற போது, ஒரு விமானம் தனக்குப் பின்னால் நீளமான வெள்ளைத் தடம் பதித்துக்கொண்டே வானத்தில் கடந்து போகிறது. அந்த விமானம் தொடர்ந்து தன் பாதையில் செல்கிறது. நிச்சயமாக அருகில் உள்ள விமான நிலையத்தில் விரைவில் தரையிறங்கும். ஒரு வேளை இது பிரான்ஸ், அல்லது பஹ்ரைன் நாட்டில் இருந்து வந்திருக்கலாம்? அது சரி, இந்த இரண்டு நாடுகளில் எங்களுக்கு அருகில் இருப்பது எந்த நாடு? நான் ஷடாவைக் கேட்கவேண்டும். ஒருநாள் நானும் வானில் பறந்து, உலகின் தொலைதூர எல்லைகளுக்குச் செல்வேன்.

விமானத்தில் ஏறக்குறைய 300 பேர் அமரலாம்போலத் தெரிகிறது. அண்மையில் சவுதி அரேபியாவில் இருந்து திரும்பிய அண்டை வீட்டைச் சேர்ந்தவர் சொன்னார், விமானத்தின் உட்புறம், நம் வீட்டின் மைய அறையைப் போன்று இருக்கும், தட்டில் உணவு கொண்டு வருமாறு சொல்லிவிட்டு நீங்கள் பத்திரிகைகள் வாசிக்கலாம். பீட்சா கடையில் பார்த்தது போலவே, விமானத்தில் ஒவ்வொருவரும் உண்மையான கரண்டியும் முள்கரண்டியும் பயன்படுத்தி சாப்பிடுவார்கள் எனவும் கூடுதலாகச் சொன்னார்.

கடைசியில், ஆசிரியையின் உயர் சுருதி சத்தம் என்னுடைய பகற்கனவில் இருந்து என்னை எழுப்பியது.

"திருக்குர்ஆன், முதல் அதிகாரத்தில் உள்ள ஃபாத்திஹா சொல்ல உங்களில் யாருக்கு ஆசையாக உள்ளது?" என்று எல்லா வகுப்பையும் நோக்கி அவர் கேட்கிறார்.

ஆர்வம் மிகுதியால், ரொம்ப நேரம் எல்லாம் காத்திருக்க நான் துணியவில்லை. உடனேயே என் கையை உயர்த்துகிறேன்; எல்லாரும் என்னைப் பார்க்கும்படி உயரே நீட்டுகிறேன். இது விசித்திரமானது; முதல் முறையாக, ஒரு செயலைச் செய்வதற்கு முன்பாக யோசிக்கவேண்டும் என்பது குறித்து கவலைப்படவே இல்லை.

என் அப்பா என்ன சொல்வார் என்பது குறித்தோ, எனக்குப் பின்னால் மக்கள் என்ன பேசுவார்கள் என்பது பற்றியோ என்னையே நான் எதுவும் கேட்கவில்லை.

என் பெயர் நுஜூத், வயது 10. ஒரு கேள்விக்குப் பதில் சொல்ல நான் முடிவெடுத்துள்ளேன். மேலும், இத்தகைய முடிவு, என்னுடையது மட்டுமே.

என்னைப் பார்ப்பதற்காகத் திரும்பி, "நுஜூத்?" என ஆசிரியை சொல்கிறார்.

என் ஆவல் அவர் கண்ணில் பட்டுவிட்டது.

ஆழமாக மூச்சு இழுத்துவிட்டு, என் இருக்கையில் இருந்து நானே எழுந்து, கடந்த ஆண்டு நான் கற்ற திருக்குர்ஆன் முதல் அதிகாரத்தில் உள்ள வார்த்தைகளை என்னுடைய ஞாபகத்தில் இருந்து கிளறித் தேடியபடி, நேருக்கு நேரே போகிறேன்.

> அளவற்ற அருளாளனும்,
>
> நிகரற்ற அன்புடையோனுமாகிய
>
> அல்லாஹ்வின் திருப்பெயரால் (துவங்குகிறேன்).
>
> அனைத்துப் புகழும்,
>
> அகிலங்கள் எல்லாவற்றையும்

படைத்து வளர்த்துப்

பரிபக்குவப்படுத்தும் (நாயனான)

அல்லாஹ்வுக்கே ஆகும்.

(அவன்) அளவற்ற அருளாளன்

நிகரற்ற அன்புடையோன்.

(அவனே நியாயத்) தீர்ப்பு நாளில்

அதிபதியும் (ஆவான்)

(இறைவா!) உன்னையே நாங்கள் வணங்குகிறோம்;

உன்னிடமே நாங்கள் உதவியும் தேடுகிறோம்.

நீ எங்களை நேர் வழியில் நடத்துவாயாக!

(அது) நீ எவர்களுக்கு

அருள் புரிந்தாயோ அவ்வழி!

(அது) உன் கோபத்திற்கு

ஆளானோர் வழியுமல்ல

நெறி தவறியோர் வழியுமல்ல.

வகுப்பில் பவித்திரமான அமைதி தற்போது நிலவுகிறது.

"சபாஷ் நுஜூத்! அல்லாஹ் உன்னைப் பாதுகாப்பாராக!" ஆசிரியர் மெச்சுகிறார். பாராட்டுமாறு மற்ற மாணவர்களையும் ஊக்கப்படுத்துகிறார். பிறகு அவர், புதிய மாணவரைத் தேடி, வகுப்பறையின் மறுபுறத்தில் பார்க்கிறார்.

புன்னகையுடன் என் இருக்கையில் நான் மீண்டும் அமர்கிறேன். என்னையே ஒருமுறை பார்த்து, வெட்கப்படுவதில் இருந்து என்னால் தப்ப முடியவில்லை.

என்னுடைய பச்சை மற்றும் வெள்ளைச் சீருடையில், இந்த வகுப்பில் உள்ள 50 மாணவிகளில் நானும் ஒருவர். தொடக்கப்

பள்ளியின் இரண்டாம் வகுப்பு மாணவி நான். ஆயிரக்கணக்கான மற்ற ஏமன் நாட்டுச் சிறுமிகள்போல் நான் மீண்டும் படிக்கத் தொடங்கியுள்ளேன். இன்று மாலை நான் வீட்டுக்குச் செல்லும் போது, நான் செய்ய வேண்டிய வீட்டுப் பாடங்களும், வண்ணப் பென்சில்களால் ஓவியங்கள் வரைய வேண்டியதும் எனக்கு இருக்கும்.

இன்று, நிறைவாக, நான் மீண்டும் சிறுமியாக மாறியதை உணர்கிறேன். ஒரு சராசரி சிறுமி. முன்பு போலவே, நான் நானாகவே இருக்கிறேன்.

நிறைவுரை

ஒயிலான ஊதா நிற ஆடை அணிந்து, ஷடாவின் கையை இறுகப் பற்றிக்கொண்டு எல்லாப் பக்கமும் புன்னகையைப் பரவ விடுகிறாள் நுஜூத். அவள் வெட்கத்தில் நடந்தாலும், அவளின் கண்களில் ஓர் உறுதி தெரிகிறது!

"இன்னொரு படம்" – ஃப்ரீலேன்ஸ் பத்திரிகையாளர் கத்துகிறார்.

நவம்பர் 10, 2008. நியூயார்க் நகரில், விவாகரத்து ஆனவர்களில் உலகின் மிகச் சிறியவளான நுஜூத், அந்த ஆண்டின் பெண் என 'க்ளாமோர்' பத்திரிகையால் அறிவிக்கப்பட்டாள். அவளின் பத்து வயதினருக்குரிய அனைத்துப் பொறுப்புணர்வுடன் இந்த எதிர்பாராத மரியாதையை, திரை நட்சத்திரம் நிக்கோல் கிட்மான், அமெரிக்க மாகாணச் செயலர் கன்டலிசா ரைஸ், அதிகார சபை உறுப்பினர் ஹிலாரி கிளிண்டன் மற்றும் பலருடன் அவள் பகிர்ந்துகொண்டாள்.

ஏமன் நாட்டைச் சேர்ந்த இந்தச் சிறுமிக்கு இது உண்மையிலேயே பெரிய சாதனை. ஒரு காலத்தில் யாரென்றே தெரியாத பலி ஆடாக இருந்தாள். திடீரென, நம் காலத்தின் கதாநாயகியாக உருவெடுத்துள்ள, சராசரி வாழ்க்கைக்குத் திரும்ப ஆசைப்படுகிற இவள் இதற்கு மிகவும் தகுதியானவள்.

நுஜூத் வென்றாள். அதை நினைத்து அவள் பெருமைப்படுகிறாள். விவாகரத்துக் கிடைத்து இரண்டு மாதங்களுக்குப் பிறகு, 2008, ஜூன் மாதம் நானும் நுஜூத்தும் முதல் முறை சந்தித்த போது, உடனே எனக்குத் தோன்றியது – அவளின் தன்னம்பிக்கைதான்! அவளின் அழகான கள்ளங்கபடமற்ற குழந்தைத்தனத்தைத்

தற்செயலாகத் திருடியபடி, அவளின் நம்ப முடியாத போராட்டம் திடீரென்று அவளை பெரிய மனுஷியாக வளர வைத்திருக்கிறது என்பதுபோல் தெரிந்தது.

ஏமன் நாட்டுத் தலைநகர் சனாவின் புற நகரில் இருக்கிறது தாரஸ் தெரு. மிகவும் சிக்கலான, குப்பைகள் நிறைந்த இந்தத் தெருவில்தான் நுஜூத்தின் வீடு இருக்கிறது. அங்கு சென்ற போது, கண்டுபிடிக்க முடியாத அளவுக்கு சிறியதாக இருக்கும் அவளின் வீட்டைச் சென்றடைய முக்கியமான மிகச் சிறிய தகவல்களையும் தொலைபேசி வழியாகச் சொல்லி எங்களை நுஜூத் வழி நடத்தினாள். அப்போது, நுஜூத் பெரிய மனுசி போல நடந்துகொண்டாள்.

நான் சென்று சேர்ந்தபோது, கறுப்பு முக்காடு அணிந்து, பரபரப்பான எரிபொருள் நிலையத்தின் அருகில் எங்களுக்காகக் காத்துக்கொண்டிருந்தாள். அவளின் பக்கத்திலேயே அவளது தங்கை ஹாய்ஃபாவும் நின்றாள். அவளின் வயதுக்கே உரிய உணவின் மீதான தீராத பற்றை மறைத்தவளாக, "மிட்டாய் கடைப் பக்கமாக நிற்கிறேன்" என சொன்னாள்.

பாதாம் பருப்பு வடிவிலான கண்கள், குழந்தை முகம், தேவதையின் புன்னகை. மிட்டாய்களை விரும்பும், பெரிய தொலைக்காட்சிகள் குறித்த கனவு காணும், தம் சகோதர சகோதரிகளுடன் ஒளிந்து பிடித்து விளையாடும், இவளின் வயதொத்த மற்ற சிறுமிகள் போலதான் தோன்றினாள். எனினும், உள்ளத்தின் ஆழத்தில், அவள் உண்மையான சிறிய மனுஷி, கடும் சோதனைகளால் பக்குவமடைந்தவள். நுஜூத் கடந்து போகிறாள் என்பதைக் கண்டுகொள்ளும் சனா நகரின் பெண்கள் "வாழ்த்துகள்!" என சொல்லும்போது புன்னகை பூக்கிறாள்.

* * *

சனா பல்கலைக்கழகத்தில் பெண்கள் தொடர்பான செயல்பாட்டுப் பிரிவின் இயக்குநர் ஹஸ்நியா அல்கத்ரி, "அடைத்துக் கிடந்த கதவை நுஜூத்தின் விவாகரத்து உடைத்துப் போட்டிருக்கிறது!" என அண்மையில்தான் என்னிடம் சொன்னார். ஏமன் நாட்டில் உள்ள சிறுமிகளில் பாதிப் பேருக்கு 18 வயதுக்கு முன்பாகவே திருமணம் நடந்து விடுகிறது என்பதை அண்மையில் வெளிக் கொணர்ந்த ஆய்வுக்கு பொறுப்பாளர் ஹஸ்நியா அல்கத்ரி.

ஆம், உண்மைதான்! நுஜூத்தின் கதை நம்பிக்கையைத் தாங்கி நிற்கிறது. அராபிய தீபகற்பத்தில் உள்ள இந்த நாட்டில், சிறுமிகளுக்குத் திருமணம் செய்வதைப் பாரம்பரியமாகக் கடைப் பிடித்த, அசைக்க முடியாது என இப்போது வரை தெரிந்த ஒன்றை நம்ப முடியாத இவளின் துணிச்சல் மாற்றிவிட்டது. மற்ற சிறு குரல்களையும் கணவர்களுக்கு எதிராகப் பேசவைத்துள்ளது.

நீதிமன்றத்தில் நுஜூத் விவாகரத்து பெற்றபிறகு, ஆர்வா, ரிம் என்னும் முறையே ஒன்பது மற்றும் பன்னிரெண்டு வயதுடைய இரண்டு சிறுமிகள், காட்டுமிராண்டித்தனமான தங்களின் திருமண ஒப்பந்தத்தை உடைக்க சட்டப் போராட்டத்தைத் தொடங்கியுள்ளார்கள்.

நுஜூத்தின் வரலாற்றுப் புகழ்மிக்க நீதிமன்ற நிகழ்வின் ஓராண்டிற்குப் பிறகு, அருகில் உள்ள சவுதி அரேபியா நாட்டில், தந்தையால் ஐம்பது வயது மதிக்கத்தக்க ஒருவருக்கு மணமுடித்துக் கொடுக்கப்பட்ட எட்டு வயது சிறுமி நீதிமன்றத்தின் படி ஏறி, வெற்றிகரமாக விவாகரத்து பெற்றுள்ளாள். தீவிர பழமைவாத நாட்டில், முதல் முறையாக இத்தகைய நிகழ்வு நடந்துள்ளது.

திருமணத்திற்கு சம்மதம் சொல்வதற்கு ஆண், பெண் இருவருக்கும் சட்டப் பூர்வமான வயது 17 என உயர்த்தி, ஏமன் நாட்டு பாராளுமன்றம், 2009 – பிப்ரவரி மாதம் சட்டம் இயற்றியுள்ளது. இதோடு சேர்த்து, நுஜூத்தின் குடும்பத்தைப் போன்று பெரிய குடும்பங்கள் உருவாகி, குழந்தைகளைச் சரிவர வளர்த்தெடுக்க முடியாமல் இருப்பதைத் தடுக்க, கூடுதல் சுமையைச் சுமக்கும் அளவிற்கு பொருளாதார நிலை இருந்தால் மட்டுமே ஓர் ஆண், ஒரு மனைவிக்கு மேல் திருமணம் செய்துகொள்ள இச்சட்டம் அனுமதிக்கிறது.

ஏமன் நாட்டில் உள்ள பெண் உரிமை அமைப்புகள், இந்த வெற்றியைப் பொறுத்தவரையில், பொறுத்திருந்து பார்ப்போம் என்னும் நிலையை எடுத்துள்ளன. பாராளுமன்றத்தில் உள்ள பெரும்பாலான உறுப்பினர்கள் வாக்களித்து இந்த மசோதாவை வெற்றிபெற வைத்திருந்தாலும், அதிபர் அலி அப்துல்லாஹ் அல் சாலெ இன்னும் நடைமுறைப்படுத்த வேண்டியுள்ளது.

நுஜூத் இதை இன்னும் உணரவில்லை, ஆனால் மறைக்கப்பட்ட ஒன்றை அவள் அசைத்துவிட்டிருக்கிறாள். விவாகரத்து குறித்த

நுஜூத்தின் செய்தி உலக நாடுகள் எல்லாம் பயணமாகி, பல்வேறு சர்வதேச ஊடகங்களில் வெளியாகி, துரதிர்ஷ்டவசமாக, ஆப்கானிஸ்தான், எகிப்து, இந்தியா*, ஈரான், மாலி, பாகிஸ்தான் போன்ற பல்வேறு நாடுகளில் மிகவும் பரவலாக, அமைதியாக, முழுவதுமாக மறைந்திருந்த ஒரு பழக்கத்தை முடிவுக்குக் கொண்டு வந்திருக்கிறது.

இவளுடைய கதை நம்மை ஆழமாகத் தொடுகிறது என்றால், நம்மையே ஒரு முறை நன்கு பார்த்துக்கொள்ள இது தூண்டுகிறது. திருமண வன்முறை மற்றும் குழந்தைத் திருமண நடைமுறைகள் இஸ்லாமிய நாடுகளில் ஓரளவு கட்டுக்குள் வந்துவிட்டாலும், இஸ்லாமியப் பெண்களின் விதியைக் கண்டு மேற்கத்திய நாட்டில் உள்ளவர்கள் உள்ளுணர்வில் அழுவது நாகரிகமாக உள்ளது.

ஏமன் நாட்டில், மகள்கள் வயதுக்கு வருவதற்கு முன்பாகவே, அவர்களை தந்தையர்கள் மணமுடித்துக் கொடுப்பதற்கு பல்வேறு காரணிகள் இருக்கின்றன. வறுமை, உள்ளூர் வழக்கம், போதுமான அளவு கல்வி கற்காத நிலை போன்றவற்றை ஹஸ்நியா அல்கத்ரி குறிப்பிட்டார். குடும்ப கௌரவம், கூடா ஒழுக்கம் குறித்த பயம், இனக் குழுக்களுக்கு இடையே உள்ள பகைமையை சரி செய்வது போன்ற காரணங்களை பெற்றோர்கள் குறிப்பிடுகிறார்கள். மகிழ்ச்சியான திருமண வாழ்க்கையை உறுதி செய்ய, 'ஒன்பது வயது பெண் குழந்தையைத் திருமணம் செய்!' என்னும் பழமொழி கிராமப்புறங்களில் இருப்பதாகவும் அல்கத்ரி சொன்னார்.

இதில் சோகம் என்னவென்றால், குழந்தைத் திருமணம் என்பது பலருக்கு வழக்கமான மற்றும் சாதாரண ஒன்றாக உள்ளது. 'ஏமன் டைம்ஸ்' செய்தித்தாளின் முதன்மை ஆசிரியர் நடியா அல்சஹ்ஹாஃப் அண்மையில் சொன்னார், 'ஒன்பது வயது சிறுமியை சவுதியைச் சேர்ந்தவருக்கு மணமுடித்துக் கொடுத்தார்கள். திருமணம் முடிந்த மூன்றாம் நாள் அந்தச் சிறுமி இறந்து விட்டாள். இத்தகைய இழிவான சூழ்நிலைக்கு

---

* இந்தியாவில் குழந்தைத் திருமண தடுப்புச் சட்டம் முதல் முறையாக 1929ல் நிறைவேற்றப்பட்டது. அதன்பின், இச்சட்டத்தில் பல்வேறு திருத்தங்கள் கொண்டுவரப்பட்டன. தற்போது நடைமுறையில் இருக்கும், 2006ஆம் ஆண்டு இயற்றப்பட்ட குழந்தைத் திருமண தடுப்புச் சட்டத்தின்படி, 18 வயதுக்குட்பட்ட பெண்ணும், 21 வயதுக்குட்பட்ட ஆணும், குழந்தைகளாகக் கருதப்படுவார்கள்.

விசாரணை கோருவதற்குப் பதிலாக, அச்சிறுமியின் பெற்றோர் அந்தக் கணவரிடம் மன்னிப்புக் கேட்க விரைந்தார்கள். வாங்கிய பொருளில் குறை இருந்தால் மாற்றிக் கொடுப்பதுபோல, இறந்த குழந்தைக்கு மாற்றாக அச்சிறுமியின் ஏழு வயது தங்கையை அதே மனிதருக்கு மணமுடித்தார்கள். நுஜூத் செய்துள்ள கிளர்ச்சி எங்கள் கண்களில் மதிப்புக்குரியதாக இருக்கிறது. பழமைவாதிகளின் கண்களில், இது மிகவும் ஒழுக்கக்கேடான அவமரியாதை; தண்டனைக்குரியது; தீவிர கருத்துடையவர்களின் பார்வையில் இது கௌரவக் குற்றம் என எண்ணப்படுகிறது."

* * *

மிகவும் ஆடம்பரமாக நியூயார்க்கில் நடந்த விழாவுக்குப் பிறகு, ஏமன் நாட்டு குட்டி கதாநாயகியின் அன்றாட எதார்த்தம், துரதிர்ஷ்டவசமாக, தேவதைக் கதைகளின் மகிழ்ச்சியான உலகில் இருந்து வெகு தொலைவில் இருந்தது.

தம் பெற்றோரிடம் திரும்பிச் சென்று அவர்களுடன் வாழ வேண்டும் என்பது நுஜூத்தின் விருப்பம். முந்தைய கணவருடன் உள்ள அனைத்துத் தொடர்புகளையும் நுஜூத்தின் குடும்பம் முறித்துக் கொண்டது. அவர் எங்கே இருக்கிறார் என்பதுகூட இவர்களுக்குத் தெரியவில்லை. விவாகரத்தினால் எழுந்த உலகளாவிய கவனத்தை நுஜூத்தின் சகோதரர்கள் விரும்பவில்லை. வெளிநாட்டு ஊடகவியலாளர்கள் வருவதையும் போவதையும் அண்டை வீட்டினர் குறை சொல்கிறார்கள். நுஜூத்தின் கதையைக் கேட்க வந்த எல்லாருமே, உண்மையான நோக்கத்துடன் வரவில்லை.

ஷடாவும் மிரட்டலுக்குத் தப்பவில்லை. ஏமன் நாட்டின் எதிர்மறையான முகத்தைப் பரப்புவதாக ஷடாவின் மீது அவரின் எதிர்ப்பாளர்கள் குற்றம் சுமத்தினார்கள். இதனிடையே, கிராமப்புறங்களில், உள்ளூர் பாரம்பரியத்தின் உணர்வைத் தொடுகிற விஷயமாக இருந்தாலும், அரசு சாராத அமைப்புகள் குழந்தைத் திருமணத்தினால் ஏற்படும் பிரச்னைகள் குறித்து கிராம மக்களுக்கு கற்பிக்கத் தொடங்கினார்கள்.

உதாரணமாக, இந்தத் திட்டத்தில் மிக அதிகமாக முதலீடு செய்தது ஆக்ஸ்ஃபாம் அமைப்பு. நாட்டின் தெற்குப் பகுதியில்

விழிப்புணர்வு நிகழ்ச்சிகளை இவர்கள் ஏற்பாடு செய்தபோது மிகவும் கவனமாக வார்த்தைகளைக் கையாண்டார்கள். "திருமணத்தின் சட்டபூர்வமான வயது" என்பது குறித்து கலந்துரையாடுவதற்குப் பதிலாக, "பாதுகாப்பான வயது" என ஆக்ஸ்ஃபாம் பேசினார்கள்.

குழந்தைத் திருமணத்துடன் இணைந்துள்ள பாதிப்புகளான, உளவியல் மனஅதிர்ச்சி, குழந்தை பெற்றெடுக்கும்போது மரணம், பள்ளி இடைநிற்றல் போன்றவற்றை வலியுறுத்திக் கூறினார்கள். இந்தப் பணி மிகவும் சவாலாக இருக்கிறது. எனினும், "இஸ்லாம் மதத்தை மதிக்காமல், மேற்கத்திய இழிந்த கலாசாரத்தைப் பரப்புவதாக பழி சுமத்தி, களத்தில் பணியாற்றிய எங்களின் பல்வேறு பணியாளர்களை, கிராமத்துத் தலைவர்கள் அதற்குள் ஒதுக்கி வைத்துவிட்டார்கள்" என்கிறார் ஆக்ஸ்ஃபாம் அமைப்பின் சிறப்பு செயல் இயக்குனர் சோகா பஷ்ரென். அதீத அறிவெழுச்சி மிக்க எதிர்காலத்திற்கான பாதையானது நீண்டதும், கடினமானதும் போல தெரிகிறது.

* * *

நியூயார்க் நகரில் விளக்குகள் எரிவதுபோல நுஜூத்தின் குடியிருப்பில் எரிவதில்லை. குளிர்காலத்தில் கடுங்குளிராக இருக்கும், மேலும் வீட்டைச் சூடாக்குவதற்கு அதிகச் செலவு பிடிக்கும். சனா நகரில், மாலை நேரத்தில் அணியும் ஆடை, கடையில் சன்னலுக்குப் பின்னே அப்படியே இருக்கிறது. குடும்பத்தினர் அனைவருக்கும் ரொட்டி வாங்க தினமும் காலையில் யாராவது ஒருவர் கடைக்குச் செல்ல வேண்டும். அடிக்கடி கடிகாரம் மணி ஒலிக்கத் தவறிவிடுவதால், நுஜூத்தின் சகோதரர்கள் மதியம்வரை தூங்குகிறார்கள். நோயுற்றும் அவ்வப்போது காய்ச்சலுடனும் இருக்கும் தந்தைக்கு, இன்னும் வேலை எதுவும் கிடைக்கவில்லை. நுஜூத்தின் அம்மாவிற்கு, வீட்டில் உள்ள சின்னச் சின்ன வேலைகள்கூட இப்போதெல்லாம் அடிக்கடி மறந்துவிடுகிறது.

குடும்பப் பிரச்னைகள் ஏற்படுத்திய மன அழுத்தத்தினால் திணறடிக்கப்பட்ட நுஜூத் மற்றும் அவரின் தங்கை ஹாய்ஃபா இருவரும் அருகாமைப் பள்ளியில் இருந்து விலகிவிட்டார்கள். சிரமத்திற்குப் பிறகு, மிகவும் பாதுகாப்பான கல்விச் சூழலை வழங்கும் மற்றொரு தனியார் பள்ளியில் சேர இரண்டு சிறுமிகளும் இப்போது தயாராகிக்கொண்டு இருக்கிறார்கள்.

நுஜூத்தின் புத்தகம் 16 மொழிகளில் மொழிபெயர்ப்பு செய்யப்பட்டுள்ளது. இதில் இருந்து வரும் உரிமத்தொகை, சிறுமிகளின் கல்விச் செலவுக்கும், குடும்பத் தேவைகளான, உணவு வாங்குவது, வாடகை கட்டுவது, பள்ளிக்குத் தேவையான பொருட்கள் வாங்குவது, குழந்தைகளுக்குத் தேவையான உடைகள் வாங்குவது போன்றவற்றிற்கு ஏற்கெனவே பயன்படத் தொடங்கிவிட்டது.

பிற்காலத்தில், வழக்குரைஞர் ஆக வேண்டும் என்கிற தன் கனவை அடையவும், பிரச்னையில் இருக்கும் இளம் சிறுமிகளுக்கு உதவுவதற்காக அமைப்பு உருவாக்கவும் இந்தப் பணம் நுஜூத்துக்கு உதவியாக இருக்கும். யாராவது தாராள நன்கொடையாளர்கள் தம் குடும்பத்தினருக்கு நல்ல வீடு கட்டிக் கொடுக்க வேண்டும் எனவும் நுஜூத் கனவு காண்கிறாள்.

எப்போதெல்லாம் நான் சனாவுக்குப் போகிறேனோ அப்போதெல்லாம், வண்ண பென்சில்கள் தனக்கு வாங்கி வருமாறு கேட்கிறாள். சாதாரண அறையில் தரையில் முழங்கால் போட்டபடி குனிந்து, ஏராளமான சன்னல்கள் நிறைந்த அதே வண்ணக் கட்டடத்தை எப்போதும் வரைகிறாள்.

ஒருநாள் நான் அவளைக் கேட்டேன், "இது வீடா, பள்ளிக்கூடமா அல்லது விடுதியா?"

"இது மகிழ்ச்சியின் இல்லம்!" என்று மிகப் பெரிய புன்னகையுடன் அவள் பதில் கூறினாள்.

"ஆம்... மகிழ்ச்சியான சிறுமிகளின் வீடு!"

– டெல்ஃபின் மினோவி
செப்டம்பர்-2009

நன்றி

மற்ற பெண் குழந்தைகளுக்கு முன்மாதிரியாக இருக்கவும், தங்களின் உரிமைகளை அவர்கள் வலியுறுத்திப் பெற ஊக்கப்படுத்தவும், நுஜூத்தின் கதையை நாங்கள் சொல்வதற்கு தங்களின் கதவுகளை எங்களுக்காகத் திறந்த அனைவருக்கும் நன்றி.

நுஜூத்தின் வழக்குரைஞர் ஷடா நசீர், சனா நீதிமன்ற நீதிபதிகள், முகமத் அல்கஷி, அப்டோ மற்றும் அப்டல் வஹீத் அனைவருக்கும் நன்றி கூற விரும்புகிறோம்.

‘ஏமன் டைம்ஸ்’ செய்தித்தாளின் ஒட்டு மொத்தப் பணியாளர்கள், குறிப்பாக முதன்மை ஆசிரியர் நடியா அப்துலாஷிஷ் அல் சஹ்ஹாஃப் மற்றும் அவர்களின் முன்னாள் நிருபராக இருந்து தற்போது சானாவில் உள்ள ஜெர்மன் தூதரகத்தில் அரசியல் ஆலோசகராகப் பணியாற்றும் ஹமீத் தபெத் ஆகியோருக்கும் நன்றி.

ஏமன் நாட்டில் உள்ள குழந்தைத் திருமணங்கள் குறித்த தன்னுடைய கேள்விகள் மற்றும் ஆய்வினால் எங்களுக்கு மிகவும் உதவி செய்த, சனா பல்கலைக்கழத்தில் பெண்கள் தொடர்பான செயல்பாட்டுப் பிரிவின் இயக்குனர் ஹஸ்நியா அல்கத்ரி அவர்களுக்கு என்றென்றைக்கும் நன்றி

ஆக்ஸ்ஃபாம் அமைப்பைச் சேர்ந்த வாமீத் ஷகீர் மற்றும் சவுதா பாஷ்ரீன் போன்றவர்களுடன் நாங்கள் நடத்திய கலந்துரையாடல் மிகப் பெரிய அளவில் எங்களுக்கு உதவியாக இருந்தது.

நுஜூத் பள்ளிக்கூடத்திற்குத் திரும்பி வரவும் படிப்பைத் தொடரவும் அனுமதித்த, ரவ்தா அருகாமைக் குடியிருப்பில்

இருக்கும் உள்ளூர் பள்ளியின் முதல்வர் ஜாலா மட்ரி அவர்களுக்கும் நாங்கள் நன்றிக்கடன் பட்டிருக்கிறோம்.

எமான் மஷுர் அவர்களுக்கும் எங்களின் ஆழ்ந்த நன்றிகளைச் சமர்ப்பிக்கிறோம், ஏனென்றால், இவர் இல்லை என்றால் இந்தப் புத்தகம் வெளிவந்திருக்காது. ஏமனில் பெண்களின் உரிமைக்கான இவரின் ஆதரவு, இவரின் பொறுமை, மொழிபெயர்ப்பாளராக இவரின் திறமை போன்றவை எங்களுக்கு மிகவும் உதவின.

இந்தப் புத்தகத்தை எழுத ஊக்கமும், ஆதரவும் கொடுத்த போர்ஷுவ் தராகாஹி அவர்களுக்கு எங்கள் இதயங்களின் ஆழத்திலிருந்து நன்றி.

இந்தப் பக்கங்களை முதன் முதலில் வாசித்தவர்கள் ஹயம் யார்ட், மார்டின் மினோவி மற்றும் க்ளோய் ராடிகுட். உங்கள் உதவிக்கு நன்றி.

நிறைவாக, எங்களை முதலில் ஒன்றாகக் கொண்டுவந்த, எல்லன் நிச்மேயர் அவர்களுக்கு காலமெல்லாம் நாங்கள் கடன் பட்டிருக்கிறோம்.

ஆர்வா, ரிம் மற்றும் சுதந்திரத்தைக் கனவு காணும் ஏமன் நாட்டு அனைத்துச் சிறுமிகளுக்கும் இந்த நூல் சமர்ப்பணம்.

- டெல்ஃபின் மினோவி

மற்றும்

நுஜூத் அலி

தமிழ் மொழிபெயர்ப்பு நூலுக்கு அணிந்துரை வழங்கியதுடன், தேவையான வழிகாட்டுதல்களையும் வழங்கிய ஸர்மிளா ஸெய்யித், எழுத்தாளர் அம்பை, பிழை திருத்தம் செய்த ஆசிரியர் ஜோல்னா ஜவஹர் மற்றும் 'டிஸ்கவரி புக் பேலஸ்' பதிப்பகத்துக்கும் என் நன்றி.

- சூ.ம.ஜெயசீலன்